மயில் மார்க் குடைகள்

மயில் மார்க் குடைகள்

இரா. முருகன்

எழுத்து பிரசுரம்

Title : Mayil Mark Kudaigal
Author's Name : Era. Murukan

Published by Ezutthu Prachuram

Zero Degree Publishing
No. 55(7), R Block, 6th Avenue,
Anna Nagar,
Chennai - 600 040

Website: www.zerodegreepublishing.com
E Mail id: zerodegreepublishing@gmail.com
Phone : 98400 65000

Ezutthu Prachuram First Edition: June 2021
ISBN : 978-93-90884-00-1
TITLE NO EP : 210

Cover Design: Vijayan
Layout: Vijayan
Printed at Manipal Technologies, India.

முன்னுரை

இவை எல்லாம் இந்த நூற்றாண்டுக் கதைகள் என்று இந்த என்னுரையைத் தொடங்க ஆசைதான். எனில், ஆண்டு 2000-ல் தொடங்கி நான் எழுதிய கதைகள் என்பதே நூற்றாண்டுக் கதைக்கான அடையாளமாக இருக்க முடியாது. மொழியும், சூழலும், சித்தரிப்பும் தற்காலத் தன்மையைச் சிறுகதைக்கு ஓரளவுக்குத் தரலாம்தான். ஆனால், அவை மட்டும் போதாதே.

இன்னொன்று, இருபது வருடம் முன்னால், ஆண்டு 2020ஆம் ஆண்டு சென்னையைக் களமாக வைத்து எழுதிய கதை இந்த இருபத்தொன்றாம் நூற்றாண்டுக் கதையா, கடந்து போன நூறாண்டுகளின் கதையா? காலமும் சூழலும் சொல்லாமல் நிகழ்ந்து முடியும் ஒரு சிறுகதையை எந்த நூற்றாண்டு எழுத்து என்று எப்படி வகை பிரிக்கக் கூடும்?

இந்த விவாதங்களுக்குள் நுழையாமல், கடந்த மூன்று ஆண்டுகளில் நான் எழுதிய கதைகளில் சில இந்தத் தொகுப்பில் இடம் பெறுகின்றன என்பதை முன்மொழிந்து இதுவும் கடந்து போகலாம்.

வங்கியியல் செயல்பாட்டுக்கான கம்ப்யூட்டர் மென்பொருள் வடிவமைத்து உருவாக்குதல், திட்ட நிர்வாகம் ஆகிய துறைகளில் ஈடுபட்டிருந்த என் கிட்டத்தட்ட 35 வருடகாலப் பணியிடச் சூழல் இந்தியாவிலும், பிற நாடுகளிலும் குறிப்பாக பிரிட்டன் நிகழிடமாகவும், நிகழ்வாகவும் வரும் சில சிறுகதைகள் இந்தத் தொகுப்பிலும் உண்டு. என் முந்தைய சிறுகதைத் தொகுப்புகளில் இந்தச் சூழல் சித்தரிக்கப்பட்டதைவிட, ஆகக் குறைவாகவே அதை இங்கே காணலாம். 2014-இல் நான் பதவி ஓய்வு பெற்றதே

அதற்கான முக்கியக் காரணம். பணியிடமும், செய்யும் தொழிலும் என் தற்போதைய நாவல், சிறுகதையைக் கனமாகப் பாதிப்பதில்லை இப்போது.

இந்தத் தொகுப்பில் விட்ட குறை தொட்ட குறையாகப் பணியிடச் சூழல் சற்றே தட்டுப்படுகிறவையாக பாதுஷா, தேங்காய் ரம், இசக்கி, மாது என்றோர் மானுடன், நன்றி வாடை, திமித்ரிகளின் உலகம் ஆகியவற்றைச் சொல்லலாம். இந்தக் கதைகள் எல்லாவற்றிலும் மேஜிக்கல் ரியலிசத்தின் பூச்சு இருப்பது தற்செயலானதல்ல. இருபது வருடம் முன்னால் நான் எழுதிய சிலிக்கன் வாசல், லாசரஸ் 40 போன்ற சிறுகதைகள் தொழில்நுட்பத்தைச் சற்றே ஆழமாகச் சித்தரித்தன என்றால், இந்தத் தொகுப்புக் கதைகள் புரிதலோடு விலகி நின்று பார்த்ததைப் புனைவு கலந்து சொல்லும்.

நடந்த சம்பவத்தை அடிப்படையாக வைத்துக் கொண்டு நான் எழுதிப் பார்த்த ஒரே ஒரு கதை, ஒற்றைப் பயணி வரும் ரயில் நிலையம். ஜப்பானில் ஒரு ரயில் நிலையம் இப்படி இயங்குவதாகப் படித்த பத்திரிகைச் செய்தி கதைக்குச் சூழலும், காலமும், கருவும் அளித்தது. எழுதும்போது மனதில் செய்து வைத்திருந்த கதை மாறித்தான் போனது. எழுத்தின் ரசவாதம் இது. இந்தக் கதையில் ஒரு சோதனை - மொழிபெயர்ப்புக் கதையின் தோற்றமும் நெசவுமாக இதை எழுதிப் பார்த்தேன்.

இத்தொகுப்பில் இடம் பெற்ற ‘பொடி’ என்ற கதை 2019-ல் எழுதி வெளிவந்த, 1940-களின் சென்னை பற்றிய கதை. என் அண்மைக்கால நாவல் (2020-ம் ஆண்டு) ‘ராமோஜியம்’, இந்தச் சிறுகதையை வித்தாக வைத்து விருட்சமாகத் தழைத்தது. சிறுகதை எழுதியிருக்காவிட்டால் நாவல் பிறந்திருக்காது. எனினும் ஒவ்வொரு சிறுகதைக்குள்ளும் நாவலைத் தேட முடியாது.

‘மயில் மார்க் குடைகள்’ கிட்டத்தட்ட 1980-களில் நிகழ்வது. இடம் குறிப்பிடப்படாமல் நிகழும் இக்கதையை இன்றைக்கும் பொருத்திப் பார்க்கலாம். தொகுப்பின் தலைப்பை இந்தக் கதையே தருகிறது. அந்த முதிய தம்பதிகளில் வரும் முதுபெண்ணை வீட்டுக்கு வந்து மரபிசை பாடச் சொல்லித்தரும் இருமலோடு கூடிய மூதாட்டியாக நான் அறிவேன். ஒரு சரஸ்வதி பூஜைக்குப் பாடச் சொல்லி, இருமலோடு பாதிப் பாட்டில் குரல் உடைந்து நின்ற அவருக்கு இருநூறு ரூபாய் சன்மானம் தந்து அனுப்பியது தவிர நான்

வேறெதுவும் செய்யவில்லை. ராகி தந்தீராதான் பாடினார் அவர்.

'தீவு', 'புத்தகன்' ஆகியவை முழுக்க மாந்திரீக யதார்த்தவாதக் கதையாடலைக் கொண்டவை. நாவலிலும் சிறுகதையிலும் நான் மேஜிக்கல் ரியலிசத்தை வெகுவாகக் குறைத்துக் கொண்டு வருகிறேன் என்பதைச் சொல்லியாக வேண்டும். இவையும் விட்ட குறை தொட்ட குறையாக எழுதிப் பார்த்தவை.

'இசை', 'கல்யாணி', 'மீசை', 'மூடல் மஞ்சு', 'புலி அம்சம்' ஆகிய கதைகள் சம்பிரதாயமான கதையாடல் கொண்டவை. காலம் இக்கதைகளில் பெரும்பாலும் 1930-களில் இருந்து 1960-கள் வரையான அண்மைக் காலப் பழமை. புலி அம்சம், புலிக் கலைஞனை விட்டு வெகுவாக விலகியது.

கொட்டி *time-space continuum bubble* நேர வெளித் தொடர்ச்சிக் குமிழ் பற்றி மரபிசையின் பின்னணியில் நான் எழுதிப் பார்த்தது. அழகுப் பிள்ளை மேஜிக்கல் ரியலிசமும், அறிவியல் புனைவும் சந்திக்கும் இடம். முரகாமியின் பூனைகளின் நகரம், ஸ்டார் ட்ரெக் நெக்ஸ்ட் ஜெனரேஷன் சின்னத்திரை அறிவியல் புனைவுத் தொடரைச் சந்திப்பது போல இது.

ஒன்றிலிருந்து மற்றொன்று முற்றிலும் வேறுபட்ட ரசனை அனுபவங்களை இக்கதைகள் தரும். என்ன எழுதினாலும் வாசிக்க சுவாரசியமாக எழுத வேண்டும் என்று நான் இத்தனை நாள் கடைப்பிடித்து வரும் தீர்மானத்தில் எந்த மாற்றமும் இல்லை.

இக்கதைகளைப் பிரசுரித்த கல்கி, இந்து தமிழ் திசை, காமதேனு, குமுதம் தீராநதி, அந்திமழை ஆகிய பத்திரிகைகளுக்கு என் நன்றி. கனலி *(www.kanali.in)* இணையதளத்துக்கும்.

கிருஷ்ணார்ப்பணம்.

இரா.முருகன்
சென்னை

உள்ளே

பாதுஷா

ஜன்னல் சீட்டை நான் எடுத்துக்கலாமா? கேட்டபடி பக்கத்தில் நின்றவரைப் பார்த்துவிட்டு அடுத்த சீட்டுக்கு மாறி உட்கார்ந்தான் ராகவன்.

விமானம் கிளம்பப்போகிறதால் பாதுகாப்புப் பட்டியை அணிந்து கொள்ளச் சொல்லி அறிவிப்பு வர, அவசரமாக ஜன்னல் சீட்டில் விழுந்தார் வந்தவர். அவர் சட்டைப் பையில் இருந்து நழுவிய கார்டை எடுத்துப் பார்த்தான் ராகவன். எஸ்.எஸ்.சித்தர். அப்படின்னா?

"ஷேப் ஷிஃப்டர் சித்தர். நினைச்ச மாதிரி உருமாறுவேன்" மூலிகை பற்பசை வாசனையோடு சிரித்தார். புரியலே என்றான் ராகவன்.

அவன் பார்த்தபடி இருக்க, ஜன்னல் சீட்டில் அவர் ஒரு வினாடியில் பிங்க் கலர் கரடி பொம்மையானார். அடுத்து ஒரு கிலோ சுவிஸ் சாக்லெட் ஆகி டப்பா திறந்து சீட்டில் கிடந்தார். தொடர்ந்து சிம்பன்ஸி குரங்காகி சும்மா உட்கார்ந்திருக்க, சேஃப்டி பெல்ட் போட்டுக்கணும் என்று கண்டித்துவிட்டு ஏர் ஹோஸ்டஸ் முன்னால் போனாள்.

அவர் மறுபடி சித்தரானபோது விமானம் ரன்வேயில் ஓட ஆரம்பித்திருந்தது. இவ்வளவு துருதுருப்பான மாயாவியை ட்விட்டரில் போட்டோ போட்டால் பத்துப் பேர் லைக் பண்ணுவார்கள் என்றுபட, ராகவன் மொபைலைக் குச்சியில்

வைத்து முன்னால் நீட்டினான். செல்ஃபிக்கு அட்டகாசமாக போஸ் கொடுத்தார். க்ளிக் ஆன படத்தில் அவர் அமிதாப் பச்சனாக ஆகியிருந்தார்.

எங்கேயோ சீஃப் எக்ஸிக்யூட்டிவ் ஆக உத்தியோகத்தில் இருப்பதாகச் சொன்னார் சித்தர். தான் சாஃப்ட்வேர் கம்பெனியில் ஊழியன் என்றான் ராகவன். பாதுஷா ராகவன் தானே என்று கேட்டார் அவர். எப்படித் தெரியும்? ராகவன் ஆச்சரியத்தோடு பார்த்தான்.

“முந்தாநாள் விடிஞ்சதிலேருந்து என்ன நடந்துது, நினைவு இருக்கா?”

சித்தர் கேட்டபடி அவன் சட்டைப் பாக்கெட்டில் துருத்திக் கொண்டிருந்த மொபைல் போனை உரிமையோடு எடுத்து நீட்ட, சின்னதாக அதன் திரை உயிர்பெற்று அங்கே அவன். கனவு கண்டபடி ராகவன் உறங்கிக்கொண்டிருந்தான் மொபைல் திரையில்.

ராகவனின் அந்தக் கனவில் உருளை வைத்த பீரங்கி வண்டிகளில் பெரிய பாதுஷாக்கள் தலைகுப்புறத் தொந்தியைத் தள்ளிக்கொண்டு கிடக்க, இழுத்துப் போகப்பட்டன. வெளுத்த சர்க்கரைப் பாகு உலர்ந்து மேற்புறத்தில் திடமாகப் பரவி இருக்க, மெத்தென்று மைதாவும், நெய்யும், பாதாம் பருப்பும், முந்திரியுமாக இனிப்புப் பூரணம் கீழ்த்தளத்தில் காத்திரமாக அடர்ந்து நிற்கும் இனிப்புகள் அவை. பீரங்கி வண்டிகளின் பின்னால் ஓடிக்கொண்டிருந்தபோது ராகவனுக்கு விழிப்புத் தட்டியது. அது முந்தாநாள் காலை.

ஒரு வாரமாகத்தான் இந்தப் பாதுஷா வண்டிக் கனவுகள் துரத்துகின்றன. இது எவ்வளவோ தேவலை. அதற்கு முன் தூக்கமே சரியாக வராது. வந்தாலும் பள்ளத்தாக்குகளில் தள்ளிவிடப்படும் கனவுகள் உடனே விழித்துக் கொள்ளச் செய்யும். தூக்கம் விழித்த சிவந்த கண்களோடு ஆபீஸ் போகும்போது பின்னால் இருந்து யாரோ அங்கே தள்ளிவிடப் பின்தொடர்வதாக மனதில் வரும். அந்தப் பள்ளத்தாக்குகளில் எப்போதும் பழைய செய்தித்தாள் விரித்து கல்லு கல்லாகப் பாதுஷா அடுக்கி வைக்கப்பட்டிருக்கும்.

பாதுஷா. ஒரு உணவுப் பதார்த்தத்தோடு ராகவனின் வாழ்க்கை இறுகப் பிணைக்கப்பட்டது ஒரு ஞாயிறன்று. வெயிலும் இல்லாமல் மழையும் பெய்யாமல் காற்றும் வீசாது போன மந்தமான ஞாயிற்றுக்கிழமை பகல் அது.

அந்தப் பகலில் ராகவனின் அப்பா, நாலாயிர திவ்யப் பிரபந்தம்

படிக்க எடுத்தவர் சாப்பிட்ட அசதியில் தூங்கிப் போய்விட்டார். இல்லாவிட்டால் ராகவன் அம்மாவுக்கு 'தன்முகத்துச் சுட்டி தூங்கத் தூங்கத் தவழ்ந்து போய்' என்று பாசுரம் சொல்லிக் கொடுத்திருப்பார். அவரை ராகவனின் அம்மா இறுகக் கட்டித் தழுவி உறங்கியதில் அவர் தலைமாட்டில் இருந்த பாசுரப் புத்தகம் நழுவி, கட்டிலுக்குக் கீழே நூலாம்படைக்குள் விழுந்து கிடந்தது.

பிற்பகல் மூணரை மணியளவில் தூக்கம் கலைந்து ராகவனின் அப்பாவும் அம்மாவும் எழுந்தபோது வேறே செய்ய வேண்டியது எதுவும் இல்லாமல் அவர் தன் ஓட்டலில் இருந்து கொண்டு வந்த பாதுஷாவை அவளுக்கு ஊட்டினார்.,

டி.வி.யில் தூர்தர்ஷன் மட்டும் இருந்து, ஞாயிறு மாலையில் சினிமாப் படம் போட்ட காலம் அது. அன்றைக்கு ஒரு பாடாவதிப் படம் வரும் என்று தெரிந்துகொள்ள, தூர்தர்ஷன் நல்லதம்பி கடந்த வாரமே படத்தின் பெயரைச் சொல்லிவிட்டார். சாயந்திரம் சினிமா பார்க்க உட்கார வேண்டும் என்றால் சீக்கிரமே ராத்திரிக்கு வத்தல் குழம்பு, சுட்ட அப்பளமும், சாதமும் தயாரிக்க வேண்டும். சினிமா பார்க்கவில்லை என்பதால் நேரம் நிறைய இருக்கவே ராகவனின் அம்மா, அப்பா சாவகாசமாக அவனை ஞாயிறு நாலரை டு ஆறு ராகு காலத்துக்கு முன்னால் பாதுஷா மணக்க மணக்க உருவாக்கினார்கள்.

எனினும் ராகவன் முதல் பாதுஷா சாப்பிட்டது அவன் நடக்க ஆரம்பித்ததற்கு முன்னால் இருந்திருக்க வாய்ப்பில்லை. அவன் தவழ்ந்தபோது பல் முளைத்திருக்காது. இனிப்பு, துவர்ப்பு, காரம், புளிப்பு என்று சாப்பிடுவதைப் பகுத்து ருசிக்க நாக்கு பழக்கப்பட்டிருக்காது.

ஒரு வயதில் தள்ளாடி நடந்தபோது அவன் சாப்பிட்ட முதல் பாதுஷாவை அவன் அம்மா நினைவு வைத்திருந்தாள்.

"தீபாவளிக்கு நம்ம ஓட்டல்லே பண்ணி மீந்த பாதுஷாவை, எறும்பு வருதுன்னு பீங்கான் கிண்ணத்துக்குள்ளே போட்டு சமையல் கட்டு ஸ்டூல்லே வச்சிருந்தேன். சத்தமே போடாம அம்மணக் குண்டி தொம்மணக்கான்னு உள்ளே வந்து கையிலே எடுத்து கடிக்கத் தெரியாம முழிச்சிண்டிருந்தே. கடி, கடின்னு நாலு தடவை சொன்னதும் கடிச்சு ஒரு க்ஷணம் தின்னே. அன்னிக்கு ஆரம்பிச்ச பாதுஷா பித்தம் விடுவேனான்னு உன்னோட சேர்ந்துடுத்து."

ஓட்டல்கார வீடு என்பதால் ராகவன் சாப்பிட பாதுஷாவுக்குப் பஞ்சமே இல்லை. ராகவன் அப்பா நடத்திய பரோட்டா ஆனந்த பவனில், புதன்கிழமை சாயந்திரம் ஸ்பெஷல் ஸ்வீட், பாதுஷா. ராகவன் அப்பா காங்கிரஸ் அனுதாபி. பெரும்பாலும் ஞாயிற்றுக்கிழமை காலையில் கதர் அணிந்து ஓட்டல் கல்லாவில் உட்கார்வார். கதரோடுதான் ஞாயிறு பிற்பகல் வீட்டில் பெண்டாட்டியோடு சிற்றின்பம் அனுபவிக்கத் தொடங்குவார். அப்புறம் கதர் தனி, அவர் தனியாகி விடுவதுண்டு. நேரு பக்தர் என்பதால் ஆனந்த பவன் என்று நேருவின் வீட்டுப் பெயரை சைவ ஓட்டலுக்கு வைத்தவர் பரோட்டாவைச் சேர்த்துக் கொண்டது ஏன் என்று அவருக்கே நினைவில்லை.

புதன்கிழமை ஸ்வீட் மாஸ்டர் செய்து தாம்பாளம் தாம்பாளமாக அடுக்கும் பாதுஷா பரபரப்பாக விற்பனை ஆகும். ஒரு தட்டு, சுமார் முப்பது பாதுஷா வீட்டுக்கு அனுப்பி வைப்பார். ஒரே பிள்ளை ராகவனின் பாதுஷாப் பைத்தியத்துக்கு அவர் அளிக்கும் வாராந்திரக் காணிக்கை அது. அதுவும் போதாமல் ஓட்டலுக்கு சாயந்திர நேரம் போய் கல்லாவில் உட்கார்ந்து உதவி செய்வதாக விற்பனைக்கு வைத்த பாதுஷா மலையின் உயரம், கொள்ளளவு என்று இரண்டு பரிமாணத்திலும் திடமாகக் குறைக்க ராகவன் மேற்கொண்ட உழைப்பும் குறிப்பிடப்பட வேண்டியது.

படிப்பு முடித்து வேலைக்குப் போகும்போதுதான் பெரிய பிரச்சினை ஆரம்பித்தது. அவன் வேலைக்குச் சேர்ந்த கம்பெனிப் பிரிவில் பகலில் எல்லா ஊழியர்களும் சேர்ந்திருந்துதான் சாப்பிடுகிற வழக்கம். நாலு அடுக்கிலும் பாதுஷா அடைத்து வரும் இவனுடைய டப்பா தினம் பறிபோய், காய்ந்துபோன தோசையும், குண்டு குண்டாக இட்லியும், எண்ணெய் மினுக்கும் புளியஞ்சாதமும் ராகவனோடு பகிர்ந்துகொள்ளப்பட, பட்டினியாகவே பல பகல்கள் போயின. எப்படியோ வீட்டுக்குப் பக்கத்து ஆபீஸுக்கு ட்ரான்ஸ்பர் வாங்கி இந்தப் பிரச்சினைக்கு முற்றுப்புள்ளி வைத்தான் அவன். இன்ஷுரன்ஸ் எடுப்பவர்கள் எப்போது இறக்கக்கூடும் என்று ஆக்சுவரி கணக்குப் போட சாஃப்ட்வேர் உருவாக்கும் அலுவலகம் அது. அங்கே பகல் உணவுக்கு வீட்டுக்கு வரும் சௌகரியத்தில் பாதுஷாவும் அடக்கம்.

கல்யாணத்திலும் ஏதாவது கஷ்டம் ஏற்படலாம் என்று எதிர்பார்த்து பிரம்மசாரியாகவே காலம் தள்ள ராகவன் முடிவு செய்திருந்தது

பெண்ணைப் பார்த்ததும் உடனடியாக மாற்றிக்கொள்ளப்பட்டது. நேர்த்தியாகச் செய்து ரெஃப்ரிஜிரேட்டரில் குளிர்வித்த புஷ்டியான பாதுஷா போல தோன்றினாள் அவள். முதல் ராத்திரி படுக்கையில், அரைமணி நேரத்துக்கு முந்தி செய்த பாதுஷாபோல சூடும் இனிப்புமாக இதமாகக் கூடிக் கலந்த வனப்பு அவளுடையது.

கல்யாண விருந்துக்கு வேறே ஸ்வீட் போட வேண்டாம் என்று சொல்லி பாதுஷா வெள்ளம் புரண்டோட வழிசெய்தான் ராகவன். தாலி கட்டிய பிற்பாடு சொந்த பந்தத்தில் விருந்தாடப் போவது, தேன் நிலவு, குலதெய்வம் கும்பிடுவது என்று போன வாரம் வரை அவனால் திட்டமிட முடிந்த பாதுஷா தினங்களாகவே ஒரு மாதம் போனது. ஒரு வாரம் சாப்பிடும் வகையில் மூன்று கிலோ பாதுஷாவோடு தேன் நிலவுக்குக் கொடைக்கானல் போனவன் அவன் மட்டுமாகத்தான் இருக்கும். ஸ்டாக் தீர்ந்து போய்விடும் என்று மதுரையில் இன்னும் இரண்டு கிலோ பாதுஷா நாகப்பட்டினம் நெய்மிட்டாய்க் கடையில் வாங்கிக் கொண்டு கொடைக்கானல் குளிரை அனுபவித்தார்கள் தம்பதியர். அசட்டுத் தித்திப்பு முதல் மிக அதிகம் இனிப்புவரையான அத்தனை வெர்ஷன் பாதுஷாவும் அவளுக்கும் ஒரு மாதிரி பழக்கமானது.

“இவ்வளவு ஸ்வீட் சாப்பிடக் கூடாது” என்று மட்டும் செல்லமாக ஒரு தடவை கண்டித்தாள் அவள். இன்னொரு தடவை சொல்ல நேரமில்லாமல் வேறே என்னென்னவோ புதுசு புதுசாக மனசையும் உடம்பையும் கவர்ந்துபோனது.

திரும்ப வேலைக்குப் போக ஆரம்பிப்பதற்குள் தொலைபேசி மூலமும் ஈமெயிலிலும் அவனுக்கு ஆபீஸில் இருந்து தாக்கீது வந்து சேர்ந்தது. ஒரு மாதத்துக்கு அவனைத் தலைமை அலுவலகத்தில் சாஃப்ட்வேர் டெஸ்டிங் செய்யச் சொல்லி உத்தரவு. எப்படியாவது தினசரி பகல் ஆட்டோ பிடித்து வீடு வந்து சாப்பிட்டுப் போகலாம் என்று அவன் நினைத்திருக்க, அவள் நினைப்பு வேறு மாதிரி.

முந்தாநாள் அவன் ஆபீஸ் கிளம்பத் தயாராக, பார்த்துப் பார்த்துச் செய்த பிஸிபேளா சாதம், எலுமிச்சை சாதம், கெட்டித் தயிர் விட்டுப் பிசைந்த தயிர் சாதம் என்று லஞ்ச் பேக்கில் பிக்னிக் மெனுவே வைத்திருந்தாள் அவள். அப்பளம், ஊறுகாய், நேந்திரங்காய் வறுவல், மிதுக்க வத்தல் என்று பக்கவாத்தியங்கள் வேறே. கூடவே ஒரு பிளாஸ்டிக் பையில் ரெண்டு பாதுஷாவும் மைசூர்ப்பாகும்

ஜாங்கிரியும் வைத்து ரப்பர் பாண்ட் போட்டிருந்தாள்.

ஆபீஸ் கிளம்புகிற அவசரத்தில் கால் மாற்றி ஷூ போட்டுக் கொண்டிருந்தபோது பக்கத்தில் வந்து வலது கால் ஷூவை இடது காலில் போட முயற்சி செய்வதின் சிரமங்கள் பற்றி அவள் பேச, ராகவன் குறுக்கிட்டுக் கேட்டான் "அதென்ன அங்கே பெரிசா மூட்டை வச்சிருக்கே?"

"உங்க லஞ்ச் பேக்தான்."

"ஒரு அறுபது பாதுஷா இருக்குமா?"

"அது ரெண்டே ரெண்டுதான்."

"மீதி எல்லாம்?"

அவள் சிரத்தையாக, "இதுவே ஜாஸ்தி. ஆபீஸ் முழுக்கவா கொடுக்கப்போறீங்க?" என்று புரியாமல் பேச, முதல் தடவையாக புதுப் பெண்டாட்டி மேல் அல்பமான பாதுஷா விஷயமாகக் கோபம் வந்தது. ரெண்டு பாதுஷாதானா?

லஞ்ச் பை வேண்டாமென்று நிராகரித்து, வீம்போடு வெறுங்கையை வீசிப் படி இறங்கிப் போனவன் என்ன நினைத்தோ திரும்ப வந்தான். அவள் அழுது தரையில் படர்ந்துகிடந்து துன்பப்பட்டபடி இருப்பாள் என்று நினைப்பு பலமாகக் கவிய, அவன் வந்தபோது சோஃபாவில் கால்மேல் கால் போட்டு உட்கார்ந்து காலை டெலிவிஷனில் பேய் பிசாசுகள் ரெட்டை அர்த்த காமெடி பண்ணும் சினிமா பார்க்க ஆரம்பித்திருந்தாள் அவள்.

"ஆபீஸ் போகலியா?" பேய் டூயட்டை சத்தம் குறைத்தபடி அவள் கேட்டாள்.

"இன்னிக்கும் லீவு எடுத்திட்டு ஒரேயடியா நாளைக்கு ஜாயின் பண்ணிக்கறேன். இப்போ வெளியே போகலாம், கிளம்பு."

அவனோடு வெளியே கிளம்பினாள் அவள். சினிமா, ஷாப்பிங் என்று சுவாரசியமாக நேரம் போனது. மதியம் சாப்பிடலாம் என்று ஓட்டலுக்குப் போனதும் அடுத்த பிரச்சினை. என்னதான் ஃபைவ் ஸ்டார் ஓட்டலாக இருந்தாலும், இந்திய இனிப்பு ஸ்டாக் செய்து வைத்துக்கொள்ள மாட்டார்களா என்ன? மாட்டார்கள் போலிருக்கிறது.

கத்துக்குட்டிகள் செய்ய ஆரம்பித்து பாதியில் நிறுத்தி, சர்க்கரைப் பாகைக் குழைத்து மேலே முழுக்காட்டி மரப்பாச்சி மரப்பாச்சியாகப் பிடித்து வைத்த மைதாமாவு ரூபங்களை வங்காளி ஸ்வீட் என்று ஒரு சாராருக்கும் ஒரியா ஸ்வீட் என்று இன்னொரு கூட்டத்துக்கும், ஆழ்நிலை தியான ஸ்வீட் என்று வெளிநாட்டு ஏமாளிக் கும்பலுக்கும் ஒரே நேரத்தில் விற்றுக்கொண்டிருந்த டை கட்டிய ஓட்டல் சூபர்வைசரிடம் கம்ப்ளெயிண்ட் புத்தகம் கொண்டுவரச் சொன்னான் ராகவன்.

பாதுஷா இல்லாமல் என்ன தலைமுடிக்கு ஓட்டல் அதுவும் ஐந்து நட்சத்திரப் பெயர்ப்பலகை போட்டுக்கொண்டு நடத்தணும்?

அவன் புகார் எழுதப்போகும் முன் ஒரு வெயிட்டர் அடுத்த தெருவிலே மிட்டாய்க்கடை இருக்கு என்று சூபர்வைசருக்குக் காதுக்குள் சொல்ல, சதித்திட்டம் உருவானதை ராகவன் சத்தமின்றிக் கவனித்தான்.

அடுத்த ஐந்து நிமிடத்தில் அவன் எதிர்பார்த்தபடி ஒரு கிலோ பாதுஷா ராகவன் டேபிளுக்கு வந்து, மிட்டாய்க்கடை விலையை விட நாலு மடங்கு விலை வைத்துப் பரிமாறப்பட்டது. கொஞ்சம் இனிப்பு அதிகமாக இருந்தாலும், டால்டா வாசனை எழுந்தாலும் அந்த பாதுஷா பொக்கிஷத்தைச் சுவைத்து ருசித்து அவன் தின்ன, பக்கத்திலேயே ஐந்து நட்சத்திர ஓட்டல் உணவை, தனியாகச் சாப்பிட்டுக் கொண்டிருந்தாள் அவள்.

ப்ளாஷ்பேக் முடிந்து மொபைல் திரை இருள, அதை ராகவன் கையிலிருந்து பிடுங்கி அவன் சட்டை பாக்கெட்டில் போட்டபடி அடுத்த ஜன்னல் சீட் சித்தர் என்ற உருமாறும் மாயாவி, ராகவனைப் பார்த்துச் சொன்னார்

“ஓட்டல்லே உங்களுக்கு அடுத்த மேஜையிலே இருந்து, நீ பாதுஷாவை உலகம் முடியப்போறதுங்கற அவசரத்தோட முழுங்கிட்டிருந்ததைக் கவனிச்சேன்.”

“நீங்களா? அடுத்த டேபிள்லே வெள்ளைக்காரங்க ரெண்டு பேர் இருந்தாங்க. ஒருத்தர் தாடி வச்சுக்கிட்டு சக்கர நாற்காலியிலே இருந்த வயசன். இன்னொண்ணு லேடி” ராகவன் அவசரமாகச் சொன்னான்.

“அது நான்தான். லேடி யார்னு தெரியலே. உன்னைக்

கவனிச்சிட்டிருந்தேன்.”

“ஏன் அப்படிச் செய்யணும்? என்னைக் கண்காணிக்கச் சொல்லி போலீஸ் நடவடிக்கையா இல்லே அமெரிக்க உளவுத்துறை தேடுதா என்னை? ஆஃப்டர் ஆல் பாதுஷா, அதைச் சாப்பிட்டா தப்பா? அதுவும் ஒண்ணுக்கு நாலா விலை வச்சு ஃபைவ் ஸ்டார் ஓட்டல்லே கொண்டு வந்து தந்ததை?”

“கண்காணிக்க காவல்துறை உத்தரவு இல்லை. மேலே இருந்து வந்தது. எந்த மேலேன்னு கேட்காதே, நீ நினைச்சே பார்க்காத மேலே” சித்தர் மொழிந்தார்.

“நன்றி. அதுதான் என்னைத் துரத்திக்கிட்டு ஃப்ளைட் ஏறிட்டீங்களா?”

சித்தர் பூடகமாகச் சிரித்து, இல்லை என்று தலையாட்டினார்.

“பின்னே?”

“நேற்று நீ ஆபீஸ் போன ப்ளாஷ்பேக்கை உன் மொபைல்லே பாரு.”

அவர் 4ஜி விளம்பரத்துக்குப் போனால் கொடிகட்டிப் பறந்து கொண்டிருப்பார் என்று நினைத்தான் ராகவன்.

நேற்று தலைமை அலுவலகத்தில் வெறுங்கையோடு போய்ச் சேர்ந்தபோது, அங்கே புது ஜெனரல் மேனேஜர் சிங்கப்பூரில் இருந்து மாற்றலாகி வந்திருந்தார். வந்ததுமே பரபரப்பாக ஊழியர்களைக் கூட்டி வைத்து, கொரில்லா படை அமைக்க வேண்டும் என்று மூன்றாம் உலக மகா யுத்தத்தை நடத்திச் செல்லும் பொறுப்பில் இருப்பவர் போல, உணர்ச்சி ததும்பப் பேசினார் அவர். மும்பாயில் கம்பெனி கோடி ரூபாய்க்கு விற்று செயலாக்கம் செய்யப்பட்ட சூப்பர் மார்க்கெட் விற்பனை, சப்ளை செயின் மேனேஜ்மெண்டுக்கான கம்ப்யூட்டர் சாஃப்ட்வேர் தொகுப்பு ஒரு வருடமாகியும் இன்னும் நின்று நிலைத்துக் குறையில்லாமல் இயங்கவில்லை. பத்து நபர் குழு ஒன்று மும்பைக்குச் சென்று எங்கெல்லாம் குறையோ அங்கெல்லாம் போய் உட்கார்ந்து கவனித்து குறைதீர்த்து இன்னும் ஒரு மாதத்தில் வெற்றிவாகை சூடி வரவேண்டும் என்று ஆணையிட்டார் அவர்.

எந்தப் பத்துப் பேர்? நான் தேர்ந்தெடுக்கிற பத்துப் பேர். மும்பை

வரமாட்டேன் என்றால்? வீட்டுக்கு அனுப்பப்படுவார்கள். ஒரு பைசா தரமாட்டேன்.

கிராதகனாக முழங்கினார் ஜி.எம். கொத்தடிமைகள் மனதுக்குள் புலம்பியபடி இருக்க, அவர் பெயர் சொன்ன பத்து நபர்களில் ராகவனும் உண்டு. மற்ற ஒன்பது பேர் நேற்று ராத்திரியே மும்பை போய் இறங்கிவிட்டார்கள். ராகவனுக்குப் புதிதாகக் கல்யாணம் ஆனதால் நேற்று வீட்டில் ராத்தங்கி, காலையில் மும்பை போக அனுமதித்தார் ஜெனரல் மேனேஜர்.

சித்தர் அடுத்த சீட்டிலிருந்து கண்ணைக் குத்துவது போல் விரலை ராகவன் மொபைலைப் பார்த்துக் காட்ட நேற்றைய காட்சி வேகமாக ஓடி முடிந்தது.

"நீ இன்னிக்குப் போகலாம்னு தீர்மானிச்ச ஜெனரல் மேனேஜர் யார் தெரியுமா?" அவர் கேட்டார். இந்த இருபது நிமிட நேரத்தில் எந்த மாதிரியான செய்தியை எதிர்பார்க்கலாம் என்று ராகவனுக்குப் புரிந்திருந்தது. எல்லாம் அவரே. மேலிடத்து உத்தரவாம். ராகவனைத் தனியனாக்க மேலே இருந்து திட்டமாம். ஏன் என்று கேட்டான் அவன். அவர் பதில் சொல்வதற்குள், விமானியின் குரல் கரகரவென்று வழக்கம் போல் ஒலிக்க, தொடர்ந்து பதட்டமான அறிவிப்பு.

"சென்னைக்குத் திரும்பப் பறக்கிறோம். விமானத்தின் எஞ்சின்கள் பழுதாகி உள்ளன. இறங்குவதற்கு முன் எரிபொருள் தீரும்வரை வானில் சுற்றுவோம். பின் இறங்க முயற்சி செய்வோம். பத்திரமாகச் சென்னையில் இறங்கப் பிரார்த்தனை செய்யுங்கள்". அழுகையும் கூக்குரலுமாக விமானம் ஆடியது. குதித்துக் குதித்துப் பறந்தது அது. எல்லோர் முகத்திலும் சாவு கவிந்திருந்தது.

"உங்க வேலைதானே இது? எனக்கு மட்டும்தானே இதெல்லாம் தோணுது?" ராகவன் படபடப்போடு கேட்க, சித்தர் இல்லை என்று தலையாட்டினார்.

"இது நான் செய்யறது இல்லை. தலைமைச் செயலகம். என்கிட்டேயே சொல்லல்லே. நானும் என்ன ஆகும்னு தெரியாமத்தான் இப்போ இருக்கேன்."

சொல்லிவிட்டுக் கண்ணை மூடிக்கொண்டு ஏதோ தொடர்ந்து முணுமுணுத்தார். பிரார்த்தனையா என்று கேட்டான் ராகவன்.

“இல்லை, எனக்கு ப்ரேயர் ஒண்ணும் தெரியாது. நான் இல்லாமல் போனா அடுத்த ஷேப் ஷிப்டர் சீஃப் எக்ஸிக்யூட்டிவ் சித்தராக யாரை சிபாரிசு பண்ணலாம்னு மனசுலே பெயர் குலுக்கிப் போட்டுட்டிருக்கேன்.”

அவர் குரல் கிரீச்சிட்டது. ஒரு சில்வண்டாக மாறியிருந்தார். இருந்த இடத்தில் சுழலும் வண்டு. அல்லது ரொம்ப இறுக்கத்தில் இருக்கும் ஒரு ஸ்க்ரூ. அது விட்டு விடுதலையாகி நின்றால் விமானமே பொலபொல என்று உதிர்ந்துவிடும். ஏதோ ஒரு சக்தி அந்த ஸ்க்ரூவைக் கட்டி நிறுத்தி வைத்திருக்கிறது.

“உன்னை பாசுர தாசனாக ஆக்கத்தான் மேலே ப்ளான் போட்டாங்க. ஏதோ தப்பாகி பாதுஷா தாசன் ஆகியிருக்கே. விமானம் பறக்கற இந்த ஒண்ணரை மணி நேரத்துலே உனக்குள்ளே இருந்து பாதுஷாவைக் கெல்லி எடுத்துட்டு பாசுரம் முழுசுமா பதிஞ்சு வைக்கற வேலையை முடிக்க சீஃப் எக்ஸிக்யூட்டிவ் ஆன என்னை அனுப்பினாங்க. இப்போ நேரம் இல்லே அதுக்கு. வந்ததுக்குப் பாதியாவது நேர் பண்றேன். பாதுஷா பைத்தியத்தை உன்கிட்டே இருந்து எடுத்துடறேன். இப்படித் தின்னா உலகத்திலே உற்பத்தி பண்ற பாதுஷாவிலே எண்பது புள்ளி ஏழு ஐந்து சதவிகிதம் உனக்கே வேண்டி இருக்கும்”, மிக்கி மௌஸ் குரலில் துல்லியமான புள்ளிவிவரம் சொன்னார்.

மனம்போன போக்கில் ஒரு செய்தித்தாள், ஏர்லைன்ஸ் சாப்பாடு வைத்த வெள்ளிச்சுருள் பேக்கிங், கைக்குட்டை, நகம் வெட்டி, ஆரஞ்சு மிட்டாய், காதில் அடைக்கும் பஞ்சு, டாய்லெட் பேப்பர் என்று மாறி மாறி, எக்குத்தப்பாக எங்கோ எதுவோ பிடித்து இழுக்க அப்புறம் ஒரு சத்தமும் இல்லை.

சீஃப் பைலட் குரல் திரும்ப ஒலிபரப்பாகியது “பிரார்த்தனை பலித்து விட்டது. கோளாறு, தானே நிவர்த்தி ஆகிவிட்டது. இப்போது சென்னை விமானத்தளத்தில் பத்திரமாக இறங்கப் போகிறோம். பாதுகாப்புப் பட்டி அணிவீர்.”

ராகவன் இறங்க வரிசையில் ஊர்ந்தபோது பின்னாலேயே ஏர் ஹோஸ்டஸ் குரல் “சார், உங்க பேகேஜை சீட்டிலேயே விட்டுட்டுப் போறீங்களே.”

ஒரு பெரிய மஞ்சள் துணிப் பையை அடுத்த சீட்டிலிருந்து எடுத்து

நீட்டினாள் அவள். அவள்தான் சித்தரா என்று பார்த்தான் ராகவன். அவள் அவள்தான்.

“இங்கே ஒருத்தர் இருந்தாரே”, ஜன்னல் சீட்டைக் காட்டிக் கேட்டான் அவன்.

“நீங்கதான் இருந்தீங்க.”

நன்றி சொல்லி பையை வாங்கிக் கொண்டான். நெய் மணத்த அந்தத் துணிப்பைக்குள் என்ன இருக்கும் என்று அவனுக்குத் தெரியும்.

திமித்ரிகளின் உலகம்

இது அமெரிக்காவில் வேனல்காலத் தொடக்கம். நேற்று கடியாரத்தை ஒரு மணி நேரம் முன்னால் வைத்து விட்டார்கள் அமெரிக்காவில் இருந்து திமித்ரியின் தொலைபேசி அழைப்பு நடுராத்திரிக்கு வராமல் இன்றிலிருந்து ராத்திரி பதினொரு மணிக்கே வந்து விடும். நியூயார்க்கிலிருந்து திருப்பதியைக் கூப்பிடுவான் திமித்ரி, சாண்ட்விச் மென்றபடி ப்ராஜக்ட் விஷயம் பேச. சென்னையில் சீனியர் ப்ராஜக்ட் மேனேஜர் திருப்பதி.

திமித்ரியின் தினசரி வசைபொழிதல் பெரும்பாலும் இப்படித் தொடங்கும் –

“இப்போ இங்கே ஊரோடு சாப்பிடற அருமையான பகல் நேரம். நான் வாத்து மேச்சுக்கிட்டு இருக்கேன்.. முழு முட்டாள்களான உங்களை எல்லாம் கட்டி மேச்சுக்கிட்டு கஷ்டப்பட்டுட்டிருக்கேன். எப்போதான் சரியா வருவீங்களோ.”

இந்தியாவில் அந்த நேரம் நடுநிசி; ஒரு கூட்டமே கண்விழித்து அவனுடைய வாய்மொழிக்காகக் காத்திருக்கிறது என்பதை சவுகரியமாக மறந்துவிடுவான் அவன்.

இந்தியாவில் இயங்கும் கம்ப்யூட்டர் சாஃப்ட்வேர் கம்பெனியின் அமெரிக்க கஸ்டமர் அவன். ஒரு பெரிய பேங்க் அதிகாரி. அந்த பேங்குக்காகத்தான் இங்கே ஒரு நானூறு உறுப்பினர் குழு மெனக்கெட்டு உயிரைக் கொடுத்து மென்பொருள் தயாரிக்கிறது. திரு என்ற திருப்பதி அதில் இருநூறு பேருக்குத் தலைவன். திமித்ரியின் கண்ணோட்டத்தில் திரு, தலைமை அடிமை. அதிகார வெள்ளைக்கார துரை, அடிமை இந்தியர்களால் ஆன உலகம்

அங்கே மிச்சசொச்சமாக இருக்கிறது. நாயே என்றுதான் இன்னும் கூப்பிடவில்லை.

திமித்ரி ரெண்டு தலைமுறை முன் ரஷ்யாவிலிருந்து அமெரிக்காவுக்கு ஓடிவந்த அகதிக் குடும்பத்தின் இந்தத் தலைமுறைக் குலக்கொழுந்து. ரஷ்யா என்றால் எந்த கிரகம் என்று கேட்கிற அளவு அவன் சராசரி அமெரிக்கன் ஆகிவிட்டான்.

திமித்ரி தொலைபேச ஐந்து நிமிடம் தாமதமானாலும், திரு அவனை அழைக்க வேண்டும். இல்லாவிட்டால், ‘உங்க யாருக்கும் ப்ராஜக்ட்லே அக்கறை கிடையாதா? நான்தான் கூப்பிடணுமா? நீங்க கூப்பிட மாட்டீங்களா?” என்று எகிறுவான்.

திரு கீழ்ப்படிதல் மிகுந்த சுறுசுறுப்பான அடிமை என்பதால் நடுங்கும் கரங்களோடு எண்ணை அழுத்தி எஜமானனைக் கூப்பிட்டு குரல் நடுங்க வணக்கம் சொல்லி நலம் விசாரிப்பான். “$$$$” என்று பதில் வணக்கம் சொல்லி திமித்ரி திட்டும்போது ஹெட்போன் மாட்டித் தன்னை மட்டும் அந்த வசவு மழை நனைக்க வழி செய்வான் திரு. பதிலுக்குத் திட்டினால் மாதச் சம்பளமாகக் கணிசமான வருவாய் இல்லாது போகலாம்.

போன வாரம் திமித்ரி வசைபாடியவர்களில் முக்கியமானவர்கள் சீனியர் ஆர்கிடெக்ட் சாந்தி மகாதேவன், சீனியர் டெக்னிகல் ரைட்டர் பிரமீளா டேவிட், சீனியர் டெஸ்டர் லைலா இஃப்தகர், ப்ராஜக்ட் டீம் லீடர் ரேணு சச்தேவ், ஆமாம். எல்லாரும் பெண்கள். முப்பது வயதை எட்டாத சீனியர்கள்.

திருவுக்கு தினசரி மண்டகப்படி ஆகி, அவனுக்கு மூளை என்ற ஒன்றே இல்லாமல் படைத்தனுப்பி விட்டான் என்ற செய்தியை அவன் வாயாலே சொல்ல வைத்து திமித்ரி கிழித்து அனுப்பிவிட்டு, மேற்கூறிய நான்கு பெண்ணரசிகளை விமர்சனம் செய்ய உட்கார்ந்தபோது திரு அங்கே இருக்க வேண்டாம் என்று சொல்லி விட்டான். வீடியோ கான்பரன்ஸ் இல்லாமல் டெலிபோன் பேச்சுவார்த்தை என்றால் ‘வெளியே போயாச்சு’ என்று குரல் விட்டுவிட்டு ஓர் ஓரமாக உட்கார்ந்து என்ன நடக்கிறது என்று கவனிக்கலாம். வீடியோவில் அது சாத்தியமில்லை. திரு மனசே இல்லாமல் வெளியே வந்து கதவில் காது ஒட்ட நின்றான்.

போன வாரம் அந்த வீடியோ உரையாடல், உரையாடல் என்ன உரையாடல், திமித்ரி மட்டும் பேசி ஏச, இந்த நாலு பெண்ணரசிகள்

கேட்டுக் கொண்டிருந்துவிட்டு கண்ணைக் கசக்கி அழ ஆரம்பித்து வாயில் கர்ச்சீப் அடைத்து கான்பரன்ஸ் அறைக்கு வெளியே வந்தபோது ராத்திரி மணி ஒன்றும் சில நிமிஷங்களுமாக கடியாரம் காட்டிக் கொண்டிருந்தது.

‘மலேயா மந்திரவாதியைக் கூட்டிக்கிட்டு வரணும் இனிமேலே’. இதை மட்டும் பிரமிளா டேவிட் சொன்னாள். திரு, கொசு மருந்து அடிக்கும் இடத்தில் நிற்க நேர்ந்ததுபோல் இரண்டு கையையும் முகத்துக்கு முன் வேகமாக ஆட்டி மந்திரவாதி எல்லாம் கம்ப்யூட்டர் கம்பெனிக்குள் வரலாகாது என்று உணர்த்தும் விதமாக முகம் சுளித்தான். லைலா திரு-வைப் பார்வையால் சுட்டெரித்து, விட்ட இடத்திலிருந்து அழுகையைத் தொடர்ந்தாள்.

மலேயா மந்திரவாதி இரண்டு வாரமாகப் பேச்சுகளில் அடிபட்டு வருகிறான் என்பதைத் திரு அறிவான். மலையாள மந்திரவாதி என்று காதில் வாங்கிக் கொண்டு முன்குடுமி வைத்த மீசை மழித்த கனமான ஒரு பிரகிருதியை திரு கற்பனை செய்தபோது ரேணு அது மலேயா மந்திரவாதி என்பதைத் தெளிவுபடுத்தினாள்.

“நூறு வருஷம் முந்தி பினாங்குலே இருந்து கப்பல் ஏறி இங்கே வந்தவன் அவன்” என்று கூடுதல் தகவலை ரேணு சச்தேவ் வெளியிட்டாள்.

கோடிக்கணக்கான டாலர் கணக்கில் மென்பொருள் உருவாக்கப் படும் சாஃப்ட்வேர் கம்பெனியில் வெளியாட்கள் உள்ளே வருவது சிரமமானது. வேலைபார்க்கிற யாராவது போஸ்ட் பார்சல் ஆர்டர் பண்ணினால், அதை டெலிவரி செய்ய சர்க்கார் உத்தியோகஸ்தரான தபால்காரர்கூட உள்ளே வரமுடியாது - அவரிடம் அதற்கான அனுமதி இல்லை என்பதால்.

சர்க்கார் உத்தியோகஸ்தரை வழிமறித்தால் சர்க்காரையே அவமரியாதை செய்வதாகும் என்று பழுப்பு கலர் பார்சலோடு வாசலில் நின்ற தபால்காரர் சத்தம் போட்டாலும், செக்யூரிட்டி நிர்வாகி உத்தம் சிங் ராணா அவரைத் தாட்சண்யமே பார்க்காமல் திருப்பி அனுப்பி விட்டான். அப்புறம் போஸ்ட் ஆபீஸில் போய்த்தான் பார்சலை வாங்க வேண்டிப் போனது.

“இந்த மலேயா மந்திரவாதி போஸ்ட்மேன் கூட இல்லை. நூறு வருஷம் முந்திய ஜீவன் என்கிறீர்களே. எங்கே அவனை உட்கார

வைத்திருக்கிறீர்கள்? இப்போதைக்கு டெம்பரரி அனுமதி கார்ட் வேணுமானால் ஆன் லைனில் அப்ளை செய்யுங்கள், ஆவன செய்யப்படும்" என்றான் அப்போது மலேயா மந்திரவாதி விஷயம் காதில் விழுந்த ராணா. யாரும் அதுபற்றி அவன் காதுபட அப்புறம் பேசாததால் வேறே காரியங்களில் கவனம் செலுத்தலானான் அவன்.

இன்றைக்கு, ராணா பொதுப் பாதுகாப்பு சோதனை என்று ப்ராஜக்ட் தளங்கள் தோறும் பாதுகாப்புப் பக்கப் பதிய இருக்கிறதா என்று சோதனை செய்தான். எல்லாம் கச்சிதம். மனநிறைவோடு, கம்பெனி செலவில் னான், ரொட்டி, தயிர் சாதம் என்று ஆபீஸ் கேண்டீனில் ராச்சாப்பாடு திருப்தியாக உண்டு, வீடு திரும்பும் உத்தேசத்தோடு ராணா கார் சாவியை மேஜைக் களேபரத்துக்கு இடையே தேடிக்கொண்டிருந்தபோது, சாந்தி மகாதேவன் வந்து சேர்ந்தாள்.

"இன்னும் ஒரு மணி நேரத்திலே, ராத்திரி பனிரெண்டு மணிக்கு வீடியோ கான்பரன்ஸ், அமெரிக்க கஸ்டமரோடு. வீடியோ அறையில் ஏர் கண்டிஷன் வேலை செய்யாமல் போனது. கொஞ்சம் சரிபண்ணிக் கொடுங்க ப்ளீஸ்."

திமித்ரி என்ற அதே அமெரிக்க கஸ்டமரோடு பேசப்போவது சாந்தி மகாதேவன் தலைமையில் அதே நான்கு நபர் பெண்கள் குழு என்ற உபரி தகவலையும் ஈந்தாள் அவள். பெண்கள் என்றால் ராணாவும் இரங்குவான் என்ற எதிர்பார்ப்பு அவள் குரலில் தொனித்தது. இரங்காவிட்டால், தலையில் தட்டி வேலை ஏவவும் அஞ்ச மாட்டார்கள் இந்த மகளிர் சிறப்புக் குழுவினர்.

"உங்க ப்ராஜக்ட் மேனேஜர் திரு என்ற திருப்பதி ஏர்கண்டிஷன் பற்றி ரிப்போர்ட் பண்ணட்டும். ஆவன செய்யப்படும்". இரக்கத்தின் சுவடே இல்லாத வார்த்தைகள் ராணாவிடமிருந்து வெளிப்பட்டன.

"அவர் இல்லை. வரமாட்டார். இப்போ என்னங்கறே."

சாந்தி மகாதேவன் எகிற, ராணா உடனே சரணடைந்தான். புலிப்பாலா கேட்டாள் இந்தப் பெண்? ஏர்கண்டிஷன் சரியாக இயங்க வைக்க உதவிதானே கேட்டாள்? ராணா உடனே செய்வான்.

அந்த நேரத்தில் அட்மின் டிபார்ட்மெண்டில் எலக்ட்ரீஷியன் யாரும் இல்லாததால், பிட்ஸ் பிலானி கல்விக் கழகத்தில் எம்.டெக்

தொழில்நுட்பம் தேர்ந்த ராணா சட்டையைக் கழட்டி விட்டு பொத்தல் விழுந்த பனியன் வெளியே தெரிய, ஏசி ப்ளாண்ட் அறைக்கு உள்ளே விதவிதமான சத்த கோலாகலத்துக்கு இடையே பிரவேசித்தான்.

தட்டிக் கொட்டி ஏதோ செய்து வீடியோ கான்பரன்ஸ் ஹாலில் ஏர் கண்டிஷனர் இயங்கத் தொடங்க, அங்கே கூடியிருந்து குளிரப் போனவர்கள் மனப்பூர்வமாக அவனுக்கு நன்றி சொல்ல, இந்த மாதச் சம்பளத்தை வாங்கியதற்குத் தகுந்தபடி கடினமாக உழைத்த பூரிப்பில் ராணா கொஞ்ச நேரம் மிதந்தான். அப்புறம் ஞாபகம் வந்து கேட்டான், "யாரோ மலேயா மந்திரவாதி என்றீர்களே போன வாரம் கூடியபோது?"

அதெல்லாம் ஒரு தமாஷுக்கு என்று சாந்தி பலமாக மறுத்தாலும் ராணாவுக்குச் சந்தேகம் தீரவில்லை. நூறு வருஷம் முந்திய மனுஷனோ, நம் காலத்தில் ஜீவிக்கிறவனோ, சாஃப்ட்வேர் கம்பெனிக்குள் ஒரு அந்நியன் நுழைந்திருக்கிறான். அவனைக் கெல்லியெடுத்து வெளியே எறியாவிட்டால் ராணாவுக்கும் செக்யூரிட்டி மகா நிர்வாகி என்ற அவன் பதவிக்கும் ஒரு தலைமயிர் மதிப்பும் இருக்கப்போவதில்லை.

ஆபரேஷன் தியேட்டர் வெளியே எரிகிற மாதிரி வீடியோ கான்பரன்ஸ் ஹால் கச்சிதமாக அடைத்திருக்க, வெளியே எல் ஈ டி விளக்குத் தொகுதி கபர்தார் என்று ஒளிர்ந்து உள்ளே வந்தால் கைகால் உடைபடுமென்று மிரட்டியது. ராணா சற்று நின்றான்.

இந்த மலேயா மந்திரவாதியும் ஒருவேளை உள்ளே இருந்தால்? எப்படியாவது இந்தப் பெண்களின் கைப்பையிலோ, கார் பின்னறையிலோ இருந்து வந்து சேர்ந்திருந்தால்? கைப்பையில் அடைக்கக்கூடிய மனுஷன் இருக்க முடியாதுதான். அதுவும் நூறு வருடம் முந்தியவன் என்றது அவன் பகுத்தறிவு.

ஆனாலும் அவன் மந்திரவாதியாமே. மந்திரவாதிகள் நினைத்தபடி உருமாறும் ஷேப் ஷிப்டர்களாகவும் இருக்க வாய்ப்பு உண்டே. ஒரு உருவத்திலிருந்து மற்றொன்றுக்கு உருமாறுவதில் கில்லாடியாக இருந்தால் கைப்பை என்ன, கைக்குட்டையாகக்கூட உருவம் மாறி உள்ளே வந்து யாரும் கவனிக்காத இருட்டான ரெஸ்ட் ரூமில் சுய உருவம் கொண்டு சுற்றிக் கொண்டிருக்கலாம்.

அவன் இருப்பதையும் இல்லாததையும் நிச்சயப்படுத்திக் கொள்ள

ஓர் அபூர்வமான சந்தர்ப்பம் வாய்த்திருக்கிறது ராணாவுக்கு. உள்ளே லோக்கல் நபர்கள், அமெரிக்க ஜனாதிபதியோடு கூட அணு ஆயுதத்தை ஏவுவது பற்றி வேண்டுமானாலும் பேசிக் கொண்டிருக்கட்டும். அடிப்படைப் பாதுகாப்புப் பரிசோதனை என்று எந்த நேரமும் ஆபீஸில் எந்த இடத்திலும் செக்யூரிட்டி தலைமை நிர்வாகி தடாலென்று உள்ளே நுழைந்து பார்க்க அனுமதி உண்டே.

அந்த உரிமையைப் பயன்படுத்த ராணா முடிவு செய்தான். சாப்பாட்டில் குடமிளகாய் சேர்த்துக்கொள்ளும்போதெல்லாம் மூக்கில் நீர் வடிய, அவனுக்கு இப்படி அசாத்தியத் துணிச்சல் ஏற்படுவது வழக்கம். ராத்திரி சமையலில் கேண்டீன்காரர் கிலோ கணக்கில் குடமிளகாய் பெய்திருந்ததால் ராத்திரி முழுக்க வீரம் காண்பிக்க அவன் நிச்சயித்தான். வீட்டுக்குப் போய் சர்தாரிணியை ஏறிடும்போது அது மாறலாம். அதுவரை ஆபீஸ்தான் கதி.

முடிவு செய்ததும், காவேரியாறு என்று பெயர்ப் பலகை கதவில் பொறித்த வீடியோ கான்பரன்ஸ் ஹால் வாசலில் நின்றான் ராணா. ஒன்றிலிருந்து பத்து வரை எண்ணினான். மறைந்த அவனுடைய அம்மா அமர்ஜீத் கவுர் சொல்லிக் கொடுத்தது. சமயத்தில் பேச வேண்டிய தருணத்தில்கூட பத்து செகண்ட் இப்படி டைம் டிலே மனதில் ஒளி வீசி அணையப் பேசியிருக்கிறான் அவன். யோசித்துப் பேசக்கூடியவன் என்ற பெரும்புகழ் அதனால் சரியோ, தவறோ அவனோடு ஒட்டிக்கொண்டிருக்கிறது.

பத்து எண்ணி முடித்ததும் சகல கதவையும் திறக்கும் சிறப்பு அனுமதி கார்டை இயக்கி, கான்பரன்ஸ் அறைக் கதவைத் தள்ளத் திறந்து கொண்டது. முகத்தில் பரபரப்பைக் காட்டியபடி உள்ளே நுழைந்தான் ராணா.

ஓவல் வடிவ மேசைக்கு முன் வலது பக்கம் ரெண்டு பேர், இடது புறம் ரெண்டு பேர் என்று பெண்ணரசிகள் உட்கார்ந்து கெக்கெபிக்கே என்று சிரித்துக்கொண்டிருந்தார்கள். எதிரே சுவரில் சார்த்திய பெரிய டெலிவிஷன் திரையும் பாதிக்கு ஆக்கிரமித்துக் கொண்டு ஒரு வெள்ளைக்காரத் தடியன் அதேபடிக்கு சிரித்துக் கொண்டிருந்தான். மந்திரவாதி தந்திரவாதி ஒரு மண்ணையும் காணோம்.

வந்தபடிக்கு சுவரில் நாலு இடத்தில் தட்டி தலையைக்

குலுக்கியபடி நகர்ந்து, ஒரு சலாம் போட்டு, டிவியில் தெரிகிற வெள்ளைக்காரனுக்கும் வணக்கம் சொல்லி தேங்க்யூ என்றபடி வெளியே வருவதற்குள் அந்தப் பனிக்கால இரவில் ராணாவுக்கு வியர்த்து சட்டை நனைந்துவிட்டிருந்தது. மூக்கில் இருந்து குடமிளகாய் நீர் வடிவது அதிகமாகி இருந்தது.

கான்பரன்ஸ் அறைக்குத் தெற்கே அமெரிக்க பேங்க் ப்ராஜக்ட் பணி நடக்கும் இடம். இருநூறு பேர் உட்கார்ந்து வேலை பார்க்கிறபடி இரண்டு தடுப்புகளில் விளக்கு ஜகஜோதியாக எரிந்து கொண்டிருப்பதை ராணா பார்த்தான். சாந்தி மகாதேவன் சீனியர் ஆர்கிடெக்ட் என்பதால் தனி அறை உண்டு அவளுக்கு என்று நினைவு வர, சாந்தி பெயரைச் சுமந்த கதவைத் தேடியடைந்து, எட்டிப் பார்த்தான். மந்திரவாதி இங்கே இருந்து போக்குக் காட்டிக் கொண்டிருக்கலாம். அறையில் ஒரு பிஸ்கட் பேக்கட்டும், பாதி குடித்த கோக் பாட்டிலும் தவிர வேறு எதுவும் விசேஷமாக இல்லை.

காற்றாடப் படுத்து உருளலாம் என்பதாகக் கொஞ்சம் பெரிய தோதில் ப்ராஜக்ட் மகா நிர்வாகி திருப்பதி அறை இருளோ என்று கிடந்ததைப் பார்த்தான் ராணா. திருப்பதியின் இருக்கையில் ஏதோ ஒளிர்ந்துகொண்டிருந்தது. ராணா உஷாரானான். அது வெடிக்கும் பொருளாக இருக்கலாம். ஆபீசில் யாரோ தீவிரவாதி குண்டு வைத்திருக்கலாமோ? செக்யூரிட்டி தலைவனான ராணா தலைமேல் அது விடியலாம், தலையோடு அவன் இருந்தால். சாஃப்ட்வேர் கம்பெனியில் எதற்காக வெடிகுண்டு வைக்க வேண்டும் என்று அவன் மனம் கேள்வி கேட்டது. சாஃப்ட்வேர் கம்பெனியில் வைக்கக் கூடாது என்று எந்தப் புத்தகத்தில் எழுதியிருக்கிறது என்று குடமிளகாய் வாசனையோடு இன்னொரு மனம் துள்ளியது.

திருப்பதியின் நாற்காலியில் உழக்கு மாதிரி யாரோ உட்கார்ந்திருப்பதாகத் தோன்ற உள்ளே போய்ப் பார்க்கலாம் என்று உத்தேசித்தபோது ஹால் முழுக்க விளக்குகள் எரிய, ராத் தூக்கத்தில் நடக்கிற நோயாளி போல திரு உள்ளே வந்துகொண்டிருந்தான்.

உத்தேசமாக 'குட்மார்னிங்' சொன்னான் ராணா. 'அடிப்படை செக்யூரிட்டி சோதனை' என்று ஒரு வரி புன்னகையோடு சேர்த்துக் கொண்டான். எல்லாம் சரியாக இருக்கிறது என்பதாக அபிநயம் பிடித்து திருப்பதியை அவனுடைய நாற்காலியில் உட்காரச்

சொன்னான். வேறே யாராவது அங்கே இருந்தால் சத்தம் போடுவானே, பார்க்கலாம் என்று ஒரு வினாடி அங்கேயே நிற்க "ராணா குட் டே" என்று அசாத்தியமாகக் காலத்தை முன்னால் வளைத்து திரு கொட்டாவியைப் புறங்கையால் சிதைத்தபடி வணக்கம் சொன்னான்.

"டார்மெட்டரியில் நாலு மணி நேரம் தூங்கிட்டு குளிச்சுட்டு ஆபீஸ் வந்துட்டேன்" திரு தன்நிலை விளக்கம் சொல்லியபடி அவனுடைய நாற்காலிக்கு நகர்ந்தபோது ஓவென்று சிரித்தபடி நான்கு பெண்களும் உள்ளே வந்தார்கள். ராணாவுக்கும் ஏனோ இனம் புரியாத சந்தோஷம். திருப்பதி எந்தச் சிரமமும் இன்றி நாற்காலியில் உட்கார்ந்து தொலைபேசியைக் காதில் ஒட்டிக் கொண்டிருந்தான். அங்கே எதுவும் ஒளிரவில்லை என்பதை நிம்மதியோடு கவனித்தான் ராணா.

திரு, அமெரிக்க கார் கம்பெனி ப்ராஜக்ட் ஒன்றையும் கொஞ்ச நாள் கூடுதலாக நிர்வகிக்க கம்பெனி ஆணைப்படி செயல்படுகிறான். முழுநேரமும் ஆபீசில் செலவழிக்க அவனுக்கு இன்னும் இரண்டு மாதமாவது விதிக்கப்பட்டிருக்கிறது. நியூயார்க்கில் தற்போது பிற்பகல் இரண்டரை என்பதால் தொலைபேசியில் பேசித் தீர்க்க வேண்டியது நிறைய உண்டு.

"திமித்ரி மீட்டிங் சந்தோஷமா போச்சு."

சாந்தி மகாதேவன் சொல்ல, நம்ப முடியாமல் தலையைக் குலுக்கிக் கொண்டான் திரு.

"கார் கம்பெனி ப்ராஜக்ட் பேச்சுவார்த்தை இருக்கு. முடிச்சுட்டுப் பேசறேன்" என்றான் தொலைபேசியில் அழைப்பு வரக் காத்திருந்த படி.

"லேடீஸுக்கு ஏன் டார்மெட்டரியிலே ரூம் தர்றதில்லே?"

லைலா ராணாவைக் கேட்டாள். திடீரென்று ராத்தங்கி வேலை முடிக்க வேண்டிய கட்டாயம் இருந்தால் நடுவிலோ, ஆரம்பத்திலோ கொஞ்சம் இளைப்பாறித் திரும்பி வர, கம்பெனி நிர்வாகம் கட்டடத்தின் நான்காவது மாடியில் நான்கு அறைகளைச் சகலவிதமான சௌகரியங்களோடும் ஐந்து நட்சத்திர ஓட்டல் பாணியில் அமைத்து வைத்திருக்கும் இளைப்பாறும் இடம் அந்த டார்மெட்டரி. ஆண் ஊழியர்கள் பயன்படுத்திக்கொள்ளலாம்

என்று வளமுறை. பெண்கள் எத்தனை நேரம் ஆனாலும் தக்க பாதுகாப்போடு காரில் கொண்டு விடப்படுவது அவசியம். பெண்கள் ராத்தங்கினால் பிரச்சினை என்ன என்று லைலா, ராணாவை விசாரித்தாள்.

“நடுராத்திரி விவாதிக்க வேண்டிய காரியம் இல்லை இது சீமாட்டிகளே. நாளையோ மறுநாளோ பகலில் பேச உங்களை வரவேற்கிறேன்.”

சொன்னபடி ராணா கிளம்ப, திரு ஓவென்று பெருங்குரலெடுத்துக் கூவினான். தன் நாற்காலியை அவசரமாக விட்டு அறைக்கு வெளியே ஓடி வந்து ராணா மேல் முட்டிக் கொண்டான் அவன்.

“என் நாற்காலியில் யாரோ உட்கார்ந்திருக்காங்க. விபூதி மணக்குது. எலுமிச்சை நெடியும் உண்டு. யார் அங்கே என்னைக் கேட்காமல்?”

‘ஒரு குழப்பமும் இல்லை’ என்றபடி, அவன் அறைக்கு வெளியே நின்று, “சமத்து இல்லே, வெளியே வந்துடுவியாம்” என்று யாரையோ, குழந்தையிடம் பேசுகிற மாதிரி தாஜா செய்தாள் சாந்தி மகாதேவன்.

திரு தன் கார் டேஷ்போர்டில் வைத்திருக்கும், ரேடியம் போல ஒளிரும் புத்தர் சிலை சைசில் ஏதோ ஒன்று வாசலுக்கு வந்து மறைந்தது.

“ஒண்ணும் இல்லே. ராப்பகலா வேலை செஞ்சா மனசு குறக்களி காட்டுறது சகஜம் தான். நீ உன் அமெரிக்கா ப்ராஜக்ட் வேலையைப் பாரு” என்று சாந்தி மகாதேவன் படு கேஷுவலாகச் சொல்ல, தலையசைத்து திரு தன் இருக்கைக்கு ஓட்ட ஓட்டமாக ஓடி அடிக்க ஆரம்பித்த டெலிபோனை எடுத்தான்.

“அது யாரு?”

ராணா கேட்டான். பதில் இல்லை. தான் இருப்பதையே லட்சியம் செய்யாமல் காஃபி மேக்கர் யந்திரத்தின் பக்கம் போன பெண்களை அவன் அவசரமாகத் தடுத்தாட்கொண்டான்.

“ராணா, ராத்திரியிலே சிகப்புத் தலைப்பாகை கட்டாம, மனசுக்கு இதமான கலர்லே அதைக் கட்டு. மனசு நிம்மதியா இருக்கும். ராத்திரியிலே காரசாரமா குடமிளகாய் சாப்பிடறதையும் ஒழி. இல்லியோ, காலைக்கடன் நேரத்தில் ராக்கெட் போல எம்பி தும்பா போயிடுவே. வா, காப்பி குடிக்கலாம்.”

சாந்தி மகாதேவன் அவனை நெட்டித் தள்ளிக்கொண்டு போக, உள்ளே திரும்பித் திரும்பிப் பார்த்தபடி அவர்களோடு போனான் ராணா.

காப்பியை நிறைத்துக் கொண்டு அங்கேயே யந்திரம் பக்கத்தில் போட்டிருந்த நாற்காலிகளில் அமர்ந்தார்கள். "அது யார்?"

ராணா விடாமல் பிடித்தான். சாந்தி மகாதேவன் புன்னகை புரிந்தாள்.

"இதைச் சொல்லணும்னா இந்த ஊரோட வரலாற்றிலே நூற்றம்பது வருஷம் பின்னாலே போகணும். அந்த அளவு சரித்திரம் உனக்குத் தெரியாது. படிச்சுட்டு வா, அப்புறம் சாவகாசமா சொல்றேன்."

"வேலைக்கு ஆகாது. உடனடியா அறிவு கொடு". ராணா யாசிக்க, டெலிவிஷன் தொடர் முன்கதை சுருக்கம் சொல்லும் வேகத்தில் அவள் சொன்னதன் சாராம்சம் இது-

"நூற்றைம்பது வருஷம் முன் இந்த நான்கு மாடிப் பெரிய கட்டிடம் இருந்த இடம் மட்டும் இல்லை, இந்தத் தெரு, அடுத்தது, ஏன் இந்தப் பேட்டை, அடுத்த பேட்டை எல்லாம் தண்ணீர்லே மூழ்கியிருந்தது. அது ஒரு பெரிய ஏரி. மலேயாவுக்குத் தேயிலை, ரப்பர் தோட்ட வேலைக்கு இங்கேயிருந்து ஆட்கள் குடும்பத்தோடு போகிறது தான் அப்போ வழக்கம். அதிசயமா, மலேயாவில் இருந்து ஒரு மந்திர தந்திரவாதி, சேனன்னு பெயர் சொன்னான். சேனன் இங்கே வந்து இங்கே இருந்த மந்திரவாதிகளோடு போட்டி போட, அவனைக் கழுத்தை முறிச்சுக் கொன்னு ஏரியிலே வீசிட்டாங்க. சேனன் புதையுண்டு போன இடம் நம் ஆபிசுக்கு இருபதடி கீழே. மந்திரவாதிங்கறதாலே உசுரு மட்டும் அவ்வப்போது வெளியே வந்து உலாவறது உண்டாம். போன வாரத்துக்கு முந்தின வாரம் காரிடர்லே என்னைச் சந்திச்சான் அவன்."

"திமித்ரி திட்டுனதுலே மனசு உடைஞ்சு போயிருந்தபோது அதெல்லாம் ஒண்ணுமில்லாம ஆக்கிடலாம் அப்படீன்னு உத்திரவாதம் கொடுத்தான் சேனன். துர்மந்திரம் இல்லே, எல்லாரும் சந்தோஷமா இருக்கச் செய்யறது இது அப்படீன்னு ஒரு சின்ன பொம்மையா என் மேஜை மேல் உட்கார்ந்தான். அப்போ தெரியாது அவன் இருட்டுலே வெளிச்சமா தெரிவான்னு. ஆபீஸ் பிடிச்சுப்போய் அவன் தினம் ராத்திரி சுத்தற மாதிரி இன்னிக்குச் சுத்திட்டிருந்தான். போன வாரம் வீடியோ கான்பரன்ஸுக்கு

என்னையும் கூட்டிப்போன்னு நச்சரிச்சான். வீடியோவிலே அவன் உக்காந்தா உலகம் பூரா தெரிஞ்சுடும்னு மாட்டேன்னு சொன்னேன். அதுக்குள்ளே எங்க எல்லோருக்கும் ப்ரண்ட் ஆகிட்டான். போன வாரம் திமித்ரி வகை தொகை இல்லாமல் திட்டின பிறகுதான் இவனை இன்னிக்குக் கூட்டிப்போக தீர்மானிச்சது. இவனை வீடியோ கான்பரன்சுக்குக் கூட்டிப்போய், கர்ச்சீப் போட்டு மூடினது. திமித்ரி திட்டவே இல்லைங்கறது மட்டுமில்லே, சிரிச்சு சிரிச்சு வேறே பேச வைத்து நிலைமையை சந்தோஷமாக்கிட்டு முடியறதுக்குள்ளே வெளியே ஓடிட்டான். எல்லாம் நல்லா நடந்தது இவனாலேதான்னு நம்பறேன்.. மலேயாக்காரன் ஒரு ஓரமா ஃபோட்டோகாப்பி மிஷின் மாதிரி, ஷ்ரட்டர் மாதிரி, காஃபிமேக்கர் மாதிரி, ஷூ பாலீஷ் மெஷின் போல இருக்கட்டும். கைக்குட்டையாலே இல்லே பேப்பர் டிஷ்யூ போட்டு மூடினா எழுப்பறவரைக்கும், அது மணிக்கணக்கோ, நாள், வருஷக் கணக்கோ, உடனே துருவக் கரடி மாதிரி செயல் மறந்து ஆழ்ந்து உறங்கப் போயிடுவான். இடத்தையும் அடைக்க மாட்டான். பாதி ஏ4 பேப்பர் அளவு போதும்."

ராணா பார்த்தபோது அவனுடைய சட்டைப் பைக்குள் மலேயா மந்திரவாதி உட்கார்ந்து கொண்டு சிரித்தான்.

"நான் எந்த மந்திரவாதமும் செய்யலேப்பா. மலேயாவிலே காவடி மாதிரி சோறு ஒரு குடம், இறைச்சி இன்னொரு குடம்னு மூங்கில் கழியிலே கட்டி தோளிலே சுமந்தபடி, தெருத்தெருவா நாசி கொரங்க், அதான் அரிசிச் சோறு வித்துட்டிருந்தேன்... இங்கே எப்படியோ வந்துட்டேன்... போகட்டும்.. அந்த திமித்ரி உள்ளூர உங்களுக்கு பயப்படறான்... நீங்க தொழில்நுட்பம் படிச்சவங்க. நாளைக்கே ரொம்பப் பெரிய ஆளா வந்துடுவீங்க. அவன் பேங்க்லே கடைநிலை தாண்டினால், அடுத்த மட்டத்திலே அதிகாரியாத்தான் ரிடையர் ஆகணும். அந்த பயத்தை உங்களைத் திட்டித் தீர்த்துக்கறான். ரஷ்யாக்காரன். ரெண்டு தலைமுறையா பாடுபட்டாலும், அமெரிக்காவிலே முழுக்க ஒட்ட முடியாத மனக் குமைச்சல் வேறே.. அவன் மனசை லேசாக்க ஒரு வாழ்த்து அனுப்பினேன். ஈமெயில் எல்லாம் தெரியாது. மனசு விட்டு மனசு போகிற டெலிபதிதான். அதான் வெள்ளைக்கார சார் ஒரே குஷியிலே" என்று சொன்னான். அது ராணாவுக்குத் தெரியாத ஜப்பானிய மொழி. அவனுக்கு நாசி கொரங்க் பிடிக்கும் தான். கோலாலம்பூர் போகும்போதெல்லாம் தேடிப்போய் சாப்பிடுவது

வழக்கம். ஆனால் ஜப்பானிய மொழி தெரியாது.

ராணா சட்டைப்பையில் சேனனோ கோனனோ வந்து புகுந்து சரித்திரம் சொல்லவில்லை என்று நம்பினான். அதெல்லாம் சம்பவிக்கவே முடியாது என்று குடமிளகாய் சாப்பிட்ட அஜீர்ணம் குணமானதும் அவன் முடிவு செய்தான். இதைப் பற்றி அவன் யாரிடமும் மூச்சுவிடப் போவதில்லை.

ராணா யோசித்தான். இவன் காலே அரைக்கால் மனுஷன்கூட இல்லை. இங்கே இருந்தாலும் இல்லேன்னாலும் கம்பெனிக்கு ரிஸ்க், வருமானம் இழப்புன்னு ஒண்ணும் இல்லே. கம்ப்யூட்டர் ஒயரைக் கடிச்சு கனெக்ஷன் இல்லாம பண்றது, டாய்லெட்டுலே ஃப்ளஷ் பண்ண விடாமே அடச்சுக்கறது மாதிரி விஷமம் எல்லாம் செய்ய மாட்டான். சும்மா சுத்திக்கிட்டு இருப்பான். இருட்டுலே தேசலா பிரகாசிக்காம இருந்தால் கண்டுக்காம விட்டுடலாம்.

“இன்னியிலிருந்து இருட்டுலே பளிச்சிட மாட்டேன்”, மலேயாக்காரன் மௌனமாக சத்தியம் செய்து தந்தான். பிறகு எதுவும் இருட்டில் ஒளிரவில்லை திரு-விடம் இதைப் பகிர நினைத்து வேண்டாமென்று வைத்தான் ராணா.

“மலேயாக்காரன் வந்த அப்புறம் கேண்டீன்லே லேட் ஆக சாப்பிட எப்போ வந்தாலும் ரொட்டியும் சோறும் இருக்கு. கூடுதலாகச் சமைக்க வேண்டியே வரலே. நாலு பேர் வந்தா நாலு பேருக்கு ரொட்டி, எட்டுப் பேர் வந்தா எட்டுப் பேருக்கும் சாம்பார் சாதம் இப்படி பாத்திரத்துக்கு உள்ளே இருந்து வரும்” இது கேண்டீன் இன் சார்ஜ் போத்தி, சத்தமில்லாமல் பகிர்ந்து கொண்டது.

இந்தோனேஷியா ப்ராஜக்ட் கஸ்டமர்கள் சரியான கஞ்சர்கள். எவ்வளவு அதிகம் உழைத்து வேலை முடித்தாலும் பணம் வந்து சேர ஒரு யுகம் ஆகும். அந்த ப்ராஜக்ட் நடக்கும் முதல் மாடியில் ஒரு ராத்திரி மலேயாக்காரன் ஓடிய பின், அடுத்த நாள் இந்தோனேஷியா டாணென்று பணம் அனுப்ப ஆரம்பித்தது. கம்பெனி சீனியர் வைஸ் பிரசிடெண்ட் பிஜு நாயர் கூட ‘மலையாள மாந்த்ரீகன் கடமட்டத்துக் கத்தனார் வன்னதுபோல’ என்று வார்த்தை சொல்லி வியந்தானாம்.

ரெண்டு வருஷமாக போட்டி கம்பெனிகளோடு மல்லுக்கட்டி பிரிட்டிஷ் ஃபெலைன் க்ளப் என்ற பூனை வளர்ப்போர் சங்கத்தின் பத்து மில்லியன் பவுண்ட் ப்ராஜக்ட் அதாவது ஒரு கோடி

ரூபாய் மதிப்பில், சேனன் வந்து பிரிண்டரைச் சுற்றி ஓடிய பிறகு கம்பெனிக்குக் கிட்டி, ஆபீஸோடு கொண்டாட வைத்தது இன்னொரு கதை.

திரு ஒரே நாளில் ரெண்டு பதவி உயர்வு வாங்கி கம்பெனி வைஸ் பிரசிடெண்ட் மற்றும் வீட்டில் அழகான பெண் குழந்தைக்கு அப்பா என்று ஆகியபோது அவன் மேஜையை அவனே சுற்றி வந்து ஆள் வராத பொழுதில் அங்கே ஒரு முறை நாற்காலியில் வந்திருந்த மலேயா மந்திரவாதிக்குத் தரையில் கழுத்து டை படிய சாஷ்டாங்கமாக விழுந்து நமஸ்காரம் பண்ணியதை சாந்தி மகாதேவனிடமோ மற்ற யாரிடமோ சொல்லவில்லை.

இவ்வளவு ஏன், டெலிவிஷனில் பிரபலமான சானலில் 'பாடும் கம்ப்யூட்டர்' என்ற கம்ப்யூட்டர் தொழில்நுட்பக் கம்பெனிகளுக்கான இசைப் போட்டியில் நூறு கம்பெனிகளோடு மோதி, இவர்கள் கம்பெனி பரிசு வென்றதற்கு பிரசிடெண்டே - என்றால் கம்பெனி தலைவர்- இசைக்குழுவை நேரடியாகப் பாராட்டினாராம். கணிசமான ஊக்க ஊதியம் அவர்களுக்கு உடனே வழங்கப்பட்டது. எல்லாம் சேனன் வேலை என்று அரசல்புரசலாகச் செய்தி.

அமெரிக்க, பிரிட்டிஷ், பிரஞ்ச், ஜெர்மன் கம்பெனிகளுக்கு வேலைக்கு ரகசியமாக மனுப்போட்டவர்கள் ரகசியமாகவே சேனனைப் பிரார்த்தித்து விசாவும் பணி நியமன உத்தரவும், கஷ்டம் இல்லாத பிரிந்துபோவதுமாக நல்ல காலம் அனுபவிக்கவும் மலேயா மந்திரவாதியே காரணம் என்று கம்பெனி ஊழியர் வாட்ஸ் அப் குழுக்களில் பகிரப்பட்டது.

ராணா ஒரு நாள் லீவு போட்டு விட்டு நகர சரித்திரம் முழுக்கப் படித்ததில் தெரிய வந்தது, ஆபீஸ் நிற்கிற இடத்தில் எந்தக் காலத்திலும் ஏரி எதுவும் இல்லை. அவன் யாரிடமும் எதையும் சொல்லவில்லை.

பிரமீளா டேவிட் தன் மூன்று வயது மகளுக்கு வாங்கிய இருட்டில் ஒளிரும் பொம்மை ரொம்ப பயங்கரமாகத் தெரிந்ததால் ஆபீஸிலேயே அதை விட்டுவிட்டு வேறே சாத்வீகமான, சாதாரணமான பொம்மை வாங்கி வீட்டுக்கு எடுத்துப் போனாள். அது போன மாதம். அவள் விட்டுப்போன அந்த பொம்மை எப்படியோ திருப்பதி அறைக்கு வந்து அவனை அலற வைத்தது. அது இப்போது எங்கே? பிரமீளா யாரிடமும் கேட்கவில்லை. சொல்லவில்லை.

மனோதத்துவத்தில் தபால் மூலம் சர்ட்டிஃபிகேட் கோர்ஸ் முடித்த ரேணு சச்தேவ், குழுவுக்கு அசுர நம்பிக்கை அவர்கள் மேலேயே வர மலேயா மந்திரவாதி பற்றிக் கதை கட்டியதாக யாரிடமும் சொல்லவில்லைதான்.

எத்தைத் தின்னால் திமித்ரி என்ற பயங்கரம் தீரும் என்று சாந்தி மகாதேவன் இருந்தபோது, ரேணுவின் வார்த்தை அவளுக்கு இதமாக இருந்தது. தர்க்கம் எல்லாம் அப்புறம். அந்தப் பாதி ஏ4 காகித சைஸ் மலேயா மந்திரவாதி எங்கே? அது வெறும் பொம்மை தானே? இல்லை நிஜமா? சாந்தி மகாதேவனுக்குத் தெரியவில்லை. இதை யாரோடும் பகிர்ந்து கொள்ளவில்லை அவள்.

அடுத்த வாரம் ப்ராஜக்ட் நிமித்தம் சாந்தி மகாதேவன் அமெரிக்கா போனாள். வீடியோ கான்பரன்ஸின் போது, திமித்ரி உற்சாகமாகவும், பல்லெல்லாம் தெரிய சந்தோஷமாகவும் இருந்ததை இங்கே திரையில் மற்றவர்கள் பார்த்தார்கள். அவனுக்கு வேறு அமெரிக்க பேங்கில் உயர் பதவி கிடைத்திருந்தது. இன்னும் இரண்டு மாதத்தில் வெளியே போகப் போகிறான். யாரிடமும் அதைச் சொல்லவில்லை.

“இந்த மாட்யூல் எப்போ முடியும்?”

திமித்ரி அதிகாரமாகக் கேட்க, அதைவிட மிடுக்காக லைலா இங்கிருந்து பதில் சொன்னாள் “ப்ராஜக்ட் ப்ளான் படிக்கு அடுத்த புதன் தான். விரிவான டெஸ்டிங் இல்லாம நான் ரிலீஸ் பண்ண மாட்டேன். இரண்டு தரப்பும் சம்மதித்துப் போட்டுக் கொடுத்த அட்டவணைப்படி அந்த நாளிலே டெலிவரி. அதுக்கு முன்னோ பின்னோ ஒரு நாள் கூட எடுக்காது. கண்டிப்பா.”

”சரி, பிரச்சினை இல்லை, நான் சும்மாத்தான் கேட்டேன்”, திமித்ரி பம்மினான். சாந்தி அவன் பக்கத்தில் இருந்து, இங்கே இருக்கும் குழுவைப் பார்த்துக் கால் செண்டிமீட்டர் புன்னகை சிந்தினாள்.

“மலேயாக்காரர் எப்படி இருக்கார்?” மீட்டிங் முடியும் நேரம் திமித்ரி கேட்டான். அவனுக்கு அருகே மர முக்காலியில் டிஷ்யூ பேப்பர் மூடிய, பிஸ்கட் வைத்த தட்டிலிருந்து பாதி ஏ4 காகித சைஸில் எதுவோ தாவி குப்பைக்கூடையில் விழுந்ததை யாரும் பார்க்கவில்லை.

இசை

மதி ரைஸ் குக்கரை ஆன் செய்தபடி மெல்லிய குரலில் பாட ஆரம்பித்தாள்

“அழகின் நிலா கலை அழகின் நிலா
அன்பின் கடலாட வந்ததுவே உலா...”

நின்று பெய்யும் மழை போல மனதில் பொழிந்துவிட்டுப் போய்த் திரும்பி வரும் பாட்டு அது. ராஜு மாமா போன தடவை மாமியை செக் அப்புக்குக் கூட்டி வந்தபோது, சாப்பாடு முடிந்து கரண்ட் இல்லாமல் போன ராத்திரியில் பால்கனியில் உட்கார்ந்து இந்தப் பாட்டைப் பாடினார். நிலவு வெளிச்சத்தில் அழகான கவிதையாக சுருள் சுருளாக மயக்கத்தைச் சுமந்து வந்த கானத்தில் குருவும் மதியும் ஈடுபட்டுக் கேட்டுக் கொண்டிருந்தார்கள்.

மாமாதான் சொன்னார், இது இந்திப் படத்தை டப் செய்து தமிழில் வந்த அக்பர் சினிமாவில் வருவது. ராதா ஜெயலட்சுமி பாட்டு இந்தி ஒரிஜினலில் இல்லை. அங்கே பாட்டு இந்துஸ்தானி இசைச் சக்கரவர்த்தி படேகுலாம் அலிகான் குரலில். நௌஷத் அலி மற்ற பாடல்களுக்கு இசையமைக்க, கம்பதாசனின் இந்தப் பாட்டுக்கு மட்டும் எஸ்.வி.வெங்கட்ராமன் இசையாம்.

பேண்ட்டும் மேலே பனியனும் அணிந்து குரு சமையல்கட்டுக்குள் வந்தான். லுங்கியில் இருந்து சாப்பிட்டு விட்டு ஆபீஸ் போகும்போது பேண்ட்டுக்கு மாறினால் போதாதா? மதி எத்தனையோ தடவை சொல்லியிருக்கிறாள்.

“வயிறு நிரம்பின பிறகு இடுப்பில் பேண்ட் பக்கிள் மாட்ட கஷ்டமா இருக்கு.”

மதி சிரித்து, அழகின் நிலா கலை அழகின் நிலா என்று இன்னொரு தடவை பாடியபடி அவன் கையில் தோசைத் தட்டைக் கொடுத்தாள்.

“இதுதான் பாடப் போறியா? சூபர்ப்” குரு டைனிங் டேபிளுக்கு நடந்தான். அவன் சீரியஸாகச் சொல்கிறானா, கிண்டல் பண்ணுகிறானா என்று புரியாமல் மதி அவனைப் பார்த்தபடி நிற்க, வாயில் திரும்ப, அழகின் நிலா.

அவளுக்குப் பாட்டுக் கிறுக்கு பிடிக்க அவன்தான் முக்கிய காரணம். வீட்டில் இருக்கும்போது பாடிக்கொண்டே இருப்பான் குரு. அது அநேகமாக, ஆயிரம் கண் போதாது வண்ணக்கிளியே... ஆகவோ, காவியமா நெஞ்சில் ஓவியமா... ஆகவோ இருக்கும். சி.எஸ்.ஜெயராமன் பாடல்கள் எல்லாம்.

கல்யாணம் ஆகி ஒரு வாரம் கழித்து அவன் சட்டைக்கு இஸ்திரி போட்டுக் கொண்டு, அன்பாலே தேடிய என் அறிவுச் செல்வம் தங்கம்... என்று பாடியபோது, மதி பாடிய ஹம்மிங் சரியான இடத்தில் இசைந்ததை அவன் வியப்பும் சந்தோஷமுமாகக் கவனித்தான். மதி அவன் எஸ்.ஜானகி ஆனாள்.

சங்கீதம் கற்றுக்கொண்டிருக்கிறாளா என்று ஆர்வத்துடன் விசாரித்தான். இல்லை என்று புன்னகையோடு சொல்லிவிட்டுத் தலையைக் குனிந்துகொண்டாள் மதி. பரவாயில்லை, தமிழ் பழைய சினிமா பாட்டு எதெது தெரியும்? அரிய எடுத்த புடலங்காயைக் கையில் பிடித்தபடி அவளால் உடனடியாக ஏழெட்டுப் பாட்டு மட்டும் சொல்ல முடிந்தது. மதியையும் ‘பாட்டு பழசு’ ஃபேஸ்புக் குழுவில் சேர்த்து விட்டான் குரு. அது மூன்று வருடம் முன்பு.

அடுத்த வீட்டுக்கு விளையாடப் போயிருந்த நேத்ராவை அந்த வீட்டு அக்கா திரும்பக் கூட்டி வந்தாள். நேத்ராவுக்கு இரண்டு வயது. அழுவது அபூர்வம். பொம்மையோடு அவளே விளையாடிக் கொள்வாள். இடுப்பில் அவளை எடுத்து வைத்துக் கொண்டு சமையலறைக்கு வந்தபோது, அங்கே காலி சாப்பாட்டுத் தட்டோடு குரு. நேத்ராவின் கண்ணைச் சுட்டிக் காட்டினாள் மதி.

“லேசா சிவந்திருக்குங்க.”

"இதுவா, நேத்து கண்ணிலே பெப்பா பிக் காமிக்ஸ் புத்தகம் இடிச்சுடுச்சு. அதான். ஃப்ரீஸர்லே ஐஸ் கட்டி எடுத்துத் துணிக்குள்ளே வச்சு மெல்ல ஒத்தடம் கொடு" என்று சொல்லிவிட்டு காப்பி வரலியா என்று நின்றான் குரு. நெஞ்சு பொறுக்குதில்லையே என்று அவன் வாய் பாடிக்கொண்டிருந்தது.

"எத்தனை மணிக்கு இசை இரவு ஆரம்பிக்குது?" மதியைக் கேட்டான். "அஞ்சு மணியிலே இருந்து பதிவு பண்றது. ஆறரை ஏழுக்கு பாட்டு ஆரம்பிக்குமாம். சலாமத் அங்கிள் இப்போதான் க்ரூப் மெசேஜ்லே அனுப்பினாரு."

ஃபேஸ்புக் க்ரூப்பில் கிட்டத்தட்ட ஆயிரத்தைநூறு உறுப்பினர்கள். மதியையும் அட்மின் ஆக்குவேன் என்று அவனுக்கு ஒரே பிடிவாதம். வேணாங்க, ஏன் என் போஸ்டிங்கை அப்ரூவ் பண்ணலேன்னு நடுராத்திரிக்கு போன் பண்ணுவாங்க. எனக்குச் சரிப்படாதுங்க", என்று மறுத்துவிட்டாள் மதி.

பழைய சினிமா பாடல்களைக் கொண்டாட ஏற்படுத்திய குழு அது. யாராவது ஏதாவது பாட்டின் வரிகளை அனுப்புவார்கள். அல்லது அது பற்றி எழுதுவார்கள். விவாதங்களில் சமயத்தில் பொறி பறந்தாலும் பகை இல்லை.

போன வருடம் பாட்டுகளைப் பின்னணி இசையோடோ இல்லாமலோ பாடி க்ரூப்பில் அப்லோட் செய்ய தினசரி போஸ்ட்கள் நூறைத் தொட்டன. போன மார்ச் மாதம் ஒரு சாயங்காலம் குழுவில் நண்பர்கள் ஒரு சந்திப்பு வைத்தபோது கிட்டத்தட்ட இருநூறு பேர் வந்து குழுமி விட்டார்கள். ஹம்மிங் தனலட்சுமி அக்கா, சீர்காழி அண்ணா, கர்னாடிக் ஜமீலா பேகம் என்று நல்ல நண்பர்களை நேரில் சந்திக்க வாய்ப்புக் கிடைத்தது. சந்திப்பு, பேச்சு, பாட்டு, அப்புறம் டின்னர் என்று அட்டகாசமாகப் போனது அந்த இசை இரவு.

இந்த வருடம் இசை இரவு விழா இன்றைக்கு. குருவும் மதியும் சேர்ந்து பாட உத்தேசித்து இருந்தார்கள். பாட்டு கூட ரெடியாகி விட்டது. நடுவில் இரண்டு வரிகளை நீக்கி, 'கட்டோடு குழலாட ஆட'. எல்.ஆர். ஈஸ்வரி, சுசீலா இரண்டு குரலும் மதிதான். "டி.எம். எஸ். குரல் பாதி பாட்டுலேதான் வருதுங்க. நீங்க ஓப்பன் பண்ற சாங்க் அப்படீன்னா நல்லா இருக்கும்" என்று மதி சொன்னாள். மறுத்து விட்டான் குரு. "இது ஜோடி நாயனம். எங்கே ஆரம்பிச்சா

என்ன?"

நாலு நாள் பாடி ஒத்திகை பார்த்தார்கள். எல்லாம் தயாரான நேரத்தில் குரு ஆபீசில் ஆடிட். தினசரி பதினான்கு மணி நேரம் வேலை, லீவு எடுக்கத் தடை.

"நீ தனியாப் போய்ட்டு வந்துடேன்" குருதான் பிரஸ்தாபித்தான். நேத்ராவை என்ன செய்வது? "எங்க அம்மா வருவாங்க". என்றான் சுருக்கமாக. "ஆபீஸ் கிளம்பறேன்" ஸ்கூட்டரைக் கிளப்பிப் போனான் அவன்.

வீடு அமைதியாக இருந்தது. நேத்ரா தோசை சாப்பிட்டுவிட்டு உறங்கியிருந்தாள். வாசல் அறைக்குள் சத்தம் புகாமல் கதவு சாத்தி மதி பாடத் தொடங்கினாள்: பாடிப்பாடி, நேரம் போனதே தெரியவில்லை.

அழகின் நிலா கலை அழகின் நிலா
அன்பின் கடலாட வந்ததுவே உலா
குழலிசை மாருதம் வீசிடவே
கொஞ்சும் விழியிரண்டும் பேசிடவே
மழலை மறந்து மலர் இதழாடவே
மனதினில் ஆனந்த தேன்குடமே

இசை அமைப்பாளர் ராப் பீட்டர் கலந்துகொள்வார் என்பது நிகழ்ச்சிக்கு இன்னும் அதிக பரபரப்பைக் கொடுத்திருந்தது. அவர் இசையமைக்கும் படங்கள் ஒவ்வொன்றிலும் ஒரு பாட்டாவது புதுப் பாடகருக்குத் தருவது வழக்கம். மதி பாடும் அழகின் நிலா அவருக்கும் பிடித்திருக்கலாம். கனவுகளை வெளியே அனுப்பிக் கதவடைத்து வந்தாள் மதி. நேத்ரா பக்கத்தில் படுத்து சின்னத் தூக்கம் போட்டு எழ ஆசை.

எழுந்து பார்த்தால் பிற்பகல் இரண்டு மணி. ராட்சசத் தூக்கம். சாதம் தவிர வேறேதும் சமைக்கவில்லை. இசை இரவு நடக்கும் பள்ளிக்கு விரைய வேண்டும். விரதம்தான் இன்றைக்கு. நேத்ரா சாப்பிடவில்லையே? இது முதலில் தோன்றியிருக்க வேண்டாமா? என்ன அம்மா நான்? நேத்ரா எங்கே?

டைனிங் டேபிளில் பெரிய டிபன் காரியர் இருந்தது. மதி அங்கே போக, உள்ளே இருந்து குருவின் அம்மா இடுப்பில் நேத்ராவோடு வந்தாள். "மதி, சாப்பிடு" என்றாள் அவள் பிரியமாக. நல்ல பசி.

வேகமாகச் சாப்பிட்டாள் மதி.

“சாரி அத்தை, தூங்கிட்டேன். ரொம்ப நாழியாச்சா நீங்க வந்து?” மதி கெஞ்சும் குரலில் கேட்டாள். இன்றைக்கு அவளுக்கு எதுவும் சரியாக வரவில்லை. இதோடு எங்கே போய் பாடி, மியூசிக் டைரக்டர் கைதட்டி, சினிமாவில் பாடக் கூப்பிட்டு? இப்போ வர சௌகரியப் படாது சார். அப்புறம் வந்து பாடறேன்.

“குரு போன் பண்ணினான். ஆல் தி பெஸ்ட். அவங்க அப்பா கோவை போயிருக்கார். அதான் நான் மட்டும் வந்தேன். நீ இன்னும் ரெண்டு தடவை ரிகர்சல் பாத்துட்டு புறப்படு. வீட்டை இன்னும் சில மணி நேரம் மறந்து பாட்டிலே கவனத்தை வை. இது உன்னோட நாள்” குரு அம்மா சொன்னாள்.

இந்த இதமும், அருகிலும் இல்லாமல் தொலைவிலும் இருக்காமல் அன்பு பாராட்டுவதுமாக குருவின் அம்மாவை மாமியார் ஸ்தானத்தில் இருந்து மூத்த சிநேகிதியாக்கி வைத்த கடவுளுக்கு நன்றி சொன்னபடி மதி டைனிங் டேபிள் நாற்காலியில் உட்கார்ந்து பாட ஆரம்பித்தாள், அழகின் நிலா கலை அழகின்...

“ரொம்ப நல்லா இருக்கு.” பாட்டியும் பேத்தியும் சேர்ந்து கைதட்டினார்கள். “அம்மா ஐஸ்கிரீம்” என்றாள் நேத்ரா. “நாம் இப்போ பெப்பா பிக் கார்ட்டூன் பார்க்கப் போறோமே.” பாட்டி அவள் தலையைத் தடவியபடி சொன்னாள். “சாக்கோ பிஸ்கட்டு வேணும்” நேத்ரா பாட்டியைக் கட்டிக்கொண்டாள்.

அந்த சந்தோஷத்துக்கு நடுவே மதி அவசரமாக உள்ளே போய் உடை மாற்றிக் கிளம்பினாள். காலடிச் சத்தம் கேட்காமல், நேத்ரா கவனத்தில் படாமல் நடந்து வெளியே போய் செருப்பணிந்து வீட்டு வாசலுக்கு வரும்போது குற்றவாளி போல மனக் குமைச்சல். நடந்தால் பதினைந்து நிமிடத்தில் போய்விடலாம். வியர்த்து விறுவிறுத்துப் போகாமல் ஆட்டோ கிடைத்தால் பூத்தாற்போல் போய் இறங்கிவிடலாம். ஆட்டோ கிடைத்தது.

ஒலிபெருக்கியைச் சோதனை செய்கிற சத்தம் தொடர்ந்து வர, மதி உள்ளே நுழைந்தாள். கூட்டம் கூட்டமாக அங்கங்கே நின்று பேசிக் கொண்டிருந்தார்கள். எல்லோருக்கும் இவளைத் தெரிந்திருந்தது.

யாரோ அவசரமாக மொபைல் போனை ஹால் சுவரில் ப்ளக்கில் இணைத்துப் பிடித்தபடி நிற்க, மதிக்கு அவள் போனின் சார்ஜர்

எடுத்துவர மறந்துபோனது நினைவு வந்தது. மொபைலைப் பார்த்தாள். முப்பது விழுக்காடு சார்ஜ் பாக்கி. இன்னும் இரண்டு மணிநேரம் சமாளிக்க வேணும்.

நிகழ்ச்சி ஆரம்பமாகிவிட்டது. "புல்லாங்குழல் கொடுத்த மூங்கில்களே" பாட்டு, பின்னணி இசை பலமாக முந்த, வேகமாக ஓடிவந்தது. குரோம்பேட்டை விஜியம்மா பள்ளியில் பிரார்த்தனை நேரம் போல், கைகூப்பி கண்மூடிக்கொண்டு பாட, கொஞ்சம் அபசுரமாக ஒரு புல்லாங்குழல், படுகுஷியான தபேலா, அவ்வப்போது பிளிறும் சாக்ஸபோன் என்று தொடர, விஜியம்மாவின் கணவர் ஓடி ஓடிப் பதிவு செய்தார்.

யாரோ கையில் சீட்டைக் கொண்டு வந்து கொடுத்தார்கள். எண் இருபத்தெட்டு. ஒவ்வொருத்தரும் ரெண்டு நிமிஷம் மட்டும் பாடலாம் என்பதால் இன்னும் ஒரு மணி நேரத்தில் மதி மேடை ஏறுவாள்.

சட்டென்று எஸ்.ஸி. கிருஷ்ணன் குரல். வந்தேனே என்று சுசீலா வோடு ஆரம்பித்தது. உச்சஸ்தாயியில் அநாயாசமாக நடனமாடும் அற்புதக் குரல் அது. நவராத்திரி படப் பாடல் என்று மதிக்கு குரு சொன்னதுண்டு. பாதி பாட்டில், அவையில் சலசலப்பு. இசையமைப்பாளர் வந்துகொண்டிருந்தார். எஸ்.ஸி. கிருஷ்ணனை அந்தரத்தில் விட்டு அடுத்த பாட்டுக்கு அழைப்பு.

"நானன்றி யார் வருவார்?" என்று அதிகாரமாக ஆரம்பித்தது அடுத்த பாடல். "ஏன் இல்லை?" என்று பெண்குரல் மிரட்டியது. டி.ஆர்.மகாலிங்கமும், ஏ.பி.கோமளாவும் இந்தப் புது மாலையிட்ட மங்கையைப் பார்த்திருந்தால் எழுந்து ஓடியிருப்பார்கள். பாவம், இந்த ஜோடி, திருச்சியிலிருந்து வந்திருக்கிறார்கள். மதியோ, குருவோ க்ரூப்பில் என்ன எழுதினாலும், சூப்பர், அட்டகாசம், பிரமாதம் என்று ஒற்றை வார்த்தை பதில் எழுதுகிற தம்பதி.

சீரான குரலும், கெஞ்சலும், செல்லமாகப் புகார் சொல்லும் தொனியுமாக அடுத்து 'என்னுயிர்த் தோழி கேளொரு சேதி' வந்தது. சுசீலாம்மாவின் எக்ஸ்ட்ரா ஸ்வீட் குரல் அது. கர்ணன் பட நவரத்தினப் பாடல்களில் ஒன்று.

புவனா சைகையில் நல்லா இருக்கியா என்று கேட்டபடி மேடைக்குப் போகத் தயாராக நாற்காலி முனையில் தொடுக்கினாற்போல்

உட்கார்ந்திருந்தாள். மதி கூடப் படித்தவள். படித்து பேங்க் உத்தியோகமாகி கடகடவென்று பதவி உயர்வு. இசைதான் இரண்டு பேரையும் இன்னும் இணைத்திருக்கிறது.

மதியே எதிர்பார்க்காமல், 'அம்மம்மா கேளடி தோழி'. கருப்புப் பணம் படத்தில் எல்.ஆர். ஈஸ்வரி பாட்டை போதைக் குரலில் பாடியதோடு, நடுவில் வரும் வசனத்தையும் இனிமை மாறாமல் சொன்னாள் புவனா. பலமாகக் கைதட்டினாள் மதி. இந்தப் பாட்டு போதும் இன்றைக்கு நினைவில் சுமந்து போக.

"கட்டித் தங்கம் வெட்டியெடுத்து" தொண்டை கரகரப்பான குரலில் வந்தபோது மதி மனதில் அழகின் நிலாவை ஹம் செய்து பார்க்கத் தொடங்கினாள். இன்னும் பத்து பதினைந்து நிமிடத்தில் பாட வேண்டிவரும்.

அழகின் நிலா கலை அழகின் நிலா
அன்பின் கடலாட வந்ததுவே உலா
குழலிசை மாருதம் வீசிடவே

அப்புறம்? ஒன்றுமே நினைவில் வரவில்லை. அவளுக்குப் பதைபதைப்பு அதிகமானது. ஐயயோ, இதென்ன சோதனை. எப்படி மறக்கப் போச்சு? எழுதி வைத்து எடுத்து வந்திருக்கலாம். வீடு, குடும்பம், குழந்தை என்று ஆனவளுக்கு எதற்காகப் பாட்டுப் படிக்கும் கிறுக்கு? வீட்டுக்காரன்தான் சொன்னால் எனக்கெங்கே புத்தி போச்சு? அழுகை வந்தது. நிறுத்தி, மனதில் திரும்பப் பாட ஆரம்பித்தாள். அழகின் நிலா கலை அழகின் நிலா அன்பின் கடலாட. சரியாக மூன்றாம் வரியோடு நின்று போகிறது. இண்டர்நெட்டில் பார்த்தால்? யுடியூபில் கிடைக்கலாம். தேட நேரம் இருக்கிறதா? தேடிப் பார்க்கலாம்.

வேகமாக வெளியில் வரும்போது, அவளுக்குப் பிடித்த 'காவேரி ஓரம் கவிசொன்ன காதல்' யாரோ அற்புதமாகப் பாடிக்கொண்டிருந்தார்கள். வேணாம். அதில் ஈடுபட்டால் அழகின் நிலா முழுக்க மறந்துபோய்விடலாம்.

வாசலில் வெளிச்சமாக இருந்தது. கார்களும் லாரிகளும் ஹாரன் இரைச்சலோடு விரையும் ராத்திரித் தெரு. அவள் மொபைலைப் பார்த்தாள். இருபது விழுக்காடு சார்ஜ்தான் பாக்கி இருந்தது. நெட்டில் எப்படித் தேட?

யாரிடமாவது கேட்கலாமா? மொபைல் ஒரு நிமிடம் தருவார்களா? கேட்கக் கூச்சமாக இருந்தது. குருவுக்கு போன் செய்யலாமா? “ரொம்ப ரொம்ப அவசியம்னா மட்டும் போன் பண்ணு.” வேணாம், அழகின் நிலா அவசரமில்லை. இன்னொரு தடவை வாய்விட்டுப் பாடிப் பார்த்தால் வருமோ?

ஓட்டல் வாசல் காவல்காரர்களும், நிறுத்தி வைத்திருந்த கார்களின் ட்ரைவர்களும் எங்கே குரல் வருகிறது என்று தலை திருப்பிப் பார்க்க, தலைகுனிந்து பாடினாள் மதி. கண்ணில் நீர் எட்டிப் பார்த்தது. அழகின் நிலா கலை. கொஞ்சம் குரலை உயர்த்தலாம் என்றான் வானத்தில் மெலிந்திருந்த பிறைச் சந்திரன். பாடினாள். அழகின் நிலா கலை அழகின் நிலா. வாசலில் பறந்த மின்மினியொன்று அவள் புறங்கையில் அமர்ந்தது. பாட்டுப் பாடு என்றது அதுவும். மறந்துடுச்சு என்றாள் மதி மனதுக்குள்.

சட்டென்று நினைவு வர ராஜு மாமாவுக்கு போன் செய்தாள். ஸ்விட்ச் ஆஃப். ஆஸ்பத்திரி போவதாகச் சொல்லிக்கொண்டிருந்தார். போயிருப்பார்.

தெய்வம் தந்த வீடு வீதியிருக்கு. உள்ளே அதிக துக்கத்தைக் குரலில் வரவழைத்தபடி யாரோ பாடியது குரல் பிறழ்ந்து நின்று போனது .

அழகின் நிலா கலை அழகின். வரவில்லை. வராது இனி என்று நிச்சயமானது. அவள் வாசலிலேயே நிற்க, நேத்ரா நினைவு. குழந்தையோடு கூடவாவது இந்த ராத்திரியை சந்தோஷமாகக் கழித்திருக்கலாம். மாமியாரைத் தொந்தரவு செய்து வரவழைத்திருக்க வேண்டாம். அழகின் நிலா. அது நல்ல கானம் தான். மதிதான் அதைப் பாட லாயக்கு இல்லாதவள். அழகின் நிலா கலை.

உள்ளே போகத் திரும்பும்போது. குருவின் ஸ்கூட்டர் ஹோட்டலுக்குள் நுழைந்து கொண்டிருந்தது. ஓடிப்போய் அவன் ஸ்டாண்ட் போடும்போது முன்னால் நின்றாள் மதி.

“நீ பாடறதைக் கேக்கணும்னுதான் வந்தேன். கேட்டுட்டு மறுபடி ஆபீஸ்.. ராத்திரி பத்தாயிடும் அங்கே. நீ இன்னும் பாடலேதானே?”

ஒன்றும் சொல்லாமல் பில்லியனில் ஏறிக்கொண்டாள்.

“என்னாச்சு கண்ணம்மா?” அவன் ஆதரவாகக் கேட்டான். “மறந்து போச்சுப்பா” என்றபோதே கண்ணீர் பொங்கியது மதிக்கு.

“தத்தகாரம் பாடியிருக்கலாமே?” அவன் கனிவாகக் கேட்டான். “வரி வரியா எல்லாப் பழைய பாட்டையும் குழுவிலே ரசிச்சிட்டு இப்போ மறந்துபோய் தடவிக்கிட்டு நின்னா சரியா இருக்குமாப்பா?”

அவன் சிரித்தபடி ஸ்கூட்டரைக் கிளப்பினான். மெல்ல சீராக ஸ்கூட்டர் நகர அவள் பின் சீட்டில் பாட ஆரம்பித்தாள்.

அழகின் நிலா கலை அழகின் நிலா
அன்பின் கடலாட வந்ததுவே உலா
குழலிசை மாருதம் வீசிடவே!

ஸ்கூட்டர் ஓட்டியபடி தொடர்ந்தான் குரு:

கொஞ்சும் விழியிரண்டும் பேசிடவே
மழலை மறந்து மலர் இதழாடவே
மனதினில் ஆனந்தத் தேன்குடமே

அவளுக்குச் சிரிப்பு வந்தது. அவன் குரலோடு இசைந்து அவளும் பாடினாள்...

அழகின் நிலா கலை அழகின் நிலா
அன்பின் கடலாட வந்ததுவே உலா.

இசக்கி

இசக்கி என்பது ஒரு பெண் பெயர். இருபத்தைந்து வயதான, நல்ல உயரமான, களையான, கறுத்துத் திரண்ட அந்தப் பெண் எங்கள் கம்ப்யூட்டர் கம்பெனி நான்காம் மாடியில் தனியார் நடத்தும் கேண்டீனில் காப்பி கலந்து தருகிறாள். ஆம்லெட் போடுகிறாள். தோசை சுடுகிறாள். போன வருடம் மிரள மிரள விழித்துக்கொண்டு வேலைக்கு வந்தவள் இசக்கி.

'காப்பி கலக்கத் தெரியாதா?' என்று சுதந்திரநாதன் வீராஸ் கேட்டார் அவளை. 'காப்பி தெரியும், மிஷின்தான் தெரியாது' என்றாள் இசக்கி. அது சமையலுக்கு வைத்திருந்த எலக்ட்ரிக் ஸ்டவ் சம்பந்தப்பட்ட அனுபவமின்மை. 'இதுகூடத் தெரியாமல் என்ன செய்யப்போறே இங்கே?' என்று அவளை இன்னும் பயமுறுத்திய கேண்டீன் சமையல்காரர் வீராஸ் பாண்டிச்சேரியில் அவருடைய கல்லறையில் தூங்கிக்கொண்டிருக்கிறார். பழுப்பும் நீலமும் பச்சை, மஞ்சளும், சிவப்புமாகப் பூக்கும் செடிகள் மண்டிய கல்லறை அது.

இது வீராஸ் பற்றி இல்லை. இசக்கி பற்றி. அவள் ஒரே மாதத்தில் இண்டக்‌ஷன் ஸ்டவ்வை உபயோகிக்க மட்டுமில்லை, மைக்ரோ அவன், ப்ளெண்டர், முட்டை அடிக்கும் கருவி என்று சகலமான எலக்ட்ரானிக் சமையலறை உபகரணங்களையும் கையாளத் திறமை பெற்றாள். கையாள மட்டுமில்லை, அவ்வப்போது ஏதாவது மக்கர் பண்ணினால், பிரித்துப் போட்டு சர்க்யூட் படத்தை வைத்துக் கொண்டு குடைந்து சரியாக்கவும் அவளுக்குத் திறமை வந்து சேர்ந்தது. கேண்டீனில் பில் போட வைத்திருந்த பழைய மிஷினைக் கூட அவள் பிரித்துப் போட்டு மாட்டி, வேகமாகச் செயல்பட

வைத்து விட்டாள்.

இசக்கி கேண்டீன் ஸ்டார் ஆகிவிட்டாள். இது சகல தரப்பிலும் கிட்டிய அங்கீகாரத்தோடு கூட நடந்த ஒன்று. வருடா வருடம் ஆபீஸ் தினம் கொண்டாடும்போது, வால் நட்சத்திர ப்ரொகிராமர், குழுத் தலைமை அவநம்பிக்கை நட்சத்திரம், இடிச்சபுளி ப்ராஜக்ட் மேனேஜர், மாம்பலம் கொசு டெஸ்டர் இப்படி அந்த ஆண்டுக்கான பிரபலங்கள் ஆபீஸில் அனைவரும் ரகசிய வாக்களித்துத் தேர்ந்தெடுக்கப்பட்டு, ஆளுக்கு ஒரு காபி மக் பரிசு வழங்குவது, பெறுவது வாடிக்கை. இந்த வருடம் கேண்டீன் ஸ்ரீ என்று புதுப் பட்டத்தையும் அறிமுகப்படுத்தி, மிகப் பெரும் மெஜாரிட்டியில் இசக்கியைத் தேர்ந்தெடுத்தார்கள். காபியிலே பிறந்து காபியிலே நீந்தி வளர்ந்து காபியையே சுவாசிக்கிறாள் அவள் என்பதால் காபிக் கோப்பை பரிசு தராமல், செண்டர் ஹெட் மாபெருந்தலைவர் வரதா ஹாங்காங்கில் சல்லிசு விலையில் வாங்கிய கைக்கடக்கமான வீடியோ ப்ளேயர் பரிசாக வழங்கப்பட்டது. இசக்கி பெருமை அடுத்த ஆபீஸ்களுக்கும் அடுத்த கட்டட உத்தியோகவாசிகளுக்கும் போய்ச் சேர்ந்து அவளைப் பார்க்கவே கூட்டம் கூட்டமாக லஞ்ச் நேரத்தில் வந்து போனார்கள். எங்கள் ஆபீஸ் வளாகத்தில் எட்டுக் கட்டடம். நாலு நாலு மாடி. எல்லாவற்றிலும் கம்ப்யூட்டர் கம்பெனிகள்.

இசக்கியைப் பற்றி யார் என்ன சொன்னாலும், நாலு வார்த்தை பாராட்டினாலும், அவள் காப்பி கலந்து கொடுக்கப் பொறுமையோடு க்யூவில் காத்திருந்தாலும், கிரண் மட்டும் அவளை ஏறெடுத்தும் பார்க்கவில்லை. அவனுக்கு ரோஷ்ணி தவிர எதிலும் சுவாரசியம் கிடையாது. ஆபீஸில் ஜன்னல் சீட் அவனது. அங்கே உட்கார்ந்து பழைய அசெம்ப்ளர் கோடைப் படித்துப் புரிந்துகொண்டு, புதுசாக ஜாவாவில் அதை எல்லாம் மாற்றி எழுதுவது அவன் வேலை. அந்தப் பக்கம் பழைய பைஜாமாவும் ஜிப்பாவுமாக தாத்தா காலத்து அசம்ப்ளர் நிரல், இந்தப் பக்கம் ஜீன்ஸ், டீஷர்ட்டோடு புது ஜாவா கோடு என்று இரண்டு டிஸ்ப்ளே திரைகளில் அவன் மூழ்கி முத்தெடுக்கும்போது ஜன்னலுக்கு வெளியே யானை பறந்ததைக்கூட அவன் லட்சியம் செய்யவில்லை. போன மாதம் ஒரு யானையும் அதைத் தொடர்ந்து ஒரு காண்டாமிருகமும் அப்படிப் பறந்தபோது நாங்கள் ஐந்து நிமிடம் வேலையை நிறுத்தி செல்பி எல்லாம் எடுத்துக் கொண்டோம். ஆனால் அவன், அந்த

ஜஸ்பீர் சிங் கிரண், தலைப்பாவைக்கூட அசைக்கவில்லை, தன் வளமான தாடிக்குள்ளேயே வாயசைத்து அங்கே இல்லாத அல்லது இருந்து அவனுக்கு மட்டும் புலப்பட்ட ரோஷ்ணியோடு பேசிக்கொண்டு ஐம்பது வரி நிரல் பகுதியை அக்குவேறு ஆணிவேறாகப் பிரித்துப்போட்டு ஆராய்ந்து கொண்டிருந்தான். ரோஷ்ணி லண்டனில் இருக்கும் அவன் டீம் டிசைனர்.

அதே நேரத்தில், கேண்டீனில் காப்பி கோப்பைகளையும், காலையில் தோசை சுட்டு எடுத்த இரும்புத் தட்டுகளையும் மதியம் பிரியாணி பொங்கிய குக்கர்களையும் சுத்தப்படுத்திக் கொண்டிருந்தாள் இசக்கி. நான்காவது மாடியில் கேண்டீன் கட்டட முகப்பை அடுத்து இருப்பதால் வெளியே ஒருத்தர் தரையில் நடந்தபடி தும்மினாலும் சத்தம் ஏனோ பெரிசாகி வந்து கேண்டீனில் கேட்கும். வெளியே பார்த்த கண்ணாடி ஜன்னல் இசக்கி பாத்திரம் கழுவும் இடத்தின் பக்கத்தில் தான். அவளும் யானையைப் பார்க்கவோ காண்டாமிருகத்தை நோக்கி நிற்கவோ சிரத்தை காட்டவில்லை.

இசக்கி பாத்திரம் துலக்கும் வேலை முடித்து, ஆப்ரனில் கையைத் துடைத்தபடி நேரே வந்தது கிரண் இருந்த கீகடமான தடுப்புக்குத்தான். உள்ளே நுழைந்து, அவன் மேஜையின் ஓரமாகக் கையை முட்டி தெரிய மடக்கி மெல்லத் தட்டினாள் அவள். சர்தார்ஜி என்ன என்று பார்வையால் கேட்டபடி வேலையைத் தொடர, அவள் சொன்னாள்: “குரு, சோறு வடிக்கற எலக்ட்ரிக் அடுப்பிலே சப்பாத்தி செய்ய முடியுமா? மதராஸி சாப்பாடு யாருக்கு வேணும், புது அடுப்பு வாங்கி ரொட்டி சுடுன்னு கேட்டீங்களே. இனிமேல் அதே அடுப்பிலே சோறும் பொங்குவேன். ரொட்டியும் சுடுவேன்.”

“எங்கே, சுட்டுக்காட்டு”, சர்தார்ஜி சிலிர்த்துக்கொண்டு எழுந்து அவளோடு கேண்டீனுக்குப் போனான். மீதி ஆபீஸ் எல்லாம் ஜன்னலுக்கு வெளியே பறந்த யானையைப் பற்றி சமூக ஊடகங்களில் மாய்ந்து மாய்ந்து நாலு வரி எழுதி போட்டோ போட்டுக் கொண்டிருக்க, இந்த இருவரும் கேண்டீன் அடுப்பில் ரொட்டி சுடுவதைப் பார்க்கப் போனார்கள். ஏனோ யாருமே காண்டாமிருகத்தைப் பற்றிப் பேசவில்லை.

கிரண் கேண்டீனுக்குப் போனபோது அங்கே கடப்பைக்கல் பாவிய சமையல் முற்றத்தில் நடுநாயகமாக எலக்ட்ரிக் அடுப்பும் அதை

அடுத்து மெல்லிய தகடாக ஒரு ஜோடி வட்டத் தட்டையும் கண்டான். இசக்கி வட்டத் தட்டு அடுக்கை எடுத்து ஸ்க்ருக்களை முடுக்கி, அடுப்பின் மேல் பொருத்த அது ஆட்சேபிக்காது அமர்ந்து கொண்டது. அவள் படு அலட்சியமாக சுவிட்சைப் போட, அடுப்பு சிரிக்கிற மாதிரி இடுக்குகளில் சிவப்பு ஒளியோடு மிளிர்ந்தது.

இசக்கி அதோடு நிறுத்தவில்லை. குனிந்து கீழே இருந்து சின்ன சைஸ் கிலட்டின் மாதிரி எதையோ எடுத்து அடுப்புக்கு தொண்ணூறு டிகிரியில் அதை நிறுத்தி வைத்து இன்னொரு சுவிட்சைப் போட, கரகரவென்று இம்மியும் மாறாத வட்டமாக ஒரு ரொட்டி சுடத் தயாராக அடுப்புமேல் தட்டில் விழுந்தது. எண்ணி பதினைந்து வினாடி, கீக்கென்று குஷியாகக் கூப்பிட்டபடி அந்தத் தட்டு புரண்டு படுக்க, ரொட்டி கீழ்த் தட்டில் தலைகுப்புற விழுந்து, இன்னொரு பக்கமும் சுடத் தயாரானது.

இந்தக் கேண்டீன் எலக்ட்ரானிக் புரட்சியை எடிசனோ, டெஸ்லாவோ இன்னபிற பெருமக்களோ கண்டிருந்தால் களித்துக் கைதட்டிக் கொண்டாடியிருப்பார்கள். கிரண் ஒரு துண்டு சப்பாத்தியை வாயில் போட்டுச் சுவைத்துவிட்டு, ‘சரியா வேகலை’ என்று மட்டும் சொல்லிப் போனான்.

அடுத்து வந்த நாட்களில் அதிக யானைகள் ஜன்னலுக்கு வெளியே பறந்தன. அவை பறக்கும் தினங்கள் ஒரு நாள் விட்டு ஒரு நாளாக இருந்தது. சனிக்கிழமைகளில் மட்டும் யானைகளோடு நீர்யானைகளும் காட்டுக் குதிரைகளும் பறந்து வந்ததை அந்த வளாகத்தில் யாரும் பார்க்காமல் போகக் காரணம் அது வார விடுமுறை என்பதே. ஆனாலும் அந்தத் தினங்களிலும் இசக்கி ஆபீஸ் வந்து கொண்டிருந்தாள். கேண்டீன் சமையலறையில் சோல்டரிங் அயர்னும், வயர்ச் சுருளும், விதவிதமான சின்னஞ்சிறு மோட்டார்களும், இண்டக்ரேட்டட் சிப் பலகைகளுமாகப் பரத்தி வைத்துக் கொண்டு தரையில் உட்கார்ந்து ஏதோ செய்து கொண்டிருப்பதைப் பார்க்கவும் யாருமில்லை. இது அப்படியான ஒரு சனிக்கிழமை.

காப்பி கலந்து கொடுக்கிற வேலை இல்லாததால், எலக்ட்ரானிக் வேலைக்கு நடுவே ஜன்னலுக்கு வெளியே பறந்துபோன யானை, நீர்யானை, காட்டுக் குதிரை என்று எல்லாவற்றையும் ஒவ்வொரு நிமிடம் பார்த்தாள் இசக்கி. ஒரு பசுமாடுகூட கடைசியாகப்

பறந்துபோனது. இது போதும் பார்த்தது என்று தீர்மானம் பண்ணி அவள் சர்க்யூட் போர்ட் ஒன்றை எடுத்துக்கொண்டு எலக்ட்ரானிக் சாதன வேலையைத் தொடர்ந்தாள்.

அவள் மட்டும் அப்போது ஆபீசில் வேலை பார்க்கவில்லை. முன்னோர் மொழியான அசம்ப்ளர் கோடு நிரலில் புரியாமல் இழுத்துக்கொண்டிருந்த பகுதியோடு மல்லுக்கட்டிக்கொண்டிருந்த கிரண்கூட அன்றைக்குப் பார்த்து ஆபீஸ் வந்திருந்தான். முந்தைய ராத்திரி தூக்கத்தில் அவன் ஒரு கனவு கண்டான். முட்டைக்கடை வைத்திருக்கும் ஒரு மதராஸி அந்த அசம்ப்ளர் கோடைப் பிரித்து மேய்ந்து இதுதான் இது என்று சொல்லிக்கொடுக்க, கிரணுக்கு அறிவுத் தெளிவு உறக்கத்தில் பிறந்தது. அந்த அறிவொளி மங்காமல் ஆபீசுக்கும் விடுமுறை என்றாலும் வந்துவிட்டான் அவன். அவன் வந்தபோதுதான் சகலமானதும் ஜன்னலுக்கு வெளியே பறந்து போனது. ஒரு யானையைக் கண்டேன் என்று ட்விட்டரில் ஒரு செய்தி பதிந்துவிட்டுப் புது நிரல் வேகமாக எழுதலானான் அவன்.

அந்த நேரத்தில்தான் உள்ளே இருந்து தீனமாக அலறும் குரல் கேட்டது. அது பெண் குரலாக இருந்தது. கிரண் அடைத்திருந்த கதவுகளைப் பார்த்தான். அவற்றுக்குப் பின்னால் யாராவது விளையாட்டுக் காட்டிக் கொண்டிருப்பார்களோ. தலையைக் குலுக்கிக்கொண்டான் அவன். அங்கே ஏர் கண்டிஷனர் தொகுதிகள்தான் வரிசையாக ஒரு பெரிய அறை முழுக்க. ராப்பகலாக இயங்கும் அவற்றுக்கு நடுவே ஆபரேட்டர்கள் எல்லா ப்யூஸ்களையும் பிடுங்கி, மின்சாரம் வராமல் தடைசெய்து விட்டுத்தான் எப்போதாவது அபூர்வமாக நடமாடுவார்கள். அவர்களில் பெண் ஏசி ஆபரேட்டர்களோ, பெண்குரலில் பேசும் கலைஞர்களோ யாருமில்லை.

அலறல் சத்தம் உச்சத்தை அடைந்தபோதுதான் குரல் மேற்கே கேண்டீனிலிருந்து வந்தது என்று கிரணுக்குப் புலப்பட்டது. அங்கே யாரோ ப்ளாஸ்மா டெலிவிஷனை, ஆள் வராத நாள் என்பதால் உரக்க வைத்து சீரியல் பார்க்கிறார்கள். அவர்களை அடக்கி விட்டு வரவேண்டும். இப்படிக் கருதித்தான் கிரண் கேண்டீனுக்குப் புறப்பட்டான்.

அவன் பாதி தூரம் வரும்போது சட்டைப் பையில் வைத்திருந்த மொபைல் டெலிபோன் அழைத்தது. ரோஷ்ணியாக இருக்குமோ

என்று நினைத்தபடி போனை எடுத்தான். அவளே தான்.

ரோஷ்ணி கிடக்கட்டும். கேண்டீனில் இருந்து வந்த அலறல் கூடுகிறதல்லாமல் குறையவில்லை. அது டெலிவிஷனில் இருந்தோ வேறே எலக்ட்ரானிக் பொழுதுபோக்கு சாதனத்திலிருந்தோ வருவதாகத் தோன்றவில்லை. ஒரு அசல் பெண் அங்கே அலறிக் கொண்டிருக்கிறாள்.

மொபைல் நின்று மறுபடி அழைக்க ஆரம்பிக்கவே, கிரண் எடுத்து ஹலோ என்றபடி கேண்டீனில் நுழைந்தான். அங்கே தரையில் உட்கார்ந்து, கிச்சன் ப்ளேட் அடுப்பில் இரண்டு கையையும் சத்தியம் செய்கிற மாதிரி வைத்தபடி அலறிக்கொண்டிருந்த இசக்கியைப் பார்த்தான்.

“என் வீட்டுக்காரன் டிவர்ஸ் கொடுக்க ரெடியா இருக்காண்டா கிரு. நீ உடனே லண்டன் வா. நம்ம திட்டப்படி கலிபோர்னியா போய் கல்யாணம் செஞ்சுக்கிட்டு அப்புறம் லண்டன் வர்றதெல்லாம் வேலைக்கு ஆகாது.”

ரோஷ்ணி அவனிடம் தீர்மானமாகச் சொல்லிக் கொண்டிருந்தாள். அவனுடைய காலேஜ் மேட், கூடவே சக ஊழியக்காரி. அவனோடு மீதி வாழ்க்கையும் படுக்கையும் பகிர நினைக்கிறவள். லண்டனில் ப்ராஜெக்ட் டெஸ்டிங்க் முடித்துவிட்டு வீட்டுக்காரனை அங்கேயே தலைமுழுகத் திட்டம்.

“நான் இப்போ வரமுடியாது. இங்கே கோட்” அவன் முடிக்கும் முன் தரையில் இருந்து இன்னும் பலமாக இசக்கி அலறுகிறாள். அவனைப் பார்த்துத்தான் அவள் கூச்சல் போட்டுக் கொண்டிருக்கிறாள்.

“நீ வரல்லேன்னா நான் எப்படி எண்ட் கோட் எனக்கு எழுதிப்பேன்னு உனக்குச் சொல்லியிருக்கேன். இனியும் அவனோடு இருக்க முடியாது. இன்செக்ட்.”

இசக்கி கால்கள் சுண்டி இழுக்க இன்னும் அலறுகிறாள். “அப்படியே இரு, வந்தாச்சு” என்று உரக்கச் சொல்லியபடி கிரண் மெயின் சுவிட்சை ஆஃப் செய்கிறான். தரையில் விழுந்ததில் ஏதோ சோப்புக் கரைசல் மூக்கில் குத்துகிறது. பலவீனமான எலக்ட்ரிக் ஷாக் அடித்து அடுப்பைப் பிடித்தபடி இருந்த இசக்கியின் தோள்களை இறுகப் பற்றி அவளை இழுத்து அப்புறம் தள்ளுகிறான். அவள் கைகள் அவன் புஜத்தைப் பற்றித் தழுவ அவள் கண்களை மூடித்

திறக்கிறாள். அவன் அவள் மேல் விழுந்து பரவுகிறான். பசுக்களும் காளை ஒன்றும் ஜன்னலுக்கு வெளியே பறந்து போவதைப் பார்த்தபடி இரண்டு பேரும் ஒருசேரப் பறக்கத் தொடங்குகிறார்கள்.

கிரணும் அவன் மனைவி இசக்கியும் இப்போது லண்டனில் நிரந்தரமாக வசிக்கிறார்கள். அவள் எலக்ட்ரானிக் விஷமங்களைத் தலைமுழுகிவிட்டாள். கிரணுக்காக பஞ்சாபி கற்றுக்கொள்கிறாள். கார் ஓட்டுகிறாள். புளி உப்புமா தின்ன கிரணைப் பழக்கினாள். அவன் பழைய கோட் வாசித்து, அது புரிய முட்டைக்காரர்கள் வரும் கனவுகளை இன்னும் எதிர்பார்த்து இருக்கிறான்.

இங்கே ஆபீஸில் அவனுடைய சீட்டில் ரோஷ்ணி அமர்ந்து வேலை பார்த்துக்கொண்டிருக்கிறாள். தனியாக இருக்கிறாள் அவள். கடல்நாரை ஜன்னலுக்கு வெளியே பறந்து போகிறது என்று ட்விட்டரில் தகவல் பதிந்துகொண்டிருக்கிறாள். யானைகள் பறந்து எத்தனையோ காலமாகிறது.

கல்யாணி மட்டும்

அன்னம்மா வாசலுக்கு வந்தபோது ஏக இரைச்சலாக இருந்தது. குழந்தைகளின் விளையாட்டுச் சத்தம். இரண்டு பெரிய தெருக்களின் சந்திப்புக்குப் பின்னால் ஒற்றைவரிசையில் ஓட்டு வீடுகள் நெருங்கியடித்து நிற்கும் முட்டுச் சந்து அது. வாசலை ஒட்டி சாக்கடை ஓடுகிற பிரதேசம். ஓடாமல் அது ரெண்டு நாளாகத் தேங்கி நிற்கிற கஷ்டம் இங்கே யாருக்குமே நினைவில் படுவதில்லை. எல்லாம் பொறுத்துக் கொண்டுதான் குழந்தைகள் சாயந்திரம் பந்தெறிந்து அடித்து விளையாடுகிறார்கள். சாக்கடையில் விழுந்த பந்துகளை எந்த முகச்சுளிப்பும் இன்றி ஆழமாக இரு கையும் விட்டு எடுத்து அடிபம்பில் கழுவி ஆட்டத்தைத் தொடர்கிறார்கள். தண்ணீர் வராத நேரங்களில் அப்படியே மணலில் புரட்டி நாலு முறை பந்தைச் சுற்றிலும் துப்பி ‘சுத்தம் சுத்தம்’ என்று சொல்லி, மறுபடி விளையாடப் போகிறார்கள்,

அன்னம்மா கண் மறைக்கிறது. சாயந்திரம் ஆனால் இது ஒரு பெரிய கஷ்டம். கொஞ்சம் கொஞ்சமாகப் பார்வை குறைந்து ராத்திரி டாய்லெட்டுக்குப் போகும்போது சுத்தமாகத் தெரிவதில்லை. பெரும்பாலும் தவழ்ந்துதான் போக வேண்டி இருக்கிறது. சமயத்தில் அரைக்கட்டிலேயே கழிந்துவிடுகிறாள். பேத்தி ஏற்படுத்திக்கொடுத்த செவிலி மூக்கில் துணி கட்டிக்கொண்டு சுத்தப்படுத்துகிறாள். அவளுக்கும் இனி வெறுத்துப்போகும்.

பேத்தி என்றால் பேத்தியில்லை. அன்னம்மாவின் சகோதரனின் பேத்தி. செவிலி என்றால் செவிலி இல்லை. ஓங்குதாங்கான ஒரு நடுவயதுப் பெண். பேத்திக்கு பேங்கில் வேலை. ரெண்டு தெரு கடந்து வீடு. செவிலி ஊர்க்கோடியில் குடியிருக்கப்பட்டவள். பேத்தி காலையிலும் மாலையிலும் சாப்பாடு கொடுத்துப்

போவாள். ராத்திரி துணைக்கு செவிலி. காலையில் குளிக்க வைத்து உடைமாற்றிப் போவாள் அவள். மாடிக் குடித்தனமும் முன்பகுதிக் கடைகளும் தரும் வாடகையில் எல்லாம் தட்டுத்தடுமாறி நடந்து கொண்டிருக்கிறது.

ஆனாலும் சாயந்திரங்களை அன்னம்மா எப்போதும் சந்தோஷமாக எதிர்பார்க்கிறாள். கோவிலுக்கும் தட்டான் கடையில் காதுத் தோடுக்கு ஸ்க்ரு முடுக்கவும் போவது, வழியில், நல்ல மல்லிப்பூவாக நாலு முழம் வாங்குவது, ரயில்வே ஸ்டேஷன் கடையில் நன்னாரி சர்பத் குடிப்பது இப்படி எல்லாம் போன சாயங்காலங்கள் உண்டு தான். அவையல்ல இப்போது வருகிறவை.

"அன்னம்மா அக்கா வந்திருக்கு, பெரிய டம்ளர் எடுத்து சர்பத் போடுடா" கடை முதலாளி சொல்லிக்கொண்டே இருக்க, ஏதாவது பாசஞ்சர் ரயில் வந்து நிற்கும். வண்டி உள்ளே உட்கார்ந்து ஜன்னல் வழியாகப் பார்த்தவர்கள் யாராவது ஓடி வந்து சர்பத் கிளாஸைத் தள்ளிவிடாத குறையாக அவளுடைய எதாவது ஒரு கச்சேரி பற்றி ஆஹா என்று சிலாகிப்பார்கள். அது ஒரு காலம்.

"கிருபையா பாலய ஆலாபனை போன மாசம் மாரியம்மன் திருவிழா கச்சேரியிலே. அடடா. சாருகேசி இனிமேல் வேறே யாரும் புல்லாங்குழல்லே வாசிச்சா கேட்கத் தோணுமா, இல்லே, மனசுலே இறங்குமா?" அவர்கள் அபிமானத்தோடு சொல்வார்கள். ஆனாலும் அடுத்த வாரம் வேறே கச்சேரிக்கும் போவார்கள். அங்கேயும் இதேபடி வேறேதாவது சொல்வார்கள்.

வாசலில் ஓவென்று பெரும் சத்தம். தெருப் பிள்ளைகள். கதவுக்கு அந்தப் பக்கம் நின்று கூப்பிடும் பிள்ளைகள். அரிசியடி அன்னம்மா பாட்டி. அதுகள் குதித்துக் குதித்துக் கைதட்டி ஆடுவது மங்கலாகத் தெரிகிறது. வேலை மெனக்கெட்டு குழந்தைகளை உட்கார வைத்து யாரோ தப்பும் தவறுமாக வகுப்பெடுத்திருக்கிறார்கள். அவள் பெயர் அன்னம்மா பெட்ரைஸ் அதை பீட் ரைஸ் என்று தப்பாகச் சொல்லித் தமிழிலும் அரிசி அடி என்று அந்தப்படிக்கே மாற்றி விட்டார்கள். பெட்ரைஸ். கிளாரினெட் சாம்ராட் குப்புராவ் பாசத்தோடு கூப்பிடுவார் "நாயீ, பெட்டுரைசு." அன்னம்மா கரைந்துபோவாள். அவள் குரு அவர். அவர் கிளாரினெட் போன பாதையில் அன்னம்மா குழல் நடக்கும்.

பிள்ளைகளுக்குச் சொன்னால், அரிசி அடியை விட்டு விட்டு

நாயே என்று கூவ ஆரம்பித்துவிடும். நாயன், நாயி இப்படியான வார்த்தைகளும் உண்டு என்றும் அவற்றுக்கெல்லாம் மரியாதையும் பிரியமுமாக அர்த்தம் செய்துகொள்வது அந்தக் கால வழக்கம் என்றும் சொல்லிப் புரிய வைக்க முடியாது. இவர்களைப் பெற்றவர்களுக்கும் தெரியாத விஷயம் அதெல்லாம்,

“பந்து கொடு... பந்து கொடு.” பிள்ளைகள் அவளைச் சூழ்ந்து கொண்டு இரைந்தார்கள். “இங்கே வரல்லேடா.” அவள் சொல்வதை லட்சியமே செய்யாமல் வீட்டுக்குள் குறுக்கே ஓடி ஜன்னல் பின்புறம், கதவுக்குப் பின்னால் என்று தேடினார்கள். பந்துதான் கிடைக்க மாட்டேன் என்கிறது.

“அக்கா இல்லியா?” பேத்தியை அக்கா என்கிறார்கள். அவளுக்கு அன்னம்மா மீது அலாதி வாஞ்சை. சங்கீதம் தெரியாவிட்டாலும் பிரியம் காட்டத் தெரிந்த ஒரு ஜன்மம். இன்றைக்குக் காலையில் வந்து முக்கியமான காரியம் இருக்கிறதென்று சீக்கிரமே கிளம்பிப் போய்விட்டாள். அவள் இருந்தால் இந்தப் பசங்கள் விட்டெறிந்த பந்தைத் தேடிக்கொடுத்திருப்பாள்.

“தேடிப் பார்த்து, இருந்தா தரேன்” அன்னம்மா நாலு தடவை இதையே திரும்பவும் சொல்ல, தெருக் குழந்தைகள் மெல்லப் பின்வாங்கினார்கள். குழந்தைகள் போய் ரொம்ப நேரம் வரை தரையில் தவழ்ந்து கட்டில் அடியில் பந்தைத் தேடிக் கொண்டிருந்தாள் அவள்.

ஹால் கடியாரம் ஆறு மணி அடித்த சத்தம் காதில் பட அன்னம்மா மும்முரமானாள். பேத்தி போகும்போது சொல்லிப்போயிருக்கிறாள் ஆறரை மணிக்கு பத்திரிகையில் இருந்து ஒருத்தர் அன்னம்மாவைப் பார்க்க வரப் போகிறாராம். இசைவிழாவுக்கு மலர் போடும்போது மூத்த புல்லாங்குழல் கலைஞர் அன்னம்மா பேட்டி அதில் அவசியம் இடம்பெற வேண்டும் என்று பிடிவாதமாக இருக்கிறாராம் அந்தப் பத்திரிகைக்காரர். பேட்டி இல்லை. பேத்தி அதை நேர்காணல் என்று சொல்லியது நினைவு வந்தது அன்னம்மாவுக்கு. நல்ல தமிழில் அதுதான் சரியான வார்த்தையாம்.

எட்டு வயதில் பள்ளிக்கூடத்தில் இருந்து அவளை இழுத்து வந்து கச்சேரியில் அன்னம்மாவின் அப்பா உட்கார்த்தி இருக்காவிட்டால் அவளும் நல்ல தமிழில் பேசவும், வியாசம் எழுதவும், செய்யுள் இயற்றவும் கற்றுக் கரைகண்டிருப்பாள். ஐயங்கார் சைக்கிள்

கம்பெனி முதலாளி வீட்டில் மூத்த பெண் புஷ்பிணியான வைபவம். சாயந்திரம் மஞ்சள் நீராட்டுக்கு அப்புறம் வீட்டு முற்றத்தில் அன்னம்மா புல்லாங்குழலும், தாட்சாயினி மிருதங்கமும், லீலாயதாட்சி வயிற்றில் பொத்தி வைத்து உலகத்தில் இல்லாத அதிசயமாகப் பொம்பளைப் பிள்ளை வாசிக்கிற நூதன அனுபவமாக கடமும், சிவகடாட்சம் கொன்னக்கோலுமாக அமைந்த பெண்களே பங்கெடுத்த கச்சேரி. சிவகடாட்சம் பெண்ணா என்றால், அவள் ஆணில்லை என்பாள் அன்னம்மா.

அன்றைக்கு வாசித்த காம்போதியை இப்போது கேட்டால் அப்படியே வாசிக்க அன்னம்மா தயார்தான். யார் கேட்கிறார்கள்?

குப்புராவ்ஜி போல, தான் மகா வித்துவான் என்ற நினைப்பே மனதில் ஓரமாகக்கூட ஓட்டாமல், அன்னம்மாளை வாசிக்கச் சொல்லி ரசிக்க, அதில் கரைய எத்தனை பேருக்கு முடியும்? அந்தக் கம்பீரம் வேறு யாருக்கு வரும்?

“திருச்சி ரேடியோவிலே இருந்து கடிதாசு போட்டிருக்காங்க” ஓட்டமும் நடையுமாக அவர் வீட்டுக்கு அன்னம்மா போன உச்சி வெயில் பொழுதில் அவர் அங்கே இல்லை. அவருடைய மூன்று மனைவிகளும் உக்கிரமான சக்களத்திச் சண்டையில் இருந்தார்கள். ‘கழிச்சல்லே போறவளே, பேதியிலே நட்டுக்கப் போறவளே’ வசவுகளுக்கு இடையே அவர்களில் ஒருத்தி காப்பி காய்ச்சி சுடச்சுட எடுத்து வந்து அன்னம்மாளிடம் கொடுத்தாள் அப்போது.

கல்யாணமான நாலாம் மாசம் புருஷனைப் பறிகொடுத்தவள் என்று அன்னம்மா மேல் இரக்கம். யாருக்குத்தான் வராது? பையன் அவர்களுக்கு மகன் உறவு வேறே. அன்னம்மாவோடு ஆசைப்பட்டு ஜதை சேர்ந்தவன்.

“எத்தனை மாசம்டி கண்ணு?” மூத்தவள் கேட்க, தலையை முடிந்தபடி மூன்றாம் மனைவி சொன்னாள் “பார்த்தாத் தெரியலே அக்கா? அஞ்சு முடிஞ்சிருக்கும்.” நொடியில் மூன்று பேரும் சமாதானமாகி இதுபோல உயிர் சிநேகிதம் உலகில் உண்டா என்று பார்க்கிறவர்கள் ஆச்சரியப்பட இழைந்துகொண்டிருந்தார்கள். அன்னம்மா வீட்டுக்குப் போகிறதுக்கு முன் திருப்பதி லட்டு உருண்டை என்று பிரசாதமும், கடக்கு கடக்காக உலர்ந்த வடையும் அவளுக்குக் கொடுத்து அனுப்பினார்கள். ‘ஓரமா வச்சுக்கிட்டு

அப்பப்போ தின்னு, உனக்கு மட்டும்தான் இது' என்றார்கள். திருச்சி ரேடியாவுக்குக் கடுதாசு எழுதி இங்கே வந்து வாசிக்கச் சொல்லி டேப்பில் எடுத்துப்போகச் சொல்லேன் என்று யோசனை வேறு. கர்ப்பிணிக்கு இந்த உபகாரம் கூடவா சர்க்கார் செய்யக் கூடாது? ஒரே குரலில் கருத்து சொல்லவும் தவறவில்லை. “வேறே கட்டிக்கோ” என்றார்கள் அவளிடம் அவர்கள். சொல்லிவிட்டு ஒருத்தரை ஒருத்தர் பார்த்துக்கொண்டார்கள். அடுத்த சண்டை ஆரம்பம்.

“போய்ட்டு வா. அழுதென்ன, புலம்பியென்ன, அவன் வரவா போறான்? பொழுதன்னிக்கும் இங்கேயே உக்காந்து அழுதா என்ன வரும்? ரேடியோவிலே வாசிச்சாலாவது கைச்செலவுக்கு ஆச்சு.” அவள் அப்பாவும் சொன்னார். அவரால் கண்கலங்கப் பேசுவது தவிர வேறே எதுவும் முடியாது.

திருச்சி ரேடியோவில் கச்சேரி தர பாசஞ்சர் ரெயிலில் ஊர்ந்து திருச்சி ஜங்ஷனில் இறங்கியபோது தலைசுற்றி வயிற்றைப் புரட்டியது. அன்னம்மாவின் சித்தப்பா ஆண்ட்ரூஸ் பிள்ளை, கூட வந்திருந்தவர், எல்லாவற்றையும் விட்டுவிட்டு திருப்பதி லட்டைப் பிடித்துக் கொண்டார். “விக்கிரகத்துக்குப் படைச்சதை தின்னக் கூடாதுன்னு சொன்னா கேட்டாத்தானே. இப்போ வயிறு வலிக்கும். பாரு, அங்கே அசுரவித்து முளைவிட்டிருக்கும்” அவர் பாதிரியார் போல, முகத்தில் முள்ளுத் தாடியைச் சொறிந்தபடி சொல்ல, அன்னம்மா அவரை ‘சித்தப்பு, சும்மா இரும்' என்று அரை மரியாதையோடு அடக்கினாள். அவர் அப்புறம் வாயைத் திறக்கவே இல்லை. வாய்நிறைய, மிச்சமிருந்த திருப்பதி லட்டு.

போய் இறங்கினபோது ரேடியோக்காரர்கள் வருத்தப்பட்டார்கள் ‘இப்போதான் தெரிய வந்தது உங்க வீட்டுக்காரர். ரொம்ப வருத்தப்படறேன்' பெண் அதிகாரி சொன்னார். “வாயும் வயிறுமா இருக்கறது தெரிஞ்சா ஒத்திப் போட்டிருப்போமே. அடடா, ரொம்ப சிரமம் கொடுத்துட்டோம்.”

மைக் சரிபார்த்தபடி ரேடியோ நிலைய அதிகாரி ஒருத்தர் சொன்னார், “குப்புராவ்ஜி நேத்துதான் கச்சேரி செஞ்சுட்டுப் போறார்.”

“ராவ்ஜி கச்சேரி செய்தாரா?” அன்னம்மாவிடம் அவர் அடுத்த மாதம்தான் ரேடியோவில் வாசிக்கறேன் என்று சொல்லி இருந்தார்.

ஏன் பொய் சொன்னார் என்று தெரியாமல் அவள் வாசிக்க உட்கார்ந்தாள். பொய்யும் சொல்வார் மேலோர்.

அம்சமாக அமைந்துபோன கச்சேரி. கமாஸ் தாரு வர்ணத்தில் 'ஷடோதரி சங்கரி சாமுண்டேஸ்வரி' என்று வாசித்து மேலே போக, மனசும், மூச்சுக் காற்றும், குழலும், ஒத்துழைக்கும் உடலும் ஒன்றுபட்டு இன்றைக்கு ஜெயம் ஜெயம் என்று கட்டியம் கூற, கல்யாணி ராகம் தானம் பல்லவி, ஜோன்புரி, ஷண்முகப்ரியா என்று போய், 'கோவிந்தா நின்ன நாமாவே' என்று ஜனசம்மோதினியில் உருகி, மாண்ட் ராகத்தில் குறவஞ்சி வாசித்து முடிக்க ரேடியோ ஸ்டேஷன் முச்சூடும் ரிக்கார்டிங்க் அறைக்கு வந்து அவளைச் சூழ்ந்துகொண்டு பாராட்டி ஓய்ந்தார்கள். அவர்கள் கொடுத்த சன்மானத்தைவிட ஆயிரம் மடங்கு விலை மதிப்பு அந்த இதமான வார்த்தைகளுக்கு என்று அன்னம்மா சொன்னாள். பெண் அதிகாரி நெய் ஜாங்கிரி வரவழைத்து எல்லோருக்கும் கொடுத்து கச்சேரி செய்த, கேட்ட ஆனந்தத்தைக் கூடுதல் இனிப்பாக்கி விட்டாள்.

வாசித்துவிட்டு வரும்போது திருவிடைமருதூர் ஸ்டேஷனில் ரயில் நின்றுவிட்டது. ஷண்டிங் என்றார்கள். எஞ்சினில் கோளாறு, சரிபண்ணியாகிறது என்றார்கள். ரெண்டும்தான் என்று ஸ்டேஷன் மாஸ்டர் சொல்லியபடிக்குக் கக்கத்தில் சுருட்டிய துணிக் கொடிகளோடு நடந்துபோனார். வீட்டுக்குப் போய்த் தலை சாய்த்து ஓய்ந்துகிடக்க வேணும் என்று அன்னம்மாவுக்கு உடம்பு சொல்லிக்கொண்டிருந்தது. வயிற்றுக்குள் இருந்தது வா, வீட்டுக்குப் போகலாம் என்று நச்சரித்துக்கொண்டிருந்தது. சீக்கிரம் அது சங்கீதமும் நாட்டியமுமான சூழ்நிலையில் பிறந்து ஸ்ருதி பிசகாது அழும்.

ஒத்தாசைக்குக் கூடக் கூட்டி வந்திருந்த நாச்சியாரம்மா 'காப்பித் தண்ணி கிடைக்குதா பாக்கறேன் அம்மாடி' என்று இறங்கிப் போய் உடனே திரும்பி விட்டாள். ரயில் கிளம்பப் போகிறது என்று யாரோ போகிற போக்கில் சொல்லிப் போனார்களாம். இது நடந்து அரை மணி நேரம் கழிந்தும் வண்டி நகர்வேனா என்று திருவிடைமருதூரில்தான் அழிச்சாட்டியமாக நிற்கிறது.

'நாயீ.' காத்திரமாக ஒரு குரல். ஜன்னல் பக்கம் இருந்து வருகிறது அது. முண்டாசு கட்டிய தலை ரயில் பெட்டி அரை இருட்டுக்குள்

கண்ணை இடுக்கிக்கொண்டு பார்க்கிறது. கிளாரினெட் சாம்ராட் ராவ்ஜியேதான் அது.

'நாயி, ரேடியோ கச்சேரி பாதிதான் கேட்டேன். சீயாழி போய்த் திரும்ப லேட் ஆகிடுச்சு. கல்யாணி விஸ்தாரமா எடுத்து வாசிச்சியாமே? அபூர்வமான தானம்னு நாச்சியார்கோவில் தட்சிணா அண்ணன் சொன்னார். எனக்கு வாசிச்சுக் காட்டேன் அதே படிக்கு.'

சுருட்டைப் பற்ற வைத்துப் புகை விடுகிறார். இதென்ன கலையில் பித்தா மனுஷனே முழுக் கிறுக்கனா? மூணு கட்டி மூணுக்கும் குழந்தைப் பேறு வாய்க்காது ஒத்துக்காரர் மகனை, சிவபாக்கியத்தின் கடைசித் தம்பியைத் தத்தெடுத்த மனுஷர் அவர். அது கிறுக்குதான். ஒத்துக்காரர் பெண்ஜாதியைப் பெண்டாளுகிறதாகவும் பிரஸ்தாபம் உண்டு. அன்னம்மா அறிவாள்.

இன்னும் நாலே ஸ்டேஷன் போய் மாயவரம் வந்துவிடும். வீட்டுக்குப் போய் வாசிக்கச் சொல்லிக் கேட்கலாம் இல்லையா? பிள்ளைத்தாச்சி பொம்பளை, அவருடைய வளர்ப்பு மகனுடைய வாரிசைச் சுமக்கிறவள். அற்பக் காரணத்துக்காகப் பெண்டாட்டியிடம் சண்டைபிடித்துக் கொண்டு ஓடின பயித்தாரனின் வாரிசு. வயிற்றைத் தள்ளி, உட்கார்ந்தே வந்ததால் உப்புசம் பாரித்து சங்கடப்பட்டபடி அவள் ராவ்ஜிக்குக் கல்யாணி வாசிக்க வேணுமாம். அதுவும் ரயில் பிச்சைக்காரி போல, ஓடுகிற ரயிலில். ஓடவில்லைதான்.

"மாமா, சரியா வருமான்னு தெரியலே, ஒரேயடியா உங்க பேரன் படுத்தறான்."

"அவங்க அப்பனைக் கொண்டிருக்கான். அவன் வயித்துக்குள்ளே உதைக்க உதைக்க அவங்கம்மா நெல்லு குத்த, பால் கறக்கன்னு பிரசவ நேரம்வரை சுத்திக்கிட்டிருந்துச்சும்பாரு ஒத்துக்காரர். சோறு பொங்கி, கோழி அடிச்சுக் கறி பண்ணி வச்சுட்டுத்தான், 'வலிக்குது, நீங்களே எடுத்துப் போட்டுக்குங்க'ன்னு கையைக் காட்டிட்டு படுத்துச்சாம். ஒரு மணி நேரத்திலே அவன் பிறந்துட்டான். போகுது. நீ எனக்காகக் கொஞ்சம் வாசிக்க மாட்டியா நாயி?"

வாசித்தாள். அங்கேயே அமர்ந்து, உடல் உபாதையைப் பொருட்படுத்தாமல் சுவாதித் திருநாள் கிருதி 'அத்ரிசுதாவர

கல்யாணசைல' வாசித்தாள் அன்னம்மா. கிராமபோனுக்கு முன்னால் நாய்க்குட்டி மாதிரி அவள் முகத்தையே பார்த்தபடி இருந்த அவர் கண்களில் கண்ணீர் தாரை தாரையாக வடிந்தது. அடுத்த, அதற்கும் அடுத்த கம்பார்ட்மெண்ட்களில் இருந்தெல்லாம் யாரோ வந்து பார்த்து ஒரு நறுக்கு கல்யாணி கேட்டுவிட்டு நடக்க, ராவ்ஜி அனுபூதி நிலைக்குப் போயிருந்தார். அவளை ஆரத் தழுவித் தலைதொட்டார். 'நீயே கல்யாணி' என்றார். அவள் நெஞ்சில் சிலுவை வரைந்துகொண்டாள். பரிசுத்த ஆவி எல்லோரையும் ரட்சிக்கட்டும்.

அவள் மெல்லக் கேட்டாள்: "ஏன் மாமா, உங்க கச்சேரி ரேடியோவிலே வந்த சமாசாரமே சொல்லலியே. நான் கேட்கக் கூடாதா?"

"அதொண்ணுமில்லே தாயி, இவன், கணேசனுக்கு தான் கச்சேரி அன்னிக்கு. ஆறு மாசம் முந்தியே ஏற்பாடு ஆனது. பெறகு, உங்கிட்டே கோபிச்சுக்கிட்டு ஓடிட்டான். ரேடியோவிலே ஏத்துக்கிட்டு மாட்டேன்னு சொல்ல முடியுமா? கவுர்மெண்ட் ஆச்சே. அதான் நானே போய் வாசிச்சுட்டேன். எங்கெல்லாம் அவனுக்குப் பதிலா நிக்க முடியுமோ அங்கே எல்லாம் நிக்க ஆசைதான்."

சட்டென்று நிமிர்ந்து அவரைப் பார்த்தாள் அன்னம்மா. உடனே உதடு துடிக்கத் தலையைக் குனிந்துகொண்டாள். அப்புறம் அவள் பேசவே இல்லை.

"மெயில் போனாத்தான் இதை எடுப்பாங்க. இரு, இதோ வந்துட்டேன் தாயி" ராவ்ஜி எழுந்தார். என்ன ஆச்சு என்று புரியாமல் பார்த்தாள் அன்னம்.

"ஸ்டேஷன் பக்கம் நாகப்பட்டண ஐயன் கடையிலே சுடச்சுட பால்கோவா செஞ்சு இறக்கி இருப்பான். வாங்கியாறேன். உனக்குத் தரணும்னு ஆசை."

அவள் வேணாம் என்று தலையாட்ட, அவர் இறங்கிப் போய்விட்டார். போனவர் போனவர்தான். நாற்பத்தஞ்சு வருஷமாகப் பால்கோவாவுக்காக அன்னம்மா காத்திருக்கிறாள். மனதில் இன்னும் பயம். இன்னும் ஆசை.

மழை அடர்ந்து வந்தது. சீரான வேகத்தில் வாசல் ஷெட் தகரக்

கூரை மேல் மழைத்துளிகள் மோதி ஆர்ப்பரித்துக் கொண்டிருந்த சத்தம் அன்னம்மா மனதுக்கு இதமாக இருந்தது. அது ஓயும் வரை வேறேதும் செய்ய வேண்டாம். வேறு எதைப் பற்றியும், பழசோ, புதுசோ, நினைக்கவும் வேண்டாம். அந்தப் பத்திரிகைக்காரப் பையன்? வரப்போவதில்லை. அவனும் வேறே எங்காவது மழை பாடுவதைக் கேட்டுக் கொண்டு உட்கார்ந்திருப்பான்.

இல்லை, வந்துவிட்டான். வாசலில் காலிங் பெல்லைப் பொறுமையாக அடிக்கிறான் அவன். அன்னம்மா அவனிடம் எல்லாம் சொல்வாள். சகலமும்.

அன்னம்மாவுக்குக் கண் மறைக்கிறது. தட்டுத் தடுமாறி மழைச் சத்தம் மட்டும் துணைக்கு வர, வாசல் கதவை மெல்லத் திறந்தாள் அன்னம்மா. மசமசவென்று யாரோ நிற்கிறார்கள். பேத்தி சீக்கிரம் வந்துவிட்டாள் போல.

“சாப்பாடு கொண்டாந்திருக்கியாடி?” அன்னம்மா கேட்க, ஆண்குரல் பதிலாக வந்தது. “எதுக்குச் சோறு வரணும்? நானே ஆக்கித் தரேன். கூட ஒரு புளிக்குழம்பு வச்சுட்டா நம்ம ரெண்டு பேருக்குப் போதாதா?” இது யார்? அவள் வீட்டுக்காரன் எப்படி இப்போது திரும்ப வந்தான்? அவனில்லை. இது ராவ்ஜி. இந்தக் குரல் எத்தனை வருடம் கழித்துக் காதில் விழுகிறது. அப்படியும் இருக்குமா? அவர்தானா? மனதும் மழையும் கூடி மாயாஜாலம் காட்டுகிறது.

“உள்ளே வாங்க, எவ்வளவு காலமா காத்திட்டிருக்கேன் தெரியுமா?” சொல்ல நினைக்கிறாள் அன்னம்மா. பாதிகூட வார்த்தை வாயில் வரவில்லை. கை மட்டும் உத்தேசமாக உள்ளே சுண்டுகிறது. அது சுவரைப் பார்த்து. அவளைச் சுவர்களுக்கு நடுவே அடைத்து வைத்து நாற்பத்தைந்து வருடமாகிறது.

“தாமதமாயிடுத்து, அன்னம்மா. அவன் போய்ட்டான். அவனைக் கரையேத்திட்டு உனக்கு இனிப்பு வாங்க கடைக்குப் போக வேண்டி வந்தது.”

“அவர் போய் நாலு மாமாங்கம் ஆச்சே, மாமா. கோவிச்சுக்கிட்டுப் போய் கண்காணாத ஊர்லே செத்தும் போனாரே. வயத்துப் பிள்ளையும் கலைஞ்சு போச்சு” விட்டேத்தியான குரலில் அன்னம்மா சொன்னாள். அன்னம்மா அழ, ராவ்ஜி ஒரு கால் உள்ளே வர எடுத்து வைத்தபடி மவுனமாக நின்றார்.

“அவர், உங்க மகன், என்னைக் கட்டிக்கிட்டதுலே உங்களுக்குக் கோபம். அதானே மாமா?” ராவ்ஜி காலைப் பின் வலித்துக் கொண்டார். பேசவில்லை.

“ஒரு பாட்டைக் கேட்டா கொஞ்சம் மறக்கும். ஒரு நாட்டியம் பார்த்தா ஒரு மணி நேரம் மனசுலே வராது. அன்பான சிநேகிதரைப் பார்த்தா அரை நாள் அமர்ந்து போகும். அப்புறம் முழு சக்தியோட கிளம்பி வரும், அதானே? நீங்க கல்யாணி கேட்டபோது விலகின கோபம், கோபம் மட்டும்தானா.. எதுவோ அது அப்புறம் ஒரேயடியா மேலேறி... நீங்க திரும்ப வராமலே போயிட்டீங்க.”

“உண்மையைச் சொல்றேன் நாயி. எனக்கு யார் மேலேயும் எந்தக் கோபமும் இல்லே... மனசெல்லாம் நீ இருந்தே. வேறேதும் கெடைக்கலேன்னாலும், நீ வாசிச்ச அந்தக் கல்யாணி. அது எனக்கு வசமாகுமான்னு பார்க்க ஊர்க்கோடி ஐயனார் கோவில் பக்கம் போய் கிளாரினெட்டோடு உக்கார்ந்துட்டேன். இன்னும் வாசிச்சிட்டுத்தான் இருக்கேன். உன் கலையும் எனக்குக் கைகூடலே. நேரிலே உன்னைப் பார்க்க வர ஒரு பயம். ஏன்னு கேட்காதே.”

அன்னம்மா அவர் கால் தொட, ராவ்ஜி விலகினார். “இந்தா வாங்கிக்க. நான் போகணும். ரயில் வந்துட்டிருக்கு. எதையும் மனசுலே வச்சுக்காதே.”

“இருங்க. பந்து தேடணும். புல்லாங்குழலைத் தேடணும். தேடி எடுத்து வந்து கல்யாணி வாசிக்கறேன்.”

“ஒண்ணும் அவசரம் இல்லை, இதைச் சாப்பிட்டு வந்து வாசி.”

அன்னம்மா கையில் எதையோ வாங்கினாள். கெட்டுப்போன இனிப்போ? மனதிலும் நாவிலும் இனிமையாக கல்யாணி ராக ஆலாபனை பரவ, அன்னம்மா சுவரில் சாய்ந்து உட்கார்ந்தாள், அவளுடைய புல்லாங்குழல் அவள் உயிரை வெளியே இழுத்து நீட்டி ராகமாக்கி அறையில் நிரப்பியது.

பேத்தி வந்தபோது, கையில் தன் கழிவோடு அன்னம்மா பாட்டி இறந்து கிடக்கக் கண்டாள். ஒரு வாடை இல்லை. சுவரோரம் சாக்கடை நீர்பூசி ஒரு பந்து கிடந்தது. யார் வீட்டிலோ ரேடியோவில் ‘மன்னவன் வந்தானடி’ கேட்டது. வீட்டு வாசலில் தோளில் பையோடு நின்றவர் பத்திரிகை நிருபராக இருக்கும்.

கொட்டி

கல்யாண வீட்டிலிருந்து செண்டை மேளம் கேட்டுக் கொண்டிருந்தது. தவுல் சிவத்தையா பிள்ளை ஓரமாக ஒதுங்கி ஒரு வினாடி நின்று ஒத்துக்காரர் மேல் படாமல் காறித் துப்பினார். லொங்கு லொங்கென்று விடிகாலை ஐந்து மணிக்கு எலக்ட்ரிக் ரயில் பிடித்து ஓடி வந்தாலும், தாடியைத் தடவிக்கொண்டு கொட்டி முழக்க மலையாளக் கரைக் கூட்டம் அதுக்கும் முன்னே வந்து நின்று விடுகிறது. இந்த இரைச்சலில் என்னத்தை மேளம் கொட்டி, நாகசுரம் ஊதி காசு வாங்க. ஒரு காப்பித் தண்ணி கூட கிடைக்காமல் போகலாம். நாசமாகப் போகட்டும் நாடு விட்டு நாடு வந்து வயிற்றெரிச்சலைக் கொட்டிக் கொள்ளும் கொட்டிகள் எல்லோரும்.

தாடையில் வடிந்த வெற்றிலை எச்சிலைப் புறங்கையால் துடைத்தபடி அடுத்து நடந்து வந்த ஜெபராஜ் நாயனக்காரனைப் பார்த்தார் சிவத்தையா. அவன் ஜெபராஜ் இல்லை. கல்யாண வீட்டுக்கு வாசிக்கப் போகும்போது ஜெயராஜ் ஆகிவிடுவான். கிறிஸ்துவன் வாசித்துத் தாலி கட்டுவதை சம்பிரதாயக் கிழவர்கள் விரும்புவதில்லை. ஒவ்வொரு வீட்டிலும் ஒருத்தராவது இப்படி பிழைப்பைக் கெடுக்க பென்ஷன் வாங்கி உட்கார்ந்திருக்கிறார்கள். அவர்களைப் பத்தடி தூரத்திலேயே சிவத்தையா கண்டுபிடித்து விடுவார். ஜெயராஜுக்கு எதுவுமே தெரியாது. வாசிப்பும் சுமார்தான். நூறு ரூபாய் கிடைத்தால் போதும் அவனுக்கு. சிவத்தையாவுக்கு மூன்று புத்ரிகள். நூறு ரூபாயில் ரெண்டு நாள் தள்ளுவதுகூட கஷ்டமானது. அந்தக் காசும் வரவிடாமல் கேரளத்து

இறக்குமதிகள். பத்துப் பேராக நின்று என்ன சத்தமாக வாசித்துக் கொண்டிருக்கிறார்கள் விடிகாலை நேரத்தில்கூட.

இரண்டு நாளைக்கு முன்னால் கோவில் வாசலில் சிவத்தையா நின்றபோது மலையாளி புரோக்கரும் பக்கத்திலேயே நின்று கொண்டிருந்தான். விலகிப்போ என்று சைகை காட்டினார் அவர். தமிழ் தெரியாதது போல பாவனை செய்து கொண்டு, கோவில் உள்ளே இருந்து அர்ச்சனைத் தட்டும் அதில் கல்யாணப் பத்திரிகையுமாக வந்து கொண்டிருந்தவர் முன்னாடி போய்த் துள்ளி விழுந்தான் அந்த அயோக்கியன். விலகி நின்றார் வந்தவர்.

சிவத்தையா விஸ்தாரமாகக் கும்புடு போட்டு 'ராஜராஜேஸ்வரி கிருபையிலே அதிவிமர்சையா நடக்கும் ஐயா உங்க வீட்டுக் கல்யாணம். நூறு வருஷம் நல்லா இருப்பாங்க' என்று இலக்கைக் குறிவைத்து நற்சொல் அருளத் தொடங்க, தட்டோடு வந்தவர் சொன்னார், "இப்பவே எம்ப்ளது. இன்னும் நூறா, தாங்காது". யாருக்கோ எண்பது வயது முடிந்து சதாபிஷேகத்துக்கு மேளம் அடிக்கக் கசக்கவா செய்யும் சிவத்தையாவுக்கும் குழுவுக்கும்? "நல்லவிதமா, சம்பிரதாயம் மாறாம முழுநாள் வாசிக்கறோம் ஐயா, பார்த்துக் கொடுங்க."

அவர் சொல்லி முடிக்கும் முன்னால், தட்டுக்காரர் 'நாள் முழுக்க வேணாம். காலையிலே அஞ்சரைக்குத் தொடங்கி பத்துக்கு இலை போடறாதோட ஏறக்கட்டினா போதும்". அவர் பேசிப்போக, கூட வந்த பெண், 'அச்சானியமா பத்துக்கு சாப்பாடுன்னு பேச வேணாம். சுபகாரியம் சதாபிஷேகம் நடக்க இருக்கு' என்று அவரை அடக்கினாள். நூறு ரூபாய் அட்வான்ஸும், வாசித்து முடித்ததும் நானூற்றைம்பது ரூபாயும் என்று அப்புறம் முடிவானது.

"செண்டை மேளத்தையும் பிக்ஸ் பண்ணிடுங்கோ. மாமி பூர்வீகம் பாலக்காடு ஆச்சே. என்னமா ரசிப்பா தெரியுமோ. எந்திருந்து கூடவே ஆடுவாளாக்கும்."

இதில் என்ன பெருமையோ. பாலக்காட்டுக்காரர்கள் என்றால் கொம்பா முளைத்திருக்கிறது? சிவத்தையா தவில்காரருக்குப் புரியவில்லை என்றாலும், கேரளத்தான் சப்ஜாடாக வந்து கொட்டுவதற்கு வெகுமுன்னால் புறப்பட்டு மங்கல இசை பொழிய முடிவெடுத்தார். தூக்கக் கலக்கத்தோடு ஜெயராஜையும் ஒத்துக்காரனையும் இழுத்து வருவதற்குள் அவர் பட்டபாடு...

இங்கே வந்தால், மலையாளத்தான் அதற்கு முன் வந்து சேர்ந்து காட்டடி மாட்டடியாகக் கொட்டி அடித்துக் கொண்டிருக்கிறான்.

“நடையை எட்டிப் போடுங்கய்யா” அவர் தவிலோடு முன்னால் ஓடினார்.

தாடிக்காரர்கள் அகலமாகக் கால் பரப்பி நின்று, நீட்டிப் பிடித்த மத்தளங்களில் அடித்து துவம்சம் செய்து கொண்டிருக்க, அந்த விடிகாலையிலும் விவஸ்தையே இல்லாமல் சின்ன வயசுப் பெண்களும், வாலிபர்களும் சந்நதம் வந்து சாமியாடுவது போல கொட்டுக்குக் குதித்துக் கொண்டிருந்தார்கள். இந்தக் களேபரத்தில் தவுலோடு உள்ளே போய் என்னத்தை வாசிக்க, யாருக்கு வாசிக்க? சிவத்தையாவுக்குப் புரியவில்லை.

நல்ல வேளையாக, ஒரு வடக்கத்தி ஜிப்பாக்காரர் இந்தக் கோஷ்டியை இனம் கண்டு உள்ளே அழைத்துப் போய் முதிய மாப்பிள்ளை பெண்ணுக்காக அக்னி வளர்த்துக் கொண்டிருந்த மேடை ஓரமாக புரோகிதர்களின் பின்னால் உட்கார்த்தி வைத்தார். அவர் கால் தரையில் பாவாமல், ஐந்து மில்லிமீட்டர் உயரத்தில் மிதந்து வந்த மாதிரி சிவத்தையாவுக்குத் தோன்றியது. காயப்போட்டுக் கிடந்த வெறும் வயிறு இப்படியும் காட்டும், இன்னும், எல்லோரையுமே மிதக்க வைத்துக் குறக்களி வித்தையும் காட்டும்.

சிவத்தையாவுக்கு கண் இருண்டு வர, யாரோ ‘மாமி எங்கே?’ என்று யாரிடமோ கேட்டார்கள். செண்டையர்களைக் காட்டிப் போனார் அவர். சிவத்தையா அங்கே பார்க்க, தீவிரமாக ஆடிக் கொண்டிருந்தார்கள். ’நாட்டாமை நடையை மாத்து’ என்று ஒரு குரல். ஏற்று வாங்கி, டகரடகர என்று ஏதோ தாளத்தில் செண்டை கோஷ்டி அடிக்க, ஏகத்துக்குக் கைதட்டு, சிரிப்பு.

‘டிபன் காப்பி ரெடி’ என்ற அழைப்பைத் தொடர்ந்து ஆட்டம் ஓய, “நீங்க வாசிக்கலாம்”, பெரியவர் சிவத்தையாவிடம் சொன்னார். புகையில் பிடித்து வைத்த மாதிரி அவருடைய புருவமும் நரைத்த தலைமுடியும் இருந்தது. செண்டைக்காரர்கள் தேசலாகத் தொடர்ந்து முழங்கினார்கள்.

“அதை நிறுத்தச் சொல்லட்டுமா?” அவர் சிவத்தையாவைக் கேட்டார். “வேணாம் சாமிகளே” என்றார் சிவத்தையா. தூங்கி விழ ஆரம்பித்த ஜெயராஜை அம்சத்தொனி வாசிடா என்றார்

அடுத்து. என்ன மாமா என்றபடி கொட்டாவியை அடக்கி, அவன் சங்கு ஊதுகிற தோதில் பூம்பூமென்று முழக்க, கிரகம் என்றபடி தவுலில் சிவத்தையா துணைக்குப் போனபோது பெரியவர் சிரித்தார். வாசித்து நிறுத்தி, செண்டையைக் குழந்தை மாதிரிப் பக்கத்தில் வைத்துக்கொண்டு அந்தப் பையன்கள் வரிசையாக ஓரமாக தரையில் உட்கார்ந்ததைப் பார்க்க ஏனோ பரிதாபமாக இருந்தது சிவத்தையாவுக்கு.

"கொஞ்சம் காப்பித்தண்ணி தரச் சொல்லுங்க தாயி, புண்ணியமா போகும்" ஆடிவிட்டு வந்த மாமியிடம் அவர் யாசிக்க, இதோ என்று போனார் மாமி. அந்தப் பையன்களுக்கும் நாக்கு நனைக்க அரை டம்ளர் காப்பி தரச் சொல்லி இருக்கலாமோ. ஜெயராஜ் திடமான அபசுரமாக ஊத, அதை மறைத்து இன்னும் உச்சத்தில் கொட்டி முழக்குவதில் மற்ற யோசனை எல்லாம் முழுகிப்போனது. 'கொஞ்சம் சத்தம் கம்மியா வாசியுங்கோ. உள்ளே எல்லாம் தொம்தொம்னு இரைச்சல்" சமையல் கோஷ்டி ஐயர் பையனும் காப்பி ஜக்குமாக வந்த மாமி சொல்லிப் போனாள். செண்டை வாசித்து அடுத்த ஆட்டம் ஆட அவள் தயாராக இருப்பதாகச் சிவத்தையாவுக்குத் தோன்றியது.

பிளாஸ்டிக் தட்டுகளில் பொங்கலும் வடையும் இட்லியுமாகச் செண்டை கோஷ்டிக்கு உள்ளே இருந்து வந்த யாரோ நீட்ட அவர்கள் திருப்தியாகப் பசியாறியதைப் பார்த்தபடி எச்சில் எங்கும் சிதற ஜெயராஜ் வாதாபி கணபதியை உத்தேசமாகப் பிடித்து வைத்தான்.

சூடும் சுவையுமாக காப்பி உள்ளே போக, சிவத்தையாவுக்குத் தெம்பு மேலெழும்பி வர, யாருக்காவது நன்றி சொல்லத் தோன்றியது. ஜிப்பாக்காரப் பெரியவருக்குச் சொன்னார். ஜெயராஜ் நாகசுவரத்தை நீட்டிப் பிடித்து சின்னஞ்சிறு பெண்போலே என்று நாலைந்து கோணலோடு யானை பிளிறுவது மாதிரி ஏதோ வாசித்தான். சிவத்தையா காசு அட்வான்ஸ் வாங்கிச் செய்யும் கடமை உணர்ச்சியோடு தொடர்ந்தார்.

"வாத்யம் நிக்கலாம்" பெரியவர் தான். மிதப்பதுபோல் சிவத்தையா பக்கம் வந்தார். அவர் முகத்தில், சோஃபாவில் பாட்டியம்மாளிடம் எதையோ சொல்லிச் சிரித்துக் கொண்டிருந்த எண்பதாம் கல்யாண மாப்பிள்ளை சாயல் இருந்ததைக் கவனித்தார் சிவத்தையா.

புரோகிதர்கள் ஓத ஆரம்பித்தார்கள்.

“இந்த மாசம் பூரா இன்னும் பத்து முகூர்த்தம் இருக்கு. அதுலே எட்டு கல்யாணம் நம்ம வகையிலேயே இருக்கு. வாசிக்கறீங்களா?” அவர் சிவத்தையாவைக் கேட்டார். “எங்கே, எங்கே, எப்போ வந்து வாசிக்கணும்?” சிவத்தையா சிலிர்த்து எழுந்தார். கனவு கண்டுகொண்டிருப்பதாக அவர் புத்தி அறிவித்ததைச் சட்டை செய்யாமல் பெரியவரையே பார்த்தபடி உறைந்துபோயிருந்தார். நாகசுரத்தைத் தரையில் நங்கூரம் மாதிரி ஊன்றிக்கொண்டு சீவாளியை சரிபார்த்துக் கொண்டிருந்தான் ஜெயராஜ். ஒத்துக்காரர் மாடியில் சாப்பிட்டு விட்டு அலம்பிய ஈரக்கையை உதறிக்கொண்டு வரும் கூட்டத்தையே வைத்த கண் வாங்காமல் பார்த்துக் கொண்டிருந்தார். சாப்பிட்ட தெம்பில் அவர்கள் எல்லோரும் செண்டை கோஷ்டி பக்கம் போய் ஏதோ சொன்னார்கள். சாப்பிட்டு வலு ஏறிய பையன்கள் தொம்தொம் என்று வேறு ஏதோ பாணியில் முழக்க, ஆண் பெண் சகலரும் மறுபடி ஆட ஆரம்பித்தார்கள். சிவத்தையாவுக்கு நல்ல பசி.

“பசிக்குதா?” பெரியவர் தான். “அது இருக்கட்டுமுங்க. கல்யாணக் கச்சேரி வாசிக்கணும்னு சொன்னீங்களே”, சிவத்தையா பசியை ஓரம் கட்டி நிறுத்தி காசு பண விவகாரத்தில் புத்தியைச் செலுத்தலானார். “நாகசுர வித்வானையும், ஒத்து ஊதறவரையும் ஓரமாப் போய்ச் சாப்பிட்டு வரச் சொல்லுங்க. நீங்க மட்டும் இங்கே இருங்க” என்றார் பெரியவர். சந்தோஷமாக எழுந்து போன ஜெயராஜும் ஒத்து பையனும் ஓரமாக உட்கார்ந்து அவசர அவசரமாக இட்லியை விண்டு போட்டுக் கொண்டிருப்பதை அசூயையோடு பார்த்தார் சிவத்தையா. கிடக்கட்டும், ஒரு மாசம், ரெண்டு மாசம் பிழைப்புக்கு வழிசொல்கிறார் இவர். இதை விடவா ஒருவேளை டிபன்? அவர் தவிலை மடியில் இருந்து இறக்கி வைத்து விட்டுப் பெரியவர் பக்கம் மரியாதையாகக் குனிந்தார். செண்டைச் சத்தம் காதுக்குள் குடைகிற மாதிரி வலுத்துக் கொண்டிருந்தது. யாரோ உள்ளே வந்து சோபா தாத்தாவையும் பாட்டியையும் தாளத்துக்குத் தகுந்தால் போல் உட்கார்ந்தபடியே அசையச் சொன்னார்கள்.

”சிவத்தையா, அதானே உங்க பெயரு?” பெரியவர் இரைச்சலுக்கு நடுவே தெளிவாக ஒலிக்கும் குரலில் கேட்டார். ஆமாம் என்றார் இவர். எப்படித் தெரியுமோ, அதுபற்றி ஒன்றும் இல்லைதான்.

“இந்த செண்டைப் பையன்கள் சீக்கிரமே பத்திலிருந்து நூறாக, அதிலிருந்து ஐநூறாகப் பெருகிடுவாங்க. இனி இங்கே விசேஷம்னா நாயனமும் மேளமும் இல்லை, வெறும் செண்டை மட்டும்னு ஆகிடும்” பெரியவர் பேசி நிறுத்தினார். சிவத்தையா அவரையே பார்த்துக் கொண்டிருந்தார்.

“உங்களுக்குப் பத்து கல்யாணம் வாசிக்க ஏற்பாடு செஞ்சு அட்வான்ஸ் தரேன். நீங்க அந்தப் பசங்க கையை உடச்சு மோளத்தையும் பீஸ்பீஸா கிழிச்சு இனிமேல் திரும்பவே வராதபடிக்கு மிரட்டி அனுப்பி வைக்கணும். அப்போ தான் வாசிக்க மீதிப் பணம் உங்க கைக்கு வரும்.”

“ஐயோ அதெல்லாம் நம்மளாலே செய்ய முடியாதுங்க, சாமி” என்று பின்னால் சாய்ந்தார் சிவத்தையா. யார் பெற்ற பிள்ளைகளோ. தானும் தவுலை நேராக நிறுத்தி செண்டை மேளம் போல் வாசிப்பதாகக் கற்பனை செய்தார் அவர். கூட்டமாக எழும் அந்தத் தாளமும் நன்றாகத்தான் இருந்தது. அவர்களை ஆள் வைத்து அடிப்பதாவது. எதுக்கு? அவருக்கு அதொன்றும் தெரியாது.

“அப்போ, ஒண்ணு செய்யுங்க” யோசித்துவிட்டு புகைக்காரர் தொடர்ந்தார். “இந்தப் பொம்மனாட்டிகள் எல்லோரும் வயசு வித்தியாசம் இல்லாம, ஒரு லஜ்ஜை இல்லாம ஆடிண்டு திரியறா. அவா வெட்கப் படணும். நாக்கைப் பிடுங்கற மாதிரி, இவன்கள் தோள்லே துண்டைப் போட்டு இறுக்கிக் கேட்டுட்டு வாங்க”. அவர் நிறுத்த, சிவத்தையா கேட்டார், “என்ன மாதிரி?”

“கும்காரமும் ரீங்காரமும் என்னன்னு தெரியாம. இதென்னடா வாசிக்கறீங்க. இது தாளம்னா உங்கம்மா உங்கப்பாவுக்கு உங்களைப் பெத்திருக்க மாட்டா. ஊரே கூடப் படுத்து உற்பத்தி பண்ணியிருக்கும்” ஐயோ என்று பதறினார் சிவத்தையா. “இது ஒரு தொடக்கம் தான். இன்னும் காட்டமா வரணும்” என்று ஜிப்பாக்காரர் சொல்லிக் கொண்டிருந்தபோதே, புரோகிதர்கள் மந்திரம் சொல்லித் தொடர்ந்தார்கள். புது வேட்டியும் பட்டுப் புடவையுமாக இருந்த வயதான ஜோடியோடு எல்லோரும் புகைப்படம் எடுத்துக் கொண்டார்கள்.

“வேறே அவங்களை என்ன செய்ய முடியும்?” பெரியவர் கேட்க, ஒரு நிமிஷம் முழுக்க யோசித்து சிவத்தையா சொன்னார் “ஓர் ஓரமா அவங்க திசையிலே பார்த்து நின்னு காறித் துப்பலாம்.

வரும்போது அதான் செஞ்சேன்” பெரியவர் மண்டையோடு சிரிப்பது போல ஈறைக் காட்டிச் சிரித்தார். “சரி அது போதும் இப்போதைக்கு”. சிவத்தையா எழுந்து நின்றார்.

“இந்தாங்க, நூத்துப் பதினோரு ரூபா அட்வான்ஸ். அவனுங்க விரலை முறிக்கக் கிளம்பியிருந்தீங்கன்னா இதுவே ஆயிரத்து நூத்துப் பதினொண்ணு ஆகியிருக்கும்” அவர் சிவத்தையாவின் சட்டைப்பையில் திணித்துவிட்டுக் கூட்டத்தை நோக்கிப் போனார். அப்புறம் அவரைக் காணவில்லை. குனிந்து பார்த்துக்கொண்டார் சிவத்தையா. மொடமொடவென்று புது நோட்டுகள்.

“மாமா, போகலாம், வாங்க.” வாசலில் இருந்து ஜெயராஜ் கூப்பிட்டான். “வாசிச்சதுக்கு பணம்?” சிவத்தையா கையை அசைத்து சமிக்ஞை செய்தார். “போனால்தான் கிடைக்கும்” அவன் பதிலுக்கு கைகாட்டினான். “தாலி கட்டலியேடா?” சிவத்தையா திரும்பி மேடையைப் பார்க்க, செண்டை சத்தம் மேலோங்கி வந்தது. மாலையோடு இருந்த முதிய தம்பதி எங்கே?

யார் கண்டார்கள். அந்தக் கிறுக்கு பிடித்த ஜிப்பாக் கிழவரோடு வியாபாரம் பேசிக் கொண்டிருந்தபோது தாலி கட்டியிருக்கலாம். சோ ஃ பாவோடு அந்த ஜோடியை அப்படியே பெட்ரூமுக்குச் சுமந்து கொண்டு போயிருக்கலாம்.

இல்லை, அவர்களும் கழுத்தில் மாலையோடு சேர்ந்து ஆடிக் கொண்டிருந்தார்கள். ஜெயராஜ் முன்னால் நடக்க, நாகசுரமும் ஒத்தும் தோளுக்கு ஒன்றாகத் தாழ புகையிலை அதக்கியபடி ஒத்துக்காரர் பின்னால் போனார். தவுலைத் தூக்கிக் கொண்டு தளர்ந்து போய் நடந்தார் சிவத்தையா.

முன்னால் போனவர்கள் எங்கே போனார்கள் என்று தெரியாமல், நீண்டு போன பாதையில் நடந்து போனார் அவர். இன்னும் பிடிவாதமாக விடியற்காலை தான். முன்பனிக் காலத்து மெல்லிய குளிர்த் திரை படிந்து விலகிக் கொண்டிருந்தது. தெருவில் சைக்கிள்கள் ஒன்றிரண்டாக மணியடித்துப் போக, எதிரே வந்த டெம்போவுக்கு வழிவிட்டு ஒதுங்கினார்.

சட்டென்று சத்தம் கேட்க நின்றார். கொஞ்சம் கொஞ்சமாக அதிகமாகி இடம் முழுக்கச் சூழ்ந்து நின்றது செண்டை மேளச் சத்தம். பந்தல் போட்ட கட்டடத்தின் முன் நின்று வாசிக்கிற

இளைஞர்கள் சிவத்தையாவைப் பார்த்துக் கண்ணால் சிரித்தபடியே வாசித்தார்கள். இவர்களை எங்கே பார்த்தோம்? சிவத்தய்யா யோசித்தார். இவர்கள்தானே அங்கே, அந்த வீட்டில் வாசித்து ஓய்ந்து, உண்டு, குடித்து, நின்று, மறுபடி வாசிக்கிறவர்கள்! வாயில் ஊறிய எச்சிலை எங்கும் துப்பாமல் ஜாக்கிரதையாக முழுங்கினார்.

மண்டப வாசலில் ஒத்துக்காரர், 'அண்ணே, ரொம்ப லேட் பண்ணிட்டீங்க' என்று பதறினார். அவரைப் பிடித்து இழுத்துக் கூட்டிப் போகாத குறையாக உள்ளே நடத்திப் போக, அதே புரோகிதர்கள். அக்னி வளர்க்கும் மேடையில் அவர்களின் வியர்த்த முதுகுக்குப் பின் நாகசுரத்தோடு ஜெயராஜ். புதுசாக, மறுபடியும் புதுசாக அவன் வாதாபி கணபதிம் வாசிக்க ஆரம்பிக்கிறான். புதுசாக அபசுவரம். சற்று நிறுத்தி, 'தூங்கிட்டீங்களா அண்ணே? நாங்க சேத்துப்பட்டுலே காத்துட்டிருந்துட்டு நேரமாயிடுச்சுன்னு ரயில் பிடிச்சு..." அவன் முடிப்பதற்கு முன் செண்டை கொட்டி முழக்க ஆணும் பெண்ணும் ஆடுகிறார்கள். அவர்களை சிவத்தையா ஏற்கனவே சந்தித்திருக்கிறார். 'நாட்டாமை நடையை மாத்து'. அதே மாமி சொல்கிறாள். நடை மாற அவர்கள் எல்லோரும் அசைந்து ஆடுகிறார்கள். மேடையில் சோஃபாவில் அதே வயதானவரும் முதியவளும் பூமாலைகளோடு உட்கார்ந்திருக்கிறார்கள்.

"எங்கப்பா அந்தக் காலத்துலே மிருதங்க மேஸ்ட்ரோ" சோபா பெரியவர் யாருக்கோ மேடையில் வைத்திருந்த புகைப்படத்தைக் காட்டினார். சிவத்தையா அந்தப் படத்தைப் பார்த்தார். ஜிப்பாக்காரர் நடுநாயகமாக உட்கார்ந்து சிரிக்கும் படம். கூட்டத்தில் அவரைக் காணோம்.

சிவத்தையா சட்டைப் பையில் பார்த்தார். வெறுமையாக இருந்தது. தவிலைக் கொட்டி முழக்கி ஜெயராஜோடு வாசிக்க ஆரம்பித்தார் அவர். காப்பியோடு பையன் அவர்களை நோக்கித்தான் வந்து கொண்டிருந்தான்.

மாது என்றொரு மானுடன்

நடுராத்திரி கழிந்து ராத்திரியா காலையா என்று தீர்மானிக்க முடியாத மூன்றே கால் மணிக்கு மாது வந்து சேர்ந்தான். எங்கள் அடுக்குமாடிக் குடியிருப்பில் இருக்கும் எல்லாக் குடித்தனங்களும் மட்டுமில்லாமல், அயல் குடித்தனங்கள், எதிரே ஆவி எழுப்பும் ஜெபக் கூடத்தில் சகோதரர் புன்னோஸ் வடக்கன், எலிசபெத் டெய்லர் தையல்கடைக்குள் தூங்கும் காஜா போடுகிற பையன் சமஷ்டி, தெருக்கோடி சைக்கிள்கடை சுந்தரேசக் குருக்கள் என்று எல்லோரையும் எழுப்பும் அளவு என் ப்ளாட் வாசல் கதவை ஓங்கித் தட்டி, நான் திறந்தபோது கதவோடு ஒட்டிக்கொண்டு நிற்கிறான்.

"திருச்சியிலே சாயந்திரம் வெங்காய தோசை தின்னுட்டு ஏறினேன். பஸ் இப்போதான் மெட்ராஸ் வந்து சேர்ந்து மாம்பலத்துலே இறக்கிவிட்டான். தோசை இன்னும் எதுக்களிக்கறதுடா, கொஞ்சம் ஜீராம் இருந்தா கொடேன், அப்படியே ஒரு டம்ளர் மூத்ரச் சூட்டுலே வெந்நீர்" செல்லமாகக் கையில் இடுக்கிய தோல்பையும் இன்னொரு கையில் ஒரு பிரம்மாண்டமான துணிப் பையுமாக எனக்கு முன்னால் நிற்கிறவனை உள்ளே வரச் சொன்னேன். அஞ்சறைப்பெட்டியிலிருந்து சீரகமும், இன்வர்ஷன் ஹீட்டரில் சுட வைத்த வென்னீரும் கொடுத்தேன். இனிமேல் நான் தூங்கினாற்போல தான்.

"நாளைக்கு டெக்ஸ்டைல் கஸ்டமர் கான்பரன்ஸ். ஜெயின் லெட்டர் போட்டுக் கூப்பிட்டிருக்கான்" சொல்லியபடி அவன் தோல்பையைத் திறந்து தேட, நான் அவசரமாகக் கையமர்த்தி,

விடிந்ததும் பார்க்கலாம் என்றேன். வாசல் அறையில் டிவியை ஓரமாக நகர்த்திவிட்டு நாற்காலிகளை ஒன்றன்மேல் ஒன்றாக ஆடி மாதத்தில் கல்யாண மண்டபம் போல அடுக்கிவிட்டு, பாயைப் போட்டு அவனைப் படுக்கச் சொன்னேன். "நாளைக்கு இல்லே கான்பரன்ஸ், ராத்திரி பனிரெண்டு மணிக்கு மேலே ஆச்சே, இன்னிக்குத்தான் அது" எனக்கு உப்புப்பெறாத உண்மைத் தகவலைச் சொல்லியபடி தூங்கிவிட்டான்

தூக்கம் வரவில்லை. புதுசாக வரக்கூடிய கஸ்டமர்களைச் சந்தித்து நம் மேல் ஈர்ப்பு இன்னும் அதிகம் வரவைக்கப் பேசி வென்று வா என்று ஆபீசில் கைகாட்டி இருக்கிறார்கள். அடுத்த வாரம் பெட்டியைத் தூக்கிக்கொண்டு கிளம்ப வேணும். ப்ராங்க்பர்ட், லண்டன், பாரீஸ் என்று மூன்று நகரம். முப்பது நாள் பயணம். எல்லாம் சரியாக வந்தால்,. ரெட்டைக் குடித்தனம் இல்லாமல் குடும்பம் முழுவதும் ஐரோப்பாவுக்கே குடிமாறலாம்.

பாண்டிச்சேரியில் வீடும் சென்னையில் உத்தியோகமுமாக என்னைப் போல் இருப்பதில் ஒரு சிறிய சங்கடம் 'இதோ நாலே மணி நேரத்தில் போய்ச் சேரும் தொலைவில் நம்ம ஊர். குடும்பம் அங்கேயே சௌகரியமாக இருக்கட்டும். நாம் வெள்ளிக்கிழமை சாயந்திரமானால் காரோ, பஸ்ஸோ ஏறி பாண்டி. ரெண்டு நாள் ஹாயாக வீடு. திங்கள் அதிகாலை திரும்ப சென்னை' இப்படிப் பழகிப் போவதால், சென்னையில் ஃப்ளாட் பெரும்பாலும் நாம் மட்டும் ஒற்றையனாகத் தங்கியிருக்க மட்டுமாக இருக்கும். பிரச்சினை அங்கே தான் ஆரம்பிக்கிறது. நெருங்கிய உறவு, தூரத்து உறவு, நட்பு, நட்பின் நட்பு என்று சகலரும் உரிமை கொண்டாடி எங்கெங்கிருந்தோ புறப்பட்டு வந்து குறைந்தது இரண்டு நாளாவது நம் வீட்டில் தாவளம் அடித்துத் தங்கிப் போவதை வழக்கமாகக் கொள்வதைப் பொறுத்துக்கொள்ள வேண்டிப் போகும். அதுவும் இந்த மாது மாதிரி ஃபேமிலி ட்ரீ போட்டால் அதன் ஈசான மூலையில் வேறேதோ கொடி படர்ந்தமாதிரி உறவு இருக்கப்பட்டவர்கள் சுவாதீனமாக ராத்திரி மூன்று மணிக்குக் கதவைத் தட்டி வந்து சேர்வார்கள்.

விடிந்து எழுந்தபோது சுடச்சுட காப்பி கலந்து கொண்டு வந்தான் மாது. அவனது வரவின் ஓர் நன்மை அது. என்ன கான்பரன்ஸ், எங்கே நடக்குது என்று சம்பிரதாயமான, பதிலைப் பெரியதாக

எதிர்பார்க்காத கேள்விகளோடு நான் நியூஸ்பேப்பரைப் பிரிக்க, "அப்பளம் வடம் தயாரிப்பாளர்கள் கான்பரன்ஸ்" என்றான் மாது. "நீ டெக்ஸ்டைல் கான்பரன்ஸ் என்று விடிகாலை வந்தபோது சொன்னாயே?" என்று கேட்டேன். "ரெண்டும்தான்" என்றான் அவன்.

ரிலையன்ஸும் ரேமண்ட்ஸும் ஆனையடி அப்பளம் தயாரிக்கும் சாத்தியம் பற்றி யோசித்தபடி குளிக்கப் போனேன். வந்தபோது என் டை ஒன்றை பனியனுக்கு மேலே சினிமாப் பட ஜூனியர்மோஸ்ட் வில்லன் போல கழுத்தில் நாலைந்து சுருக்கு விழக் கட்டியபடி நிலைக்கண்ணாடி முன் நின்று கொண்டிருந்தான் மாது. "டை கட்டிப் போனால்தான் கான்பரன்ஸ்களிலே கவுரவமா நடத்துவாங்க" என்றபடி கழுத்துச் சுருக்கை இன்னும் இறுக்க, அந்த நீலக்கலர் சைனீஸ் டை டர்ரென்று கிழிந்தது.

"மன்னிச்சுக்கோ, வேறே டை பருத்தியிலே இருந்தாக் கொடு" என்றான் மாது. நான் இன்னொரு வெளிர்நீல சைனீஸ் டையை ஜாக்கிரதையாக டபிள் நாட் போட்டு அணிந்து அப்படியே கழற்றி மாதுவிடம் கொடுத்தேன். சுருக்கை இறுக்கவும், அவிழ்க்காமல் தளர்த்தவும் மட்டும் சொல்லிக்கொடுத்தேன். அந்த டையை இன்னும் இருபது வருஷம் அப்படியே கட்டிப் போகலாம் என்றான் மாது. அவனுடைய ஜீன்ஸ் பேண்ட்டோடு டை சரிப்பட்டு வராது என்று தெரிந்து, என் பேண்ட் ஒன்றைக் கீழே மடக்கிவிட்டு உடுத்தக் கொடுத்தேன். புது முழுக்கை வெள்ளைச் சட்டையும் அதே போல. ஷூ மட்டும் என்னிடம் அதிகமாக இல்லாததால், போட்டு வந்த செருப்போடுதான் அவன் போக வேண்டிய சூழ்நிலை.

"பரவாயில்லே, அங்கே ஷூ, சாக்ஸ் எல்லாம் பிரசெண்ட் பண்ண சாத்தியம் இருக்கு" என்றான் மாது. என்ன மாதிரி கான்பரன்ஸ் அது என்று குழப்பம்தான் அதிகமானது. வாயைத் திறந்து கேட்டே விட்டேன் மாதுவிடம்.

"அது ஒண்ணுமில்லே. டெக்ஸ்டைல் கான்பரன்ஸ் அந்த ஃபைவ் ஸ்டார் ஓட்டல்லே ஒரு ஹால்லே நடக்கறது. அப்பளம் உற்பத்தியாளர் சந்திப்பு அதே ஓட்டல்லே வேறே ஒரு ஹால்லே நடக்குது. அப்பளக்காரங்க டிபன் தருவாங்க, டெக்ஸ்டைல்வாலா சோறு போடுவாங்க. அங்கேயும் இங்கேயும் நடந்துட்டிருந்தா

ரெண்டு இடத்திலேயும் இலவசமா யானை, குதிரைகூட கிடைக்கலாம். ஷூ என்ன பெரிய விஷயமா?" சொல்லியபடி வெற்றிப் பார்வை பார்த்தான் மாது.

நானும் டை கட்டிப் போய் கம்ப்யூட்டர் கம்பெனியில் வேலை பார்த்து, பிஸ்கட் விழுந்து தற்கொலை செய்து கொண்ட டீ பருகி, ஒரே தட்டில் கோழி மாமிசமும், பருப்புருண்டைக் குழம்பும், ஜாங்கிரியும் நிறைத்து வந்து நின்றபடியே சாப்பிட்டு கம்ப்யூட்டர் கான்பரன்ஸ்கள் ஏகதேசம் ஆயிரம் போய் வந்திருக்கிறேன். எங்கேயும் எனக்குக் கிழிந்த சாக்ஸ்கூட வரவு இல்லை.

"இந்தா, உனக்குத்தான் வாங்கினேன், கொடுக்க மறந்து போச்சு" என்று ஒரு சின்னஞ்சிறிய பிஸ்கெட் பாக்கெட்டை எனக்கு அன்பளித்து, பஸ்ஸுக்குச் சில்லறையாக ஐநூறு ரூபாய் வாங்கிக் கொண்டு புறப்பட்டான் மாது.

ஆபீஸில் நுழையும்போதே ஓய்வான தினம் என்று புத்தியில் பட்டுவிட்டது. எப்படி என்றெல்லாம் கேட்கக்கூடாது. சில நாள் இந்த மாதிரியான கண்டுபிடிப்புகளுக்கான சமிக்ஞைகள் காற்றிலேயே கலந்திருக்கும். முக்கியமாக கஸ்டமர்களின் ஸ்தலங்களில் விடுமுறை தினம் என்றால் இந்த நிம்மதி கியாரண்டியாகக் கிடைக்கும். இல்லாமலும் சிலநாள் ஏற்படலாம். கஸ்டமர் ஆபீஸில் எல்லோரும் அவ்வப்போது கான்பரன்ஸ் எதற்காவது போகலாம். அந்தத் தினங்களும் சுபயோக நாட்களே.

"இன்னிக்கு பிக் டேடா கான்பரன்ஸுக்கு இன்வைட் வந்திருக்கு. நான் போகலாம்னு நினைச்சேன். மதியம் புட்பால் போறேன். நீ கான்ப்ரன்ஸ் போ" என்றார் என் தலைவர். நிச்சயம் இன்றைக்கு ஓய்வான தினம்தான்.

"டை கட்டிப் போ. சாப்பாடு எல்லாம் தடபுடலா இருக்கும்" என்று சம்பந்தா சம்பந்தமில்லாமல் சொல்லி, கையை மடக்கி வாயில் வைத்து, "பிரஞ்ச் ஒயின் ஆறா ஓடும்" என்று கொஞ்சம் அசூயையோடு பார்த்துக் கடந்து போனார்.

என் மேஜைக்குள்ளே எப்போதும் நாலைந்து டை வைத்திருப்பேன். இன்றைக்குப் பார்த்தால் அதில் ஒன்றே ஒன்றுதான் மஞ்சள் நிறத்தில் ஏக வித்தியாசமாக முழித்துப் பார்த்தது. மற்ற டைகளை கஸ்டமர் விசிட், ப்ராஸ்பெக்ட் விசிட் என்று யார்யாரோ இரவல்

வாங்கிப் போய்த் திரும்பத் தரவே இல்லை. எங்கள் பாஸூம் இப்படிக் கடன்பட்டார் பட்டியலில் உண்டு.

மஞ்சள் டையும், பாஸிடம் கடன் வாங்கிய பிளேசருமாக நான் கம்பெனி ஏற்பாடு செய்து கொடுத்த சொகுசு காரில் கான்பரன்ஸ் நடக்கும் இடத்துக்குப் புறப்பட்டேன். எங்கே என்று கூடப் பார்க்காமல் அலுப்போடு இன்விடேஷனை டிரைவரிடம் கொடுத்துவிட்டுச் சிறுதுயில். அரைமணி நேரத்தில் போய்ச் சேர்ந்தாகி விட்டது. கீழே பிக் டேடா கான்பரன்ஸ் பெயர் பார்த்து எத்தனையாவது மாடி என்று தெரிய வந்தது. லிப்டில் புகுந்தேன்.

“வாய்யா ஜேம்சு” பழக்கமான குரல். திகைத்துப் போய்ப் பார்த்தேன். மாது.

“ஏன்பா, நீயும் இங்கேதான் வரேன்னு சொல்லியிருந்தா சேர்ந்தே வந்திருக்கலாமே...” என்றான் சகஜ பாவமும் குற்றம் சாட்டும் தொனியுமாக.

“இது டெக்னிகல், வேறே சமாச்சாரம்” என்றேன் லிப்ட் நிற்பதை எதிர்பார்த்து.

“கான்ப்ரன்ஸ்னு வந்தா எல்லாம் ஒண்ணுதான். குடி. தீனி. இலவச வஸ்துகள்.”

தொழில்நுட்பம் துப்பி, எடுத்து மேலே பூசிக்கொண்டு, தலையில் தேய்த்து, லோட்டாவில் பிடித்துக் குடித்து டெக்னிகல் லகரி ஏறி எல்லோரும் நடமாடும் பிக் டேடா கான்பரன்ஸ் எங்கே, சாத்வீகமான அப்பளம் வடம் வத்தல் எங்கே..

நான் நாலாவது மாடியில் இறங்க, மாதுவும் என்னோடு ஒட்டிக்கொண்டு லிப்ட் வெளியே வந்தான். “சொன்னேனே, அது டெக்னிகல் கான்பரன்ஸ். அங்கே எல்லாம் கூப்பிடாம போக முடியாது. உள்ளே வர்றவங்களை பரீட்சை செஞ்சு பார்த்துத்தான் அனுமதிப்பாங்க” என்று அவனுக்கு சாம, பேத, தான, தண்டம் என்று அனைத்தையும் குழைத்து பயமுறுத்திப் பார்த்தேன்.

“எனக்கெதுக்கு உங்க கான்பரன்ஸ்? டெக்ஸ்டைல் கான்பரன்ஸ் இந்த மாடிதான். அங்கே போயிட்டிருக்கேன். செட்டிநாடு சைவம் டிபனாம்”.

அவன் திரும்பிப் பார்த்து, “ஏன் இத்தனை கேவலமா மந்திரித்து

விட்ட ஆடு மாதிரி கழுத்திலே மஞ்சத் துணியைக் கட்டிட்டிருக்கே?" என்று என் டையை இகழ்ந்து விட்டு, தன், தன் என்ன, என், வெளிர்நீல டையை பெருமையோடு பார்த்தபடி நகர்ந்தான்,

கான்பரன்ஸ் ஹால் உள்ளே ஒரு சுந்தரிப் பெண்குட்டி புன்சிரிப்புப் பொழிந்தபடி எதிர்ப்பட்டாள். அவள் எதிர்பார்த்ததைக் கொடுத்தால் கண்ணால் நன்றி சொல்லி உள்ளே விடுவாள். எடுக்கக் கையை என் பாக்கெட்டில் விட்டபோதுதான் உறைத்தது. என் பிசினஸ் கார்ட் எடுத்து வரவில்லை. சிரிப்போடு இன்னொரு சிரிப்பு சுந்தரியைக் கூட்டி வந்தாள் அவள். அவள் போய் இன்னொரு சிரிப்பு மத்ய வயசான அம்மாவைக் கூட்டி வந்தாள். அவள் சிரித்தபடி போய் ஒரு வழுக்கைத் தலையரோடு வர, அவர் என் பக்கத்தில் வந்து முகர்ந்து பார்த்துவிட்டு உள்ளே வரச் சொன்னார்.

"ஒரு கடி ப்ளீஸ்", அலாஸ்கா குளிர்பிரதேசம் போல் கனமான பனிக் கோட்டோடு நின்றவர் நீட்டிய பிஸ்கட் ட்ரேயில் இருந்து ஒரு விள்ளல் எடுத்தபடி உள்ளே பார்த்தேன். கொறிக்காமல் மெல்ல மென்று சாப்பிட ஆகாரம் எங்கே என்று கண்கள் தேட, "கான்பரன்ஸ் ஆரம்பமாகிறது" என்று உள்ளே துரத்தினார் துருவக் கரடி. அப்பளம் வடாம் கான்பரன்ஸுக்குப் போய் வயிறு நிறையக் கொட்டிக் கொண்டிருக்கும் மாதுவை நினைத்தேன்.

பிக் டேடா அனலடிக்ஸ் என்று தொடங்கி ஒரு வெள்ளைக்காரர் மூச்சுவிடாமல் பேச, தூக்கம் எங்கே எங்கே என்று வந்தது. சின்ன ப்ளாஸ்கில் வைத்த காப்பியை ஒரு மடக்கு சீப்பிக் குடிக்கச் சுவர்க்கம் தெரிந்தது. 'வால்யூம், வெலாசிடி, வெரைட்டி' என்று பிரஞ்சுப் புரட்சியைப் பிரகடனம் செய்த வால்டேர் போல விரல் நீட்டி முழங்கிய துரை ஒரு வினாடி தயங்க வாசல் கதவு திறந்து ஒரு தலை தட்டுப்பட்டது. மாது தான்.

வாசலில் இருந்து கையைக் காட்டி வாவா என்று என்னை அவன் கூப்பிட, வாசலை ஒட்டிய நாற்காலியில் இருந்த தாட்டியான அம்மையார் அவனிடம் தகவல் பெற்று என் பக்கம் நடந்து வந்து மாது அழைப்பதைத் தெரியப்படுத்தினார். இன்னும் அதிகம் யாரும் படுத்தாமலிருக்க நானே வாசலுக்குப் போனபோது வெள்ளைக்காரன் டிஸ்ரப்டிவ் காம்படீஷன் என்றபடி என்னைப் பார்த்துத் தீவிழி விழித்ததைத் தவிர்த்தேன்.

"ஏன் மீட்டிங் நடுவிலே வந்து கூப்பிடறே?" நான் சன்னமான

குரலில் படபடத்ததைக் கண்டுகொள்ளாமல் மாது இப்படியும் அப்படியும் அரை வட்டம் சுழல அவன் காலைப் பார்த்தேன். என்ன ஆச்சரியம். புத்தம் புதிய ஸ்போர்ட்ஸ் ஷூ மாட்டியிருந்தான் அவன். அந்தக் கம்பீரத்துக்கு முன் என் கறுப்பு ஷூ பாலீஷ் இன்றி வெளுத்து அங்கங்கே அழுக்கு அப்பி பரிதாபமாக இருந்தது. இது யார் உபயம் என்று தெரியவில்லை. தெரிந்துகொள்ளாவிட்டால் தலை வெடித்துவிடக்கூடும் எனக்கு. கேட்டுவிட்டேன்.

“டெக்ஸ்டைல் கான்பரன்ஸில் டீ ஷர்ட் அறிமுகப்படுத்தப் போறதை ஒரு பார்ட்டி பேசினார். அவங்க தொடர்ந்து ஸ்போர்ட்ஸ் ஷூவும் அறிமுகப்படுத்தறாங்களாம். சாம்பிள் ஷூ கொண்டு வந்திருக்கார். எல்லாம் இதுபோல படா படா சைஸ். எனக்கு உடனே கொடுத்துட்டார். இன்னும் இருக்கு. நம்ம உறவிலே எல்லாருமே பெரிய திருவடிதானே. உன் ஷூ சைஸ் என்ன?”

நான் சொல்லிவிட்டு உள்ளே போகும் முன் தடுத்து நிறுத்தி “சாப்பிட்டியா?” என்றான். “எங்கே, அரை பிஸ்கட்டும் ஒரு ப்ளாஸ்க் காப்பியுமா ஒப்பேத்திட்டிருக்கேன்” என்று சலித்துக்கொண்டபடி உள்ளே போனேன். வெள்ளைக்காரர் பேசி முடித்துக் கேள்விகளை எதிர்கொண்டிருந்தார். இந்த மாதிரி கான்பரன்ஸுகளில் துறுதுறுவென்று ஏதாவது சம்பந்தமாகக் கேள்வி கேட்டு புத்திசாலி என்று நிரூபித்துக் கொள்ளும் சிலரைப் பார்க்கலாம். அவர்கள் மேதாவிலாசத்தில் மயங்கி அங்கே வந்திருக்கும் நிர்வாகிகள் யாராவது அங்கேயே அப்பாயிண்ட்மெண்ட் ஆர்டர் அடித்துக் கொடுத்து விடுவார்கள் என்ற அசட்டு நம்பிக்கைதான் இந்த முந்திரிக்கொட்டைத் தனத்துக்குத் தூண்டுகோல். ஆனாலும் இவர்கள் தூங்கா நகரவாசிகள். ஹாலிவுட் சினிமா பார்க்கிற சுவாரசியத்தோடு பிக் டேடா அனலடிக்ஸை அணுகுகிறவர்கள். வெள்ளைக்காரர் மிகையாக ஆச்சரியம் தெரிவித்தபடி ஏதோ விளக்க அடுத்த பேச்சாளர் தியேட்டர் கழிவறையில் தொடர்ந்து அரை மணி நேரமாக மூத்திரம் போகிறவனுக்குப் பின்னால் பொறுமையின்றிக் கால் மாற்றி மாற்றி நிற்கிறவன் போல் டென்ஷனோடு நின்று கொண்டிருந்தார்.

அவர் “நான் ஒரே ஒரு விஷயம் மட்டும் சுருக்கமாகச் சொல்றேன்” என்று பேச ஆரம்பிக்க நானும் ஒரு சேஞ்சுக்காகக் காது கொடுத்துக் கேட்க ஆரம்பித்தேன். வாசல் கதவு திறக்க பயத்தோடு நோக்கினேன்.

மாது இல்லை.

பேசிய இரண்டு சான்றோர் பெருமக்களும் கலந்துரையாடி மகிழ்ந்ததும், காப்பி நேரம் என்று அறிவித்தார்கள். ஹால் ஓரமாக காப்பி குடித்துக் கொண்டிருந்தபோது “இந்தா, இதைப் புட்டுப் போட்டுக்கோ. அப்புறம் காப்பி குடிக்கலாம்”. திரும்பிப் பார்க்கக் கொடை வள்ளல் போல், பச்சை கலர் வாழை இலை டிசைன் ப்ளாஸ்டிக் தட்டில் பலகாரத்தோடு மாது.

அவனை அப்படியே தள்ளிக்கொண்டு ஓரமாகப் போனேன். ஸ்லைஸ்டு அண்ட் டைஸ்டு டேடா என்று விட்ட குறை தொட்ட குறையாக டாய்லெட்டுக்குப் போனவரைத் தடுத்து நிறுத்தி யாரோ சித்திரவதை செய்து கொண்டிருந்தார்கள். சுவரைப் பார்த்தபடி நின்று தட்டில் இருந்து வாரி விழுங்கினேன். “இதை எதுக்கு இவ்வளவு தூரம் எடுத்துட்டு வந்தே?” ஒப்புக்குக் கேட்டேன் என்று மாதுவுக்குத் தெரிந்திருக்கும். அதனால் என்ன?

“நான் இன்னும் நாலு இட்லி தின்னுட்டு உனக்கும் எடுத்துண்டு வந்தேன். இது சௌகரியமா இருக்கற நேரம். அதாம்பா, கம்பர்ட் ப்ரேக்.”

“கம்பர்ட் ப்ரேக்னா டாய்லெட் போறது மாதிரியான காரியத்துக்காக” நான் சொல்வதை மாது பொருட்படுத்தவில்லை. “உனக்கு ஷூ கிடைச்சாச்சு. அடுத்த கம்பர்ட் ப்ரேக்லே, வந்துதுன்னா கம்பர்டபிளா டபிள்ஸ் போய்ட்டு, ஷூ எடுத்து வரேன்” பதிலை எதிர்பார்க்காமல் அவன் வெளியே நடந்தான்.

பிக் டேடா ஸ்ட்ரக்சர் நார்மலைசேஷன் என்ற கடமுடா தலைப்பில் ரொம்ப அழகான ஒரு யுவதி, சதா கைக்குட்டையால் மூக்குக்குக் கீழே வியர்வையைத் துடைத்துக் கொண்டு பேசினதை உன்னிப்பாகக் கவனித்தேன். மொபைல் சத்தமின்றி அதிர, ஆபீஸ். எடுத்துக் கண்ணை இடுக்கிக் கொண்டு வாசிக்க, “ஐரோப்பா புது கஸ்டமர்கள் அவர்களே வருவதாக இருப்பதால், நீ எங்கேயும் போக வேண்டாம்” அதிரடி தகவல் அது.

வெறுத்துப்போய் வாசலுக்கு வந்தபோது டை கட்டின நாலு கனவான்கள் அவசரமாக வழி மறித்தார்கள். “மன்னிக்கணும். இன்றைக்குப் பகல் விருந்து தவிர்க்க முடியாத காரணத்தால் நடைபெறாது. அடுத்த மாதம் எட்டாம் தேதி வேறு பைவ் ஸ்டார்

ஓட்டலில் ராத்திரி விருந்து ஏற்பாடு செய்யப்படுகிறது. உங்கள் பிசினஸ் கார்டை இந்தக் கோப்பையில் போட்டுப் போனால் காலகிரமத்தில் அழைப்பு அனுப்பப்படும். மீண்டும் வருந்துகிறோம்.”

போய்யா நீயும் ஆச்சு, சாப்பாடும் ஆச்சு என்று இரண்டு கையும் தூக்கி ‘இட்ஸ் ஆல்ரைட்’ என்று காட்டியபடி மாடிப்படிப் பக்கம் வந்தேன்.

“டெக்னிக்கல் கான்பரன்ஸ் இப்படித்தான் பொசுக் பொசுக்குனு முடிஞ்சுடுமா?” மாது தான். கையில் பெரிய பை ஒன்றை வைத்திருந்தான்.

“உனக்குத்தான்பா. ஸ்போர்ட்ஸ் ஷூ. வீட்டுலே போய் போட்டுப் பாரு”. நான் நிஜமாகவே நன்றி சொல்லி பையை வாங்கிக் கொண்டேன். “எப்போ வருவே” என்று கேட்டேன்.

“அப்பளம் டீலர்களுக்காக ஒரு லாட்டரி குலுக்கிப் போட்டாங்க. எனக்கு பம்பர் அடிச்சிருக்கு. லண்டன், பாரீஸ் டூர் தான் ப்ரைஸ். ஏற்பாடு எல்லாம் பண்ணிட்டு இன்னொரு ப்ரண்டை பார்க்கப் போறேன்.ராத்திரி வரேன்.”

அவன் கையைக் குலுக்கிவிட்டு வந்தேன். என கையிலும் அப்பளம், வத்தல், வடாம் வாசம் தூக்கலாக வந்துகொண்டிருந்ததாகத் தோன்றியது.

மயில் மார்க் குடைகள்

எட்டு மணிக்கே வந்தாகி விட்டது. ரிகார்டிங்க் ஸ்டூடியோ என்று விலாசம் கொடுத்திருந்தாலும் அது குடியிருக்கும் வீட்டில் திரை போட்டு மறைத்த, சுவரில் பஞ்சு ஒட்டிய அறைதான். மரத்தடுப்புக்கு அப்பால் பழைய க்ரண்டிக் ஸ்பூல் டேப் ரெக்கார்டரை நடுநாயகமாக வைத்து ஒரு மேஜை இருந்தது. துருப்பிடித்த மைக் ஒன்று தடுப்புக்கு இப்பக்கம் தரையில் நின்றது. மூடி வைத்த ஜன்னல் விளிம்பில் பழைய தெலுங்கு செய்தித்தாள் தூசி படிந்து அடுக்கியிருந்தது. சத்தம் எழுப்பிக்கொண்டு ஒரு ஃபேன் வெப்பத்தைப் பரத்திச் சுழன்றது. ரிகார்டிங்கின்போது அதை நிறுத்திவிடுவதாக இருக்கும்.

திரை அசைந்தது. பின்னால் இருந்து நைட்டி அணிந்து மேலே பச்சைத் துண்டு போர்த்திய ஒரு பெண் எட்டிப் பார்த்து, "இருக்கச் சொன்னார்" என்றாள். பார்கவி தலையாட்டினாள்.

"வாங்க, குருநாதன் அனுப்பிச்சாரா?"

திரையை விலக்கிக் கொண்டு வந்தவன் கட்டை குட்டையாக, இடுப்பில் நிஜாரும் மேலே ஈரமான குற்றாலத் துண்டுமாகத் தலை கலைந்து இருந்தான். சந்தன சோப் வாடை அவனிடமிருந்து அறை எங்கும் சூழ்ந்தது. குருநாதன்தான் அனுப்பி வைத்ததாகச் சொன்னாள் பார்கவி. மேலெழுந்து வந்த இருமலை ஜாக்கிரதையாக அடக்கிக் கொண்டாள் அவள்.

"வயலின்காரருக்குச் சொல்லியிருக்கேன். வந்துடுவாரு. கொஞ்சம் வெயிட் பண்ணுங்க. சுடுதண்ணி தரச் சொல்லட்டா?"

அவன் தலையத் துவட்டியபடி கேட்க, "வேணாம் சார்" என்றாள். சார் என்று சொல்லக் கேட்டு, பார்கவி எதிர்பார்த்தபடி அவன் முகம் மலர்ந்தது. "சாயா எடுக்கச் சொல்லட்டா" அவன் திரைக்கு அந்தப் பக்க உலகத்தைக் கை சுண்டியபடி கேட்க, வேண்டாம் என்று மறுபடி புன்னகையோடு தலையசைத்தாள் பார்கவி. குரல் கரகரவென்று பிசிறுதட்டினாற்போல் தோன்றவே, பைரவி ராக ஸ்வரஜதியை மெல்லிய குரலில் பாடிப் பார்த்தாள். தொண்டை சரியாகவுமாச்சு, எதிரிலே நிற்கிறவனுக்கு தான் பாடத் தெரிந்தவள் என்று காட்டியதுமாச்சு.

பார்கவி பாடிக்கொண்டிருந்தபோது உள்ளே இருந்து இடுப்பில் துணி ஏதுமின்றி ஓடிவந்த ஒரு இரண்டு வயசுப் பெண் குழந்தை ஓவென்று சத்தம் போட்டுத் தரையில் எதையோ விட்டெறிந்தது. பாதி சாப்பிட்ட பொம்மை பிஸ்கட் அது. பார்கவி நாற்காலியில் இருந்து மறுபடி எழுந்து குனிந்து அந்த பிஸ்கட்டை எடுத்தாள். யானை உருவத்தில் செய்து தும்பிக்கைவரை சாப்பிடப்பட்ட அதை பத்திரமாகக் குழந்தையிடம் நீட்டினாள். அது பயத்தோடு வாங்கிக் கொண்டு பிக்கி என்றபோது, ஆமாம் என்று தலையாட்டினாள் பார்கவி. நைட்டிப் பெண் உள்ளே வந்து புன்னகையோடு குழந்தையை அள்ளிக் கொண்டாள். அவள் மேலே போர்த்தியிருந்த துண்டைத்தான் தலை துவட்டக் கொடுத்திருப்பாள் போல.

"ரொம்ப அடம். அடுத்த வருஷம் ஸ்கூல்லே போட்டுட வேண்டியதுதான் இப்பவே எடுத்துக்கிட்டா நல்லா இருக்கும். மாட்டாங்களாமே."

அவள் சிநேகத்தோடு பார்கவியிடம் சொல்லிச் சிரித்தபடி தோளில் சுமந்த குழந்தையை முத்தமிட்டுக்கொண்டு திரும்பவும் உள்ளே போனாள்.

வாசலில் நிழல் தட்டியது. அரக்கு குர்த்தாவும் தழையத் தழையக் கட்டிய ஜரிகை மங்கின வேஷ்டியுமாக ஒருத்தர் சந்தேகத்தோடு சிரித்தார்.

"நீங்க பாடறவங்க இல்லியோ?"

பார்கவிக்கு சந்தோஷம். இன்னும் தன்னைப் பாடகியாகப் பார்க்க யாராவது இருக்கிற சந்தோஷம் அது.

"நான் அண்ணாஜி ராவ். வயலின், வேணு, வீணை."

அப்படியா என்று புருவம் உயர்த்தி ஆச்சரியப்பட்டாள் அவள். மயில் மார்க் குடை விளம்பரத்துக்கு முழுக் கச்சேரியே செய்ய வேண்டி வருமோ. அவளால் பத்து நிமிஷத்துக்கு மேல் ஸ்ருதி கலையாமல் பாட முடியாது. இருமல் வந்து விடும்.

“வாங்க, உக்காருங்க.”

பார்கவிக்கும், வந்த மனுஷருக்கும் பொதுவாகக் கைகூப்பியபடி திரை விலக்கி மறுபடி வந்தவன் ஜிப்பா அணிந்து கையில் தலைதுவட்டிய துண்டைப் பந்து போல் சுருட்டிப் பிடித்துக் கொண்டிருந்தான். அங்கே ஒரே ஒரு ப்ளாஸ்டிக் நாற்காலி மட்டும் தான் இருந்தது. அதில் உட்கார்ந்திருந்த பார்கவி சங்கடத்தோடு இன்னொரு முறை எழுந்தாள்.

திரைக்குப் பின்னால் இருந்து வந்தவன் வந்த சுருக்கில் உள்ளே போய் ஒரு பத்தமடைப் பாயோடு திரும்பினான். அதை விரித்தபோது உள்ளே இருந்து மார்க்கச்சை ஒன்று உருண்டதைக் காலால் எற்றிக் குனிந்த தலையோடு திரைக்குப் பின் தள்ளிவிட்டுச் சொன்னான்:

“ரெண்டே வரி ஸ்பாட் ஜாப்.”

“என்ன மாதிரி?”

வயலின்காரர்தான் கேட்டார் துடிப்பாக. பார்கவி அவருக்கு ஆதரவாக ஜிப்பாவாலாவை நோக்கினாள். அவன் பாயில் சம்மணம் கொட்டி உட்கார்ந்து பாடத் தொடங்கினான்.

“மயில் மார்க் குடைகளை வாங்கிப் பயன்படுத்துங்கள்.”

பேச லாயக்கான குரல் அது.

“இவ்வளவுதான், நீங்க ரெண்டு முறை பாடணும். கூடவே அவர் வயலின்லே வாசிக்கணும். மயில் மார்க்குனு ஆரம்பத்திலே மட்டும் வயலின் வரட்டும்.”

“இல்லே இல்லே முழுசும் நான் பக்கவாத்தியமா இருக்கேன். கேட்க நல்லா இருக்கும்.”

வயலின்காரர் சொன்னபடி பார்கவியைப் பார்க்க அவள் சும்மா சிரித்தாள். இந்த இரண்டு வரியைப் பாடத்தான் ஒரு எலக்ட்ரிக் ரயிலும், ரெண்டு டவுன் பஸ்ஸும் பிடித்து வந்திருக்கிறாள் அவள்.

“நீங்க ஒரு தடவை பாடுங்க.”

ஜிப்பாவாலா கேட்டுக்கொள்ள சின்னதாக சுவரம் இழுத்தாள் பார்கவி.

“இல்லே இதெல்லாம் வேணாம், ஸ்ட்ரெயிட்டா பாட்டுக்குப் போயிடுங்க.”

ஜிப்பா சொல்ல, வயலின்காரர் பதிலாகச் சொன்னார்.

“இப்படி ஆயத்தப்படுத்திக்கிட்டுதான் பாட முடியும். வயலினும் அப்படித்தான், ஒரு பிட் வாசிச்சுட்டு உள்ளாற போகணும்.”

“மயில் மார்க் குடைகளை வாங்கிப் பயன்படுத்துங்கள்.”

அவள் பாட, ஜிப்பா நிறுத்தச் சொன்னான்.

“கடைசியிலே படுத்துங்கன்னு தனியா வருது. அர்த்தம் தப்பாயிடும். மாத்திடலாம்.”

அப்படிச் சொன்னபடியே “மயில் மார்க் குடைகளை வாங்கி உப யோகியுங்கள்” என்று உப-வுக்கும் யோகியுங்கள்-என்பதற்கும் நடுவே இடைவெளி கொடுத்துப் பாடினான் ஜிப்பாவாலா.

அவன் பாடிய அதே மெட்டில் உற்சாகமாக வயலின்காரர் வாசிக்க, தன் வாழ்க்கையே மயில் மார்க் குடைகளில் இருப்பதாக உணர்ந்து, இருமலை அடக்கிக் கொண்டு குரல் உயர்த்திப் பாடினாள் பார்கவி.

“சரியா இருக்கும். பாட்டு ஆரம்பிச்சதும் வயலின் சேர்ந்துக்கிட்டா போதும். கொஞ்சம் தள்ளி உக்கார்ந்து வாசியுங்க.”

பார்கவிக்கு ஆசுவாசமாக இருந்தது. பாட்டுதான் முக்கியம் என்று புரிந்துகொள்ளப்பட்டதில் ஏற்பட்டது அது.

திரையை விலக்கி உள்ளே போனான் அவன்.

“வேலை ஆரம்பிக்கப்போவுது. யாரும் சத்தம் போடக்கூடாது.”

அவன் உரக்கச் சொல்ல பாப்பா கிக்கிக் என்றது. ஒரு கரண்டியோ பெரிய ஸ்பூனோ நங்க் என்று தரையில் விழுந்து அவசரமாக எடுக்கப்பட்டது. அவன் திரும்பினான்.

போகலாம் என்றான். ரெக்கார்டிங் போகச் சொல்வதாக உணர்ந்து பார்கவி, ‘மயில் மார்க் குடைகளை’ என்று உருக்கமான சஹானா

ராகத்தில் பாடும் முகபாவத்தோடு பாட, 'கெடக்கு விடுங்க' என்று வயலின் கூடவே நுழைந்தது.

படபடவென்று வாசலில் இருந்து சத்தம். சரியாக வந்திருக்க வேண்டியதை யாரோ வீட்டு வாசல் கதவைத் தட்டிக் கெடுத்துப் போட்டார்கள்.

"கூரியர் சர்வீஸ் வந்தாலும் வந்தது. நாள் முழுக்க டெலிவரிக்கு வந்துடறாங்க" அவன் போய்ப் பார்த்து வந்து சொன்னான். இது சந்தோஷப்படவேண்டிய விஷயமில்லையா? ஏன் அலுப்பு? பார்கவிக்குப் புரியவில்லை.

"நம்ம வீட்டுக்கு இல்லே, அடுத்த வீட்டுக்கு வந்திருக்கு."

அவன் திரையைப் பார்த்துச் சொன்னபடி கை காட்ட, காத்திருந்த பார்கவி, 'மயில் மார்க்' என்று பாடினாள்.

திடீரென்று டேப் ரிகார்டர் விளக்கு துடித்து மின்னி, ஒரேயடியாக அணைந்துபோனது. ஊய் என்று அலறிச் சுழற்சி நிறுத்தி ரிகார்டர் ஓய்ந்தது.

"போச்சு, கரண்ட் கட்."

அவன் சுவரை முஷ்டி மடக்கிக் குத்தியபடி அலுத்துக் கொண்டான். திரைக்கு அப்புறம் குழந்தை சிணுங்கியது.

"கரண்ட் போனா சாயந்திரத்துக்கு முந்தி திரும்பற பழக்கமே இல்லை."

திரை விலக்கி எட்டிப் பார்த்தவள் சொன்னாள். இனி ரெக்கார்டிங் இருக்காது.

வயலின்காரர் பெட்டியில் வாத்தியத்தை வைத்துக் கைக்குட்டையால் துடைத்து மூட, பார்கவி எழுந்து நின்று ரெக்கார்டரைப் பார்த்தாள். மேலே ரெக்சின் உரையை அந்த யந்திரத்துக்கு அணிவித்தபடி இருந்தவனிடம் தணிந்த குரலில் பேச ஆரம்பித்தாள் அவள். வாசலுக்கு நடந்த வயலின்காரரும் நின்றார். அவருக்கும் பேச வேண்டியிருந்தது.

"ஜிங்கிள் முடிச்சுக் கொடுத்தாத்தான் அவங்க பணம் தருவாங்க. இப்போதைக்கு ஐம்பது ரூபாதான் இருக்கு. உங்களுக்கு முப்பது, இவருக்கு இருபது தரேன். நாளைக்கு வந்து முடிச்சுக் கொடுத்துடுங்க".

வாசலில் செருப்புப் போட்டுக் கொள்ளும்போது குழந்தையோடு இருக்கும் பெண்ணிடம் சொல்லிக் கொண்டு கிளம்பியிருக்கலாம் என்று பார்கவிக்குத் தோன்றியது. மொபெட்டை வாசலுக்குக் குறுக்காக நிறுத்தி வைத்துக் கொண்டு வயலின்காரர் எதற்கோ காத்திருக்கிறார். பார்கவி திரும்ப உள்ளே போனால், வேறு ஏதோ சலுகை பெறப் போவதாக அவர் நினைக்கலாம்.

“ஃபேன் சுத்தலயா, பாப்பா எழுந்துடுச்சு. இப்பத்தான் தூங்க வச்சேன்.”

அந்தப் பெண் தான். வீறிட்டு அழும் குழந்தையை முதுகில் தட்டியபடி சுமந்து, வெளியே வந்து பார்கவிக்கு சிநேகமாகக் கையசைத்தாள். ஏதோ ஒரு விதத்தில் நிறைவாக இருந்தது பார்கவிக்கு. நாளைக்கு வரும்போது குழந்தைக்கு பொம்மை பிஸ்கட் வாங்கி வர வேண்டும்.

“அம்மா, மாடவீதி போறேன். நீங்க அந்தப் பக்கம் போறதுன்னா எறக்கி விட்டுடறேன்.”

வயலின்காரர் சொன்னார். பார்கவி புன்சிரித்தாள். எதிர்ப்படுகிற எல்லோரும் எப்போதும் அவள் தன்பாட்டுக்கு ஏதோ ஓரமாக மூச்சுவிட்டு ஜீவிப்பதை மல்லுக்கட்டி எதிர்த்து நிற்பவர்கள் இல்லை.

“இல்லே, நான் பஸ் ஸ்டாண்ட் பக்கம் போறேன். தேங்க்ஸ் சார்.”

அவள் சிரித்தபடி மறுத்துவிட்டு நடந்தாள். பார்கவி இதுவரை இரண்டு சக்கர வாகனம் எதிலும் பின்னால் உட்கார்ந்து வந்தது இல்லை. கால்தேய நடையும், நெரிசலோடு நகரும் பஸ்ஸுமாக அவள் நாட்கள் கடந்து போகின்றன.

போன வாரம்தான் இந்த பஸ் ஸ்டாண்டுக்கு வந்தாள் அவள். வெள்ளிக்கிழமையும் சரஸ்வதி பூஜையும் சேர்ந்து வந்த பொழுது அது. ஸ்கூல் டீச்சராக இருந்து பென்ஷன் வாங்குகிற பார்கவிக்கு அதுவும் மற்ற தினம் போலத்தான். வேலையில் இருந்தால் வேறு மாதிரியாக இருந்திருக்கலாம். மூன்று நாள் லீவு கிடைத்த பெரிய குழந்தைகளாக நகரமே உற்சாகமாக இயங்கிக் கொண்டிருந்தது அப்போது. இதோ இங்கே, கடைத்தெருவில் இந்த ஓரத்தில் தான் பூமாலை வாங்கியபடிக்கு பார்கவியிடம் பாட்டுச் சொல்லிக் கொண்ட பெண்ணும் அவள் அம்மாவும் அவளை நிறுத்தினார்கள். பள்ளிக்கூடத்தில் அவளிடம் படித்தவள் இல்லை அந்தப் பெண்.

ரிடையர் ஆனதும் பாட்டு ட்யூஷன் எடுத்தபோது அவள் வீட்டுக்குப் போய் பார்கவி சொல்லிக் கொடுத்தாள். பக்கத்தில்தான் வீடு.

ஏழு படியாகக் கொலு பொம்மைகளை நிறுத்தி வைத்திருந்த வீட்டுக் கூடத்தில்தான் முன்பெல்லாம் அந்தப் பெண்ணுக்கு பார்கவி பாட்டுச் சொல்லிக் கொடுத்தாள். அவளுக்கு அடுத்த மாதம் கல்யாணமாம். அகமதாபாத்தோடு போய்விடுவாளாம் அப்புறம்.

“அடுத்த நவராத்திரிக்கு நான் தனிதான்.”

அம்மா ஏக்கமும் சந்தோஷமுமாகச் சொல்லி பார்கவியைப் பாடச் சொன்னாள். அவள் தொடங்க அந்தப் பெண்ணும் சேர்ந்து கொண்டாள்.

“ராகி தந்தீரா ராகி தந்தீரா” என்று அந்தப் பெண்ணுக்குப் பிரியமான புரந்தரதாசர் தேவர்நாமாவை ரேவதி ராகத்தில் பாட ஆரம்பித்து யோக்யராகி, போக்யராகி, பாக்யவந்தராகி என்று அடுக்கி மேலே எடுத்துப் போக, பாழும் இருமல் வந்து தொலைத்தது. ஒரு வினாடி நிறுத்தி இருமித் தொடர்ந்தாள் பார்கவி. அடுத்த வரியில் மறுபடி பிசிறல். இன்னும் இருமல். அவள் ஒரேயடியாக நிறுத்தி சோகமாகக் கொலுப்படியைப் பார்க்க, அங்கே கச்சேரி செட் பொம்மைகளில் பாடகருக்குப் பதிலாக மளிகைக்கடைக்கார பொம்மை கண்ணில் பட்டது. மளிகைக்கடைக்காரா, நீ பாடுவியோ? பாடுவான். பார்கவியைத் தவிர எல்லோரும் பாடுவார்கள்.

அந்தப் பெண் உற்சாகமாக முழுக்கப் பாடி முடிக்க, தாளம் போட்டபடி இருந்தாள் பார்கவி. அவளுக்குப் பத்து ரூபாயும் தேங்காய் பழமும், பிரசாதப் பருப்பு வடையும், ஒரு டூ பை டூ ரவிக்கைத் துணியும் வைத்துப் பெண்ணின் அம்மா கொடுத்தபோது அந்தப் பெண் பார்கவி காலில் விழுந்து கும்பிட்டாள்.

“நல்லா இரும்மா, எங்கே போனாலும் பாட்டை விட்டுடாதே.”

கல்யாணம் ஆகப் போகிறவளை வாழ்த்தி விட்டு நடந்தாள் பார்கவி அப்போது.

ஆனால், ரிடையர் ஆனபிறகு பார்கவி குடிபோன குச்சில் பாட முடியாது. பென்ஷன் தொகை சம்பளத்தை விட குறைவு

என்பதோடு அதில் பாதி ஆஸ்பத்திரிக்குக் கொடுக்க வேண்டி இருக்கிறது. எல்லாச் செலவும் சேர்த்துக் கணக்குப் பார்க்க, இந்த இருப்பிடம்தான் சரிப்பட்டு வந்தது. வீட்டு ஓரமாக மனித மலம், விலங்குக் கழிவு, எலி, பெருச்சாளி, சாக்கடை இவற்றோடு இருக்க மாட்டோம் என்று சங்கீத மும்மூர்த்திகள் தம்பூராவோடு கிளம்பிப் போய்விட்டார்கள்.

“சும்மா பொழுதன்னிக்கும் ததரினன்னான்னு ராகம் இழுத்துட்டிருக்காதீங்க. அண்டை அயல்லே பேஜாராவுது.”

யாரோ வந்து புகார் செய்து அவ்வப்போது இருமலுக்கு நடுவே அவள் பாடுவதையும் நிறுத்திப் போட்டார்கள். ‘மயில் மார்க் குடைகள்’ பாடினால் கேட்பார்களோ.

பாடிப்பாடி இனி வேண்டாம் என்று தீர்மானித்தது அதற்கும் முந்திய இருப்பிடத்தில். அங்கே இரண்டு பேராக இருந்தார்கள். அவரும் அவளும். பள்ளிக்கூட வாத்தியாராக இருந்து பணி நீக்கம் செய்யப்பட்டவர் அவர். உடற்பயிற்சி டீச்சர் அவரோடு ஆந்திராவில் குண்டூருக்கு ஓடினாள். அவள் திரும்பவில்லை. வேறே உடற்பயிற்சி டீச்சர் கிடைக்க ஒரு வருடம் ஆனது.

அவர் திரும்பி வந்தபோது புத்தி பேதலித்து வந்தது பார்கவிக்குத்தான் கஷ்டமானது. வேலைக்குக் குளித்து விட்டுக் கிளம்பினால் பாய்ந்து வந்து இழுத்துத் தரையில் படுக்க வைப்பார். பாடச் சொல்வார். பாடும் போது மேலே விழுந்து, தூரம் நின்றுபோன இந்த வயதிலும் அவளோடு கூடுவார். பக்தியோடு பாட வேண்டியதை எல்லாம் அவள் உடம்பில் ஆக்கிரமிப்பை சகித்துக் கொண்டு பாடிப்பாடி இனி ஏன் பாட வேண்டும் என்று வெறுத்துப்போன சூழலில் தான் சித்தப் பிரமை முற்றி அவரை ஆஸ்பத்திரியில் சேர்த்தது.

நகைக்கடை வைத்துக் கைநிறைய சம்பாதிக்கும் சமண நகை வியாபாரிகள் ஏற்படுத்திய மனநல மருத்துவமனை அது. எண்பது சதவிகிதம் சிகிச்சைச் செலவை அவர்கள் ஏற்றுக்கொள்ள மீதி பார்கவிக்கு. பாதி பென்ஷன் அதற்குத்தான் போகிறது. வாரம் இரு முறை அவரைப் பார்க்கலாம். இன்றைக்கு பார்கவி பஸ் பிடித்து வந்தது மயில் மார்க் குடைக்கு மட்டுமில்லை. மனநல மருத்துவமனைக்குப் போகவும் தான்.

பார்கவி நின்றாள். ஆஸ்பத்திரிக்கு வந்தாயிற்று. அழுக்கு வெள்ளைச்

சுவர்களும், பினாயில் நெடியோடு நீளும் ஈரத் தரையுமாக இருந்தது ஆஸ்பத்திரி. நிதானமாக நடந்து போய்க்கொண்டிருந்த செவிலியர்களும் ஒன்றிரண்டு டாக்டர்களும் முகத்தில் தீராத அலுப்போடு தென்பட்டார்கள்.

போன வாரம் வந்தபோது பார்த்த பெண்தான் வாசலில் இருந்தவள். சங்கடமாகச் சிரித்தாள் பார்கவி. போன வாரம் வந்தபோது அவர் சாந்தமாக இருந்தார். பாட்டுச் சொல்லிக் கொடுத்த வீட்டில் தந்த வடையை பார்கவி ஊட்ட, ரசித்துச் சாப்பிட்டார் அப்போது.

“பிஸ்கட் வாங்கிட்டு வா” என்றார்.

“மேரி பிஸ்கட். அதுதான் வேணும்.”

“சரி, அடுத்த வாரம் வரும்போது வாங்கிட்டு வரேன். வேறே என்ன வேணும்?”

அவர் வாசலில் உட்கார்ந்திருந்த பெண்ணைக் காட்டி, “அவளை இங்கே வந்து படுக்கச் சொல்லு. நான் அவளை...”

அவர் கெட்ட வார்த்தை சொல்லும்முன் பதறிப்போய் அவர் வாயைப் பொத்த முற்பட வெடுக்கென்று கடித்தபடி, “நீ பாடு அப்போ” என்றார். அவசர அவசரமாக, சன்னமாகப் பாடினாள்.

> “ராகி தந்தீரா. பிக்ஷைகெ ராகி தந்தீரா
> யோக்யராகீ போக்யராகி பாக்யவந்தராகி நீவு
> ராகி தந்தீரா பிக்ஷைகெ ராகி தந்தீரா.”

இருமல் வரவில்லை அப்போது. ரேவதி ராகம் பாதியில் இருக்கத் தூங்கிப் போனார் அவர். அந்தப் பெண் காதில் பேச்சும் பாட்டும் விழுந்திருக்கலாம். அவள் தலை குனிந்தபடி இருந்தாள் திரும்பப் போகும்போது. ‘சாரி’ என்ற பார்கவியிடம் ‘பரவாயில்லை’ என்றாள் பெருந்தன்மையோடு அப்போது.

“வாங்க, நேத்து எதிர்பார்த்தேன்” அந்தப் பெண் பார்கவியை வரவேற்றாள். நேற்று வரவில்லை. பென்ஷன் வாங்கி வர கருவூலம் போய்த் தாமதமாகி விட்டது. அதை எதற்கு இங்கே சொல்லணும்?

“நேத்து முழுக்க கண்ட்ரோல் செய்ய முடியாதபடி இருந்தார். ரூம் முழுக்க...” அவள் நிறுத்தினாள். “முழுக்க... சாரி, கழிஞ்சு வச்சு ஒரே நாத்தம். நர்ஸ் எல்லாரும் அடிக்கவே போய்ட்டாங்க”.

அதிர்ந்து போய்ப் பார்த்தாள் பார்கவி.

“அடிக்க எல்லாம் மாட்டாங்க. சும்மா பயம் காட்டறதுதான். இன்னிக்கு கரண்ட் வைக்கணும்னு சொல்லியிருந்தார் டாக்டர்.”

அவள் மறுபடி நிறுத்தினாள். பார்கவிக்குக் கண் கலங்கியது.

“எல்லாம் ஏற்பாடு செஞ்சா கரண்ட் போயிடுத்து. செடேடிவ் கொடுத்து தூங்க வச்சிருக்கு.”

“இப்போ பார்க்க முடியாதா?”

ஏக்கத்தோடு கேட்டாள் பார்கவி.

“பார்க்கலாம் ஆனா சாயந்திரம்தான் கண் முழிப்பார். அப்பவும் வயலண்ட் ஆக இருந்தா...”

கைப்பையில் இருந்து எடுத்த மேரி பிஸ்கட் பொட்டலத்தை அந்தப் பெண்ணிடம் கொடுத்தாள் பார்கவி. முப்பது ரூபாய் சுருட்டி வைத்திருந்ததில் இருபது ரூபாயையும் கொடுத்து, “அவருக்குக் கோமணம் மாதிரி கட்டிவிட அடல்ட் டயாபர் வாங்க வச்சுக்குங்க” என்றாள்.

“அடுத்த வாரம் வரேன்.”

பார்கவி தெருவில் நடக்கும்போது எதிர்ப்பட்டவர்கள் எல்லோரும் ‘மயில் மார்க் குடைகளை வாங்கி உபயோகியுங்கள்’ என்று பாடிக் கொண்டு போனார்கள். அவளுக்குப் பின்னால் பெரும் சத்தம். திரும்பிப் பார்க்க அந்த ஆஸ்பத்திரியே ‘மயில் மார்க் குடைகளை’ என்று பாடிக் கொண்டு இருந்தது.

மீசை

நான் நாக அரவிந்தன். எனக்கு ஏழு வயசில் மூக்குக் கண்ணாடி போட்டார்கள். அப்போது அனுபவமான கதை இது. நடந்து அறுபது வருஷமாகி விட்டது. நடந்து என்றால், எல்லாம் உண்மையா? நிஜமும் உண்டு.

ஒரு ஆஸ்பத்திரியில் நடந்தது இது. சும்மா மருந்து கலக்கிக் கொடுக்கிற ஆஸ்பத்திரி இல்லை. ஆபரேஷன் செய்கிற இடம். அந்த ஆஸ்பத்திரியை நான் இன்னும் வெள்ளை வெளேர் என்று பளிங்கு மாளிகையாகத்தான் நினைவில் வைத்திருக்கிறேன். அங்கே டெட்டால் வாடை அடிக்கிற டாக்டர்கள், நர்சுகள், ஓரமாகப் போய் புகையிலை குதப்பும் வார்ட்பாய்கள் எல்லாரும் உண்டு.

வார்ட் என்பது அப்பா போல ஆபரேஷன் ஆனவர்கள் தங்கும் இடம். வலது வசத்தில் ஆறும் இடது வசம் இன்னொரு ஆறுமாக மொத்தம் பனிரெண்டு அறைகள். ஒவ்வொன்றிலும் இரண்டு படுக்கைகள். ஒன்று நோயாளிக்கு. மற்றது அவரைக் கவனித்துக் கொள்ள வந்தவருக்கு.

நான் அங்கே போனது ரொட்டி தின்ன. அப்பா கையை உடைத்துக் கொண்டு அங்கே படுத்திருந்தபோது அவருக்கு ஒரு சிறிய ஆபரேஷன் நடந்தது. டாக்டர் அப்படித்தான் சொன்னார். அப்புறம் அங்கேயே ரெண்டு வாரம் ரெஸ்ட். தினம் சாயங்காலம் ரெண்டு துண்டு தணலில் வாட்டிய ரொட்டியில் மிதமாக வெண்ணெய் பூசி நோயாளிக்கு டீயோடு தருவார்கள். அப்பா நான் அவரைப் பார்க்கப் போகும்போது ரொட்டியை எனக்குக் கொடுத்து விடுவார்.

அப்பா பேங்க் மேனேஜர். அவரைப் பார்க்க அவருடைய சிநேகிதர்கள், சக ஊழியர்கள் என்று யார் யாரோ வருவார்கள். எல்லோரும் ஆரஞ்சுப் பழம் வாங்கி வந்து கொடுப்பார்கள். ஆஸ்பத்திரி வாசலில் காம்பவுண்ட் சுவரை ஒட்டி ஒரு பழக்கடை உண்டு. அங்கே வாங்கி, அப்பாவுக்குக் கொடுத்து, அவர் போதும் என்றுபட வார்ட் பாய்களுக்குக் கொடுத்து அதெல்லாம் மறுபடி பழக்கடைக்கு வந்துவிடும். அப்பாவும் அவரோடு அந்த ஆஸ்பத்திரியில் படுத்திருந்தவர்களும் ஆரஞ்சுப் பழ வாடையோடு இருப்பார்கள்.

அம்மா ஆலப்புழையில் வாங்கிவந்த சாறு பிழியும் மரச்செப்பில் ஒன்றும் இரண்டுமாக ஆரஞ்சுப் பழங்களை உரித்துப் போட்டு மேலே அழுத்தித் திருகுவார். விஞ்ஞானப் பாடத்தில் வரும் பந்துக்கிண்ண மூட்டு மாதிரி இருக்கும் அந்தச் சாதனம். அம்மா ஜூஸ் பிழிந்தால் சீனியே சேர்க்காமல், ஆரஞ்சு விதை அரைபடாமல் அவ்வளவு நேர்த்தியாக இருக்கும்.

அம்மா, அப்பா பகலில் சாப்பிடப் புளி குறைத்து பருப்பு ரசம், புனர்பாகமாக, அதாவது ஏகத்துக்குக் குழைய வடித்த சாதம், எண்ணெய் கம்மியாக விட்டு வதக்கிய காய்கறி, சுட்ட அப்பளம் இப்படி சித்தப்பாவிடம் கொடுத்தனுப்புகிறாள். சித்தப்பா அதை ஆஸ்பத்திரியில் கொடுத்து விட்டு, என்னையும் அங்கே விட்டுவிட்டு, ஆபீஸ் போய்ச் சேருவார். உப்புத்தாள் காகிதம் செய்யும் மிஷின்கள் கொண்ட ஆபீஸ் அது. அதைப் பற்றி அப்புறம் சாவகாசமாக ஒரு நாள். இப்போது அப்பா இருந்த ஆஸ்பத்திரி. சித்தப்பா என்னை இங்கே விட்டுவிட்டு இப்போதுதான் கிளம்பிப் போனார்.

அரை வருஷப் பரீட்சை முடிந்து எனக்கு டிசம்பர் லீவு ஆரம்பித்ததும் அப்பா பாத்ரூமில் வழுக்கி விழுந்து கையை உடைத்துக் கொண்டு ஆஸ்பத்திரியில் வந்து படுத்துக் கொண்டார். அது போன வெள்ளிக்கிழமை. அப்போதிலிருந்து, முந்தாநாள் வியாழன் வரை அம்மா என்னோடு ஆஸ்பத்திரிக்கு வந்தாள்.

அப்பா பாதி நேரம் தூங்கினார். இல்லாவிட்டால் கமலாம்பாள் சரித்திரம் என்று ஏதோ புத்தகத்தை வீட்டில் இருந்து வரும்போதே கொண்டு வந்து, பேண்டேஜ் கையால் மெல்லப் புரட்டிப் படித்து முடித்து விட்டார். அவர் பேங்கில் நாள் முழுக்க வேலை பார்க்கிறபோது பெரிய நோட்டுப் புத்தகங்களைத்தான் எப்போதும்

படித்தும் எழுதியும் கணக்குப் போட்டுக்கொண்டிருப்பார். இங்கே படிக்கத்தான் கமலாம்பாள் சரித்திரம்.

எனக்கு 'ஆத்திசூடி கதைகள்' என்று ஒரு கதைப் புத்தகத்தை அப்பா போன மாதம் வாங்கி வந்து கொடுத்தார். அவரைப் பார்க்க ஆஸ்பத்திரி போக அம்மாவோடு கிளம்பியபோது ஞாபகமாக கண்ணாடி போட்டுக் கொண்டேன். ஆனாலும், வெறுங்கையோடு தான் போனேன். புத்தகத்தை எடுத்து வந்திருந்தால் உபயோகமாகப் படித்துப் பொழுதைக் கழிக்கலாமில்லியோ என்று அப்பா கேட்டபோது என்னிடம் பதில் இல்லை. ஏழு வயசுப் பையன் பள்ளிக்கூடத்தில் படிக்காத என்னத்தை ஆஸ்பத்திரியிலே உக்கார்ந்து படிக்க என்று அம்மா கேட்டாள். இருந்தாலும் அடுத்து ஆஸ்பத்திரிக்கு நான் கிளம்பியபோது அப்பாவுக்குச் சாப்பாடோடு எனக்கு ஆத்திசூடி கதைகளும் தேங்காய்ச் சட்னி வாடையோடு இருந்தது.

ஒரு பக்கம் படிப்பதற்குள் ஆஸ்பத்திரி ஜன்னல் வழியாக ஒரு பட்டாம்பூச்சி அறைக்குள் வந்து விட்டது. அது எல்லா வண்ணத்திலும் மினுமினுத்துப் பறந்து வரும்போது காத்தி நர்ஸும் கதவைத் திறந்து கொண்டு வேகமாக உள்ளே வந்தாள். டாக்டர் போல் சிடுசிடுக்காத சதா சிரித்த முகம் அவளுக்கு.

"அர்வி என்ன பண்றே?" அவள் கேட்டாள். அர்வி என் பெயர் இல்லையே? சும்மா பட்டாம்பூச்சியையே பார்த்தபடி இருந்தேன். "உன் பெயர் அர்வி இல்லையா?" என்று கேட்டாள் காத்தி.

இல்லை. அது அரவிந்த். அப்பா அப்படித்தான் கூப்பிட வேண்டும் என்று சொல்லியிருக்கிறார். பள்ளிக்கூட சிநேகிதர்கள் கூட அப்படித்தான் கூப்பிடுகிறார்கள். காத்தியிடம் இதைச் சொல்ல, "அவ்வளவுதானே, அரவிந்தா, ஜன்னலைத் திறந்து வை. பட்டாம்பூச்சி ஃபேனில் அடிபடாமல் இருக்க நான் சுவிட்சை ஆஃப் செய்கிறேன்" என்றாள். "ரொம்ப அழகான பட்டாம்பூச்சி இல்லே அது?" என்று என் பக்கம் குனிந்து அவள் முகத்தில் பரு பக்கத்தில் பெரியதாகத் தெரியக் கேட்டாள். கன்னத்தைச் செல்லமாகத் தட்டித்தான் பெரியவர்கள் சிறியவர்களோடு பிரியமாகப் பேசுவார்கள். காத்தி நர்ஸ் அப்படி எல்லாம் பேசவில்லை. ஒருவேளை நான் மூக்குக் கண்ணாடி போடாமல் இருந்தால் அப்படிச் செய்திருக்கலாம்.

நான் எம்பிக் குதித்து ஆஃப் செய்ய கஷ்டப்பட்ட ஃபேன் சுவிட்ச் அது. காத்தி நர்ஸ் ஈசியாகச் செய்து விட்டாள். இன்னொரு பட்டாம்பூச்சியும் என்ன விஷயம் என்று பார்க்க அப்பா படுக்கைக்கு அருகே வந்தது அப்போதுதான்.

கடிக்குமா என்று கேட்டேன் காத்தி நர்ஸை. "என்னை மாதிரி பரமசாது" என்று அவள் பொம்மை போல் கண்ணைச் சிமிட்டியபடி கூறினாள். கட்டிலுக்குப் பின்னால் இருக்கும் இன்னொரு ஜன்னலையும் திறந்து வைக்கலாம் என்றாள். நான் அவசரமாக அங்கே ஓட அப்பா விழித்துக்கொண்டார்.

"நீ புத்தகம் படிக்கலையோடா?"

"இல்லே அச்சா. பட்டாம்பூச்சி பார்க்கறேன். அதுக்கு மலையாளம் என்ன?"

"சித்ரசலபம்" காத்தி நர்ஸ் அப்பா சொல்வதற்குள் சொல்லி விட்டாள். சொல்லி விட்டு, பட்டாம்பூச்சி பறப்பது போல அப்பாவைப் பார்த்துக் கையசைத்தாள். அழகாகத்தான் இருந்தது. ஆனால் எனக்கு அது பிடிக்கவில்லை.

சித்ரசலபம் சரிதானா என்று அப்பாவிடம் கேட்டேன். ரொம்ப சரி என்று அவர் சொல்லி விட்டு அவர் சிரிக்கும்போது காத்தி நர்ஸ் அப்பா சிரிப்பில் சேர்ந்து கொண்டாள். துறுதுறுவென்று ஒல்லியாக உயரமாக, பல் வெள்ளையாக இருந்து, சிரிக்கத் தெரிந்தால் சும்மா சிரிக்கணும் என்றில்லையே.

காத்தி நர்ஸ் என்னை ஓரமாக உட்காரச் சொல்லிவிட்டு அம்மா கொடுத்தனுப்பியிருந்த சாப்பாட்டை தட்டில் வைத்து அப்பாவிடம் நீட்டினாள். இரண்டு கையிலும் பேண்டேஜோடு அப்பா அதை வாங்க முயற்சி செய்ய, வேண்டாம் என்று தலையசைத்து, அவருக்கு ரசஞ்சாதம் துளித்துளியாக ஊட்டி விட்டாள் காத்தி. எனக்கு ஏனோ சங்கடமாக இருந்தது.

நான் மெல்ல அடுத்த ரூம் பக்கம் நடந்தேன். அங்கே படுத்திருந்த மீசைக்காரர் என்னைப் பக்கத்தில் அழைத்தார். "அப்பா தூங்கிட்டிருக்காரா?" அவர் என்னைக் கேட்டார். அப்பாவை இவருக்கு எப்படித் தெரிந்திருக்கும்?

"உங்கப்பாவை எப்பவும் சிரிச்ச முகமா பேங்க் உள்ளாற சுத்தி

வந்திட்டு இருக்கறதைப் பார்த்துப் பாத்து, இப்படிப் படுத்திருந்தா பார்க்கப் பிடிக்கலே, என்ன செய்ய?" பிரியத்தோடு சொன்னார் அவர். அவருடைய கொத்து மீசை தவிர மற்றபடி அவரைப் பிடித்திருந்தது. கேட்டே விட்டேன்.

"ஏன் மாமா இத்தனை பெரிசா மீசை வச்சுட்டிருக்கீங்க? கொள்ளைக்காரனா?"

"கொள்ளைக்காரன் இல்லே தம்பி. சினிமா நடிகன்."

எனக்குத் தெரிந்த ஒரே சினிமா 'டாக்சி ட்ரைவர்' தான். சித்தப்பா ராஜகுமாரி தியேட்டரில் பார்க்கக் கூட்டிப் போயிருந்தார். அந்த சினிமாவில், மூக்கால் ஒருத்தர் 'ஜாயே தும் ஜாயே கஹான்' என்று பாடியபடி டாக்சியை ஓட்டிக்கொண்டு சுற்றி வந்தார். எல்லாரும் புரியாத ஒரு பாஷையில் பேசினார்கள். ஹிந்தி என்றார் சித்தப்பா. பாட்டு, சண்டை, சிரிப்பு, கடல் எல்லாம் வந்தது.

"நீங்க டாக்சியிலே சுத்தி வந்து ஹிந்தியிலே பேசுவீங்களா?" அடுத்த ரூம்காரரைக் கேட்க அவர் இல்லை என்றார். "தமிழ் சினிமாவே சான்ஸ் கிடைக்க கஷ்டமா இருக்கு. இந்தி படத்துக்கு நான் எங்கே போக?" பரிதாபமாகப் பார்த்தபடி கேட்டார் அவர். உடனே கடகடவென்று சிரிக்கவும் செய்தார். அந்த மீசையின் பயங்கரம் ரொம்பவே குறைந்தது சிரிப்பில்.

நாளைக்கு வா, நிறையப் பேசலாம் என்று என்னிடம் சொல்லி விட்டுத் திரும்பிப் படுத்துக் கொண்டார். போகும் முன் பக்கத்து டப்பாவில் இருந்து பாரீஸ் தேங்காய் சாக்லெட் எடுத்துக் கொள்ளச் சொன்னார். அந்த இனிப்புக்கு முன் வேறே சாக்லெட் நிற்காது.

அப்பா அறையில் காத்தி நர்ஸ் படுக்கைக்குப் பக்கத்தில் நின்றிருந்தாள். அப்பாவிடம் ஏதோ பத்திரிகையைக் காட்டி செம்மண் மீசை என்றாள். என்னைப் பார்த்துவிட்டு அதை மடித்து மேஜையில் வைத்தாள் அவள்.

"எங்கேடா போனே?" அப்பா கேட்டார். நான் எங்கேயும் போகமாட்டேன் என்று அவருக்குத் தெரியும். பக்கத்துப் படுக்கைக்காரர் பற்றிச் சொன்னேன். "அப்பா அவர் சினிமாவிலே நடிக்கறாராம். நிஜமாவா?"

"ஆமாடா, நம்மூர் சினிமாவிலே நடிச்சிருக்கார். என் ப்ரண்ட்தான்."

"மாம்பலம் சினிமாவா?"

"நம்மூர்னா சிவகங்கை மானாமதுரைடா."

நான் பார்க்காத ஊர்ப் பெயர்களைச் சொன்னார். அங்கே என்ன சினிமா?

"மருது சகோதரர்கள் சரித்திரம். இவர் சின்ன மருதுவா நடிச்சிருக்கார் செம்மண் சீமை படத்திலே" அப்பா சொன்னது புரிந்த மாதிரி இருந்தது.

"ஏன் பெரிய மீசை வச்சிருக்கார்?" விடாமல் கேட்டேன்.

"நம்ம ஊர்ப் பக்கம் மீசை பெரிசாத்தான் வச்சுப்பாங்க."

"நீங்க வச்சுக்கலியே."

"உங்க தாத்தா விடமாட்டேனுட்டாரே" அப்பா இல்லாத மீசையைக் கன்னத்தில் விரலால் வரைய, அவரோடு காத்தி நர்ஸும் சிரித்தாள்.

"எனக்கு செம்மண் சினிமா பாக்கணும்" என்றேன். அப்பா செம்மண் சீமை என்று திருத்திச் சொன்னார்.

"என்னைப் ப்ரிவ்யூவுக்கு கூப்பிட்டிருந்தார் கவிஞர். ஆனா நான் இங்கே வந்து படுத்துட்டேன். கம்பெனி கொடுக்க சின்ன மருதுவும் இங்கேதான்" அப்பா காத்தி நர்ஸிடம் சொன்னார்.

"அவர் மட்டும் தான் கம்பெனி கொடுப்பாரா?" செல்லமாகக் கேட்ட காத்தி நர்ஸ் "நான் பரமசாது" சொன்ன மாதிரி படபடவென்று கண் சிமிட்டினாள்.

அவள் அப்பாவுக்கு ஊசி போட்டுவிட்டு அவர் கையை நீவி விட்டபடி செம்மண் மீசை என்று அவர் முகத்துக்குப் பக்கம் குனிந்து சொல்ல, அப்பா எத்தனையாவது தடவையாகவோ சிரித்தார். அவர் தனியாகச் சிரித்தால் சரிதான். காத்தி நர்சும் அவரோடு சிரித்தது பிடிக்காமல் போனது.

நான் பார்த்துக் கொண்டிருக்க, பட்டாம்பூச்சி ஜன்னல் வழியே அறைக்குள் பறந்து வர, காத்தி நர்ஸ் ஒரு கையால் அவசரமாக அதை விரட்டினாள். பட்டாம்பூச்சி எவ்விப் பறந்தது. மேலே சுற்றிக் கொண்டிருந்த ஃபேனில் அடிபட்டு, சொத்தென்று கட்டிலை ஒட்டித் தரையில் விழுந்தது. யாரும் பேசவோ, சிரிக்கவோ இல்லை. காத்தி நர்ஸ் தினப் பத்திரிகையால் அதை வாசலுக்குத் தள்ளிவிட்டு,

அடுத்த அறைக்குப் போனாள்.

நான் வாசலுக்கு நடந்தேன். சித்தப்பாவோடு மோட்டார் சைக்கிளில் வீட்டுக்குத் திரும்பும் சந்தோஷத்தை எதிர்பார்த்து நான் ஆஸ்பத்திரி படியில் உட்கார்ந்திருந்தேன். சித்தப்பா ராத்திரி வந்து அப்பாவோடு தங்குவார். ராத்திரி பட்டாம்பூச்சி வருமோ தெரியவில்லை.

நான் வீட்டுக்குப் போனதும் அம்மா உடனே குளித்துவிட்டு வேறு ட்ராயரும் சட்டையும் போட்டுக் கொள்ளச் சொன்னாள். "ஆஸ்பத்திரியிலே என்ன மாதிரி கிருமிகளோட மனுஷா படுத்திண்டிருப்பாளோ. நீ வேறே அங்கேயே சுத்திட்டு வந்திருக்கே. குளிச்சுட்டு சுத்தமா டிபன் சாப்பிட வா. உப்புமா கொழக்கட்டை பண்ணி வச்சிருக்கேன்" என்றாள் அவள்.

செம்மண் சீமை அறைக்குப் போனதால் வியாதி வரும் என்று எனக்குத் தோன்றவில்லை. அந்த அறை நாங்கள் அப்பாவின் இடத்தை வைத்துக் கொள்வதை விட இன்னும் சுத்தமாக இருந்தது உண்மை. இருந்தாலும் உப்புமா கொழக்கட்டைக்காக உடனே குளிக்கக் கிளம்பினேன்.

குளித்து விட்டு கொஞ்சம் பழசாக ஒரு டிராயரும் சட்டையுமாக உப்புமா கொழக்கட்டை சாப்பிட உட்கார்ந்தபோது அம்மா கேட்டாள், "எப்படிறா முழு நேரம் ஷிப்ட் வேலை பார்த்த மாதிரி ஆஸ்பத்திரியிலே இருந்துட்டு வந்திருக்கே. சரியான அப்பா கோண்டு. அவர் இருந்தா போதும், உனக்கு வேறே எதுவும் வேணாம்" அது புகார் இல்லை. சந்தோஷத்தோடு சொன்னது.

கொழக்கட்டையை உதிர்த்து புளி இஞ்சியில் தொட்டு நாக்கைச் சப்புக்கொட்டிக்கொண்டு சாப்பிட்டபோது அம்மா மெல்லக் கேட்டாள் "அப்பாவுக்குச் சாப்பாடு எப்படிக் கொடுத்தே? உக்கார்ந்து சாப்பிட்டாரா?"

"அவர் படுத்துண்டிருந்தார்" நான் இன்னொரு கொழக்கட்டையை எச்சல் கையால் எடுத்தபடி கேட்டேன். மற்ற நேரமாக இருந்தால், "எச்சப்பத்து இல்லையாடா ராட்சசா. நான் என்ன செத்தா போயிட்டேன். கேட்டிருந்தா எடுத்துப் போட்டிருக்க மாட்டேனா? இந்தா அத்தனையும் திங்கணுமா, தின்னு" என்று சினிமா காட்சி மாதிரி விறுவிறுப்பாகப் பேசித் தீர்த்திருப்பாள்.

“அப்பா தலைகாணியை சாச்சு வச்சு உட்கார்ந்தபடிக்கு சாப்பிட்டார்”.

“அதாண்டா சொன்னியே, நீ ஊட்டிவிட்டியா? உனக்கே ஊட்டி விடணுமே.”

“இல்லேம்மா. காத்தி நர்ஸ் அப்பாவுக்கு ஸ்பூனாலே ஊட்டி விட்டாங்க. அப்பாவுக்கு ஸ்பூன்லே சாப்பிட என்னை மாதிரியே தெரியலே. மேலே எல்லாம் சிந்திண்டு சாப்பிட்டார். அப்புறம் கையாலே ஊட்டி விட்டாங்க.”

“இருமல் வந்திருக்குமே? நெஞ்சைத் தடவியிருப்பாளே?” அம்மா அடுத்த நிமிஷம் என்ன பேசுகிறாள் என்ற தெளிவில்லாமல் கையை ஆட்டி ஆட்டி என்னிடம் ஏதோ கேட்டாள். நான் நல்ல வேளையாக அதற்குள் சாப்பிட்டு விட்டிருந்தேன். புளி இஞ்சி தொட்டுக்கொண்டு இன்னும் ஒன்றிரண்டு உப்புமாக் கொழக்கட்டை உதிர்த்துச் சாப்பிட நினைத்திருந்ததை உடனே கைவிட்டேன். எதிரே தோட்டக்காரர் வீட்டுச் செங்கழனி இருந்தால் கிரிக்கெட் விளையாடலாம். இருந்தான். பட்டாம்பூச்சி ராத்திரி எங்கே போகும் என்று அவனைக் கேட்டேன். அதெல்லாம் மரத்தில் தூங்கும் என்றான் அவன்.

நானும் சித்தப்பாவும் மறுபடி ஆஸ்பத்திரி கிளம்பத் தயாரானோம். அப்பா ராத்திரி சாப்பிட இரண்டு இட்லி. அப்புறம் ஒரு சின்ன கிளாஸ் அரிசி நொய்க் கஞ்சி. கஞ்சியில் ஒரு கரண்டி பாலும் சும்மா பேருக்கு சர்க்கரையும் இருக்கும். நொய்க் கஞ்சியோடு நிறையச் சர்க்கரையும், காய்ச்சிய பாலும் சேர்த்து திட உணவுக்கும் திரவ உணவுக்கும் மத்தியிலே இருக்கிற போரிட்ஜ் எனக்குக் குடிக்கக் கிடைக்கும். சித்தப்பா ஸ்ட்ராங்க் காப்பியை நடு ராத்திரிக்கு எழுப்பிக் கொடுத்தாலும் குடிப்பார். ஆனால், எனக்கும் சித்தப்பாவுக்கும் இன்றைக்குக் குடிக்க ஒன்றும் கிடைக்கவில்லை.

“நீங்க போங்கோ. நான் வந்துண்டே இருக்கேன். நானாச்சு, மத்தவாளாச்சு...” அம்மா சாமி அலமாரி முன்னால் உட்கார்ந்து விரசாக கந்தசஷ்டிக் கவசம் சொன்னாள். அவள் டங்கு டங்குகு என்று சொல்லிக் கொண்டிருந்தபோது நானும் சித்தப்பாவும் ஆஸ்பத்திரிக்குப் போய்ச் சேர்ந்திருந்தோம்.

அப்பா அறை வாசலில் இன்னும் இறகு படபடக்கப் பட்டாம்பூச்சி

கிடந்தது. கூட்டமாக எறும்புகள் அதை இழுத்துப் போக முயன்று கொண்டிருந்தன.

அப்பா இருந்த அறையில் ஒரே சத்தம். யாரோ பேசப் பேச மற்றவர்கள் சிரிக்கும் சத்தம். நான் உள்ளே போனபோது அப்பா படுக்கைக்குப் பக்கம் நாற்காலியில் உயரமான ஆஜானுபாகுவாக ஒருவரும் எதிர் நாற்காலியில் மகா ஒல்லியாக ஒருத்தரும் அமர்ந்திருந்தார்கள். ஆகிருதியானவர் மெல்லிய குரலில் பேசிக் கொண்டிருக்க, ஒல்லி மனிதர் குரல் ஓங்கி ஒலித்தது. உலகத்திலேயே பெரிய மீசை அவருடையதாகத்தான் இருக்க வேண்டும்.

“தோஸ்த்துக்கு சின்ன கதாபாத்திரம் தான். இந்தப் படத்திலே ஆகிருதியா பெரிய மீசை வச்சுக்கிட்டு வந்து போகணும். உன்னாலே முடியுமான்னு கேட்டேன். இந்தாள் மகா பெரிசா இப்படி வளர்த்துட்டு வந்து அடுத்த படத்துக்கும் சேர்த்து அட்வான்ஸ் மீசைன்னா என்ன அர்த்தம்?”

உயர்ந்தவர் கேட்க அப்பா கட்டிலில் உட்கார்ந்தபடியே சிரித்துக் கொண்டிருந்தார். அடுத்த அறை மீசைக்காரரும் அங்கே சேர்ந்து சிரித்தார்.

“நாலு மகளிர் தவிர வேறே எல்லோருக்கும் மீசைதான்னு படம் ஆரம்பிச்சபோதே கவிஞர் அண்ணாச்சி சொன்னாப்பல. அட்வான்ஸ் வாங்கும்போது மேனேஜர் ஒட்டுமீசையான்னு இழுத்துப் பார்த்துட்டுத்தான் காசு கொடுத்தார்” என்றார் நின்றபடிக்கு, அடுத்த அறைக்காரர்.

“நீ சின்ன மருது. மீசை இல்லாம வேலைக்கு ஆகாது” என்றார் உயர்ந்தவர். “வேலை முடிச்சுட்டு பாத்ரூம்லே வழுக்கி விழுந்து கையை உடச்சுக்கிட்டியே, அதுக்கே கவிஞர் அடுத்த பட அட்வான்ஸ் தரலாம்” என்றார் தோஸ்த்.

“கவிஞரே, பள்ளத்தூரார் பத்திரிகையிலே, படம் செம்மண் சீமை இல்லே; செம்மண் மீசைன்னு எழுதியிருக்காங்களாமே. ஆபீஸ்லே இருந்து பார்க்க வந்தவங்க யாரோ சொன்னாங்க” என்றார் அப்பா. ஆமாம் என்றார் தோஸ்த். அப்பாவுக்கு ஞாபக மறதி. காத்தி நர்ஸ்தானே அப்படிச் சொன்னது.

“உங்க மகனா, கே எஸ்?” அப்பாவை உயர்ந்தவர் கேட்க, அப்பா “அதே, கவிஞரே” என்றபடி என்னை முன்னுக்கு வரச் சொன்னார்.

கண்ணாடியோடு முன்னே போக, ஒல்லிப்பிச்சான் தோஸ்த் என் கையைப் பிடித்து, "பேரு என்னடா ராஜா?" என்றார். சொன்னேன். "நம்ம சீமையிலே சோமசுந்தரமும், காளீஸ்வரனும்தான் அதிகம். ரெண்டும் மருதிருவரோட தொடர்பு உள்ள கோவில் மூலவர் பெயர். நீங்க இவனுக்கு அரவிந்தர் மேலே பக்தியால் பெயர் வச்சிட்டீங்க போல. பாம்பு வேறே இருக்கு" என்றார் கவிஞர்.

"ஆமா, பெயர்லே வர்ற பாம்பு, வீட்டுப் பெயர்" என்றார் அப்பா. அப்புறம் என்னவோ நினைவு வந்தவராகக் கவிஞரைக் கேட்டார் "அது என்ன, முகாரியிலே டூயட் வச்சிருக்கீங்க? நல்லா இருக்குதான். ஆனாலும் முதல் தடவையா இப்போதான் கேக்கறேன்."

"முகாரின்னா அழுமூஞ்சின்னு பொது அபிப்ராயம் இருக்கு. அதை மாத்தத்தான்" என்றார் கவிஞர். தோஸ்த் மெல்லிய குரலில் 'கனவு கண்டோம் நாம் கனவு கண்டோம்" என்று பாடினார். அவர் ஒரு குரல் அழுதிருக்கலாம்.

"மருது சோதரர்கள் பெரிய சிவபக்தர்கள். அதை அழுத்தமா சொல்லியிருக்கலாம்னு வாரியார் சாமி சொன்னாராம். நிறைய சொல்லியிருக்கேன். அவருக்கு அது போதாதுதான். நான் இந்தக் கட்சியிலே இல்லாம இருந்து நெறைய சாமி பாட்டும் போட்டிருந்தா அவருக்கு ரொம்பப் பிடிச்சிருக்கும்" என்றார் உயர்ந்த கவிஞர்.

"நீங்க சீக்கிரமே வெளியே வந்து பக்தி பக்தி, பக்தின்னு எழுதப் போறீங்க பார்த்துக்கிட்டேயிருங்க" என்றார் அப்பா. அவர் கண் பாதி மூடி இருந்தது.

"செம்மண் பூமியிலே மீசையே இல்லாதுபோனா நான் பக்தி இலக்கியம் எழுதுவேன்" கவிஞர் சிரித்தபடி சொன்னார். "இன்னும் ஒரு வாரமாவது தங்கி ரெஸ்ட் எடுத்துட்டு வாங்க கே.எஸ். உங்களுக்கு பேமிலி பாஸ் எடுத்து வைக்கச் சொல்லியிருக்கேன்" என்றார் அப்பாவிடம்.

அப்புறம் கவிஞர் கைக்கடியாரத்தைப் பார்த்தபடி எழுந்து கொண்டார். "கே எஸ், வரேன் சார். தம்பி முசாபர், உன் உடம்பையும் கவனி, நம்ம பேங்க் ஏஜெண்டையும் கவனிச்சுக்க. அடுத்த படத்துக்கு இவர் பேங்க்லேதான் கணக்கு" பக்கத்து அறைக்காரர் பெயர் முசாபர் என்று தெரிந்தது. சின்ன மருது என்று ஏதோ சொன்னாரே? அதுவும் இன்னொரு பெயரோ.

தோஸ்த் என்னைத் தமிழோட கூட மலையாளமும் படிக்கச் சொன்னார். “பாட்டித் தள்ளை கிட்டே கத்துக்க” என்றார். பாட்டி இங்கே இல்லை. அம்மாவோடும் அப்பாவோடும் கோபித்துக் கொண்டு அத்தையோடு இருக்கிறாள். அதை அவரிடம் சொல்வதற்குள் பட்டாம்பூச்சியை மிதிக்காமல் ஜாக்கிரதையாக அடி வைத்து வெளியே நடந்தார்.

அவர்கள் போன பிறகு காத்தி நர்ஸ் நாற்காலியில் இருந்த மீசை மருதுவிடம், “உங்க சாப்பாடு வந்துடுச்சுன்னா சொல்லுங்க. கொடுத்திட்டு போறேன்” என்று சொல்லி பட்டாம்பூச்சி போல் வேகமாக வெளியே போனாள். “இதோ வந்தாச்சும்மா” என்றபடி அவர் அப்பாவிடம் மெல்லிய குரலில் சொன்னார் -

“படம் முதல் வாரம் ரிப்போர்ட் சுமார். இனி அடுத்தடுத்த வாரம் எப்படியோ. பாவம் கவிஞர் நெறையச் செலவழிச்சிருக்கார்” என்றார். “நம்ம பக்கம் நல்லா போகும். பாருங்க அடிச்சுட்டு வரும்” என்றார் அப்பா. ”அப்படியே எனக்கும் அடுத்த படம் சீக்கிரமா கிடைக்கும்னு நல்ல வார்த்தை சொல்லுங்க உங்க வாயாலே” மருது குரல் ஆர்வமாக ஒலித்தது.

காத்தி நர்ஸ் மருதுவின் டிபன் டப்பாவோடு திரும்ப உள்ளே வந்து, “அப்பா, மழை பெய்து ஓய்ந்த மாதிரி இருக்கு” என்றாள். என் கையில் இருந்து டிபன் காரியரைப் பறித்துக் கொண்டாள். நேரமாச்சு என்று சொல்லியபடி மருதுவுக்கும் அப்பாவுக்கும் ஊட்ட ஆரம்பிக்க, அம்மா அறைக்குள் வந்தாள்.

“ஒவ்வொருத்தரா ஊட்டி நான் எப்போ கொடைக்கானல் போறது. போன வாரம் மூணு பேஷண்ட் சர்ஜரிக்கு வந்தாங்க. கூட்டாஞ்சோறு ஊட்டினேன். இப்போ ஏஜெண்டு சாரும் மருது சாரும் தான். ரெண்டு பிள்ளைங்க எனக்கு. எறைக்காம சாப்பிடணும். புரியுதா? கூட்டிப் பெருக்க ஆள் கிடையாது. அதையும் நான்தான் செஞ்சாகணும். முடிச்சு ரெண்டாம் பெட்டிலே பேஷண்டுக்கு பெட்பான் வைக்கணும். தொடச்சு விடறதும் நானே” அவள் அம்மாவைப் பார்த்துச் சிரிக்க, அம்மா அவளிடம் சொன்னாள்.

“காத்தியம்மா, கூஜாவிலே பால்பாயசம் இருக்கு. உங்க பிள்ளைகளுக்குக் கொடுங்க. நீங்களும் சாப்பிடுங்க. அரவிந்தா, சொல்லலியாடா?”

“எதை?”

அம்மா குரல் இன்னும் மனதில் இருக்கிறது. இந்த அறுபது வருடத்தில் எல்லோரும் போய்ச் சேர்ந்து விட்டார்கள். காத்தி நர்ஸ் இருக்கிறாள். முதியோர் இல்லத்தில் தொண்டு கிழவியாக வளைய வருகிறாள் அவள். அப்பாவுக்கு காத்தி நர்ஸ் ஸ்பூன் இல்லாமல் வெறுங்கையால் ஊட்டி விட்டதும், அப்பா கன்னத்தில் தன் கன்னம் உராய அவரோடு சிரித்ததும் சரியில்லை என்று லாஜிக் இல்லாமல் அவ்வப்போது இன்னும் தோன்றுகிறது. போகட்டும். அப்பா சொன்னபடி கவிஞர் பக்தி பக்தி என்று எழுதிக்கொண்டு இருந்து அளவில்லாத புகழோடு மறைந்தார். நான் இன்னும் செம்மண் மீசை சினிமாவை யுடியூபில் கூட பார்க்க வாய்க்கவில்லை. அந்தப் பாட்டு, ‘கனவு கண்டோம்’ என்ற முகாரி ராக டூயட், அது மட்டும் எனக்குப் பிடித்த கானமாகி விட்டது. அப்பாவுக்குத் தெரிந்தால் சந்தோஷப்படுவார்.

மூடல் மஞ்சு

மஞ்சுபாஷிணி. அது அவளுடைய சொந்தப் பெயர். மஞ்சுளா. இது வீட்டில் கூப்பிடும் பெயர். நாங்கள் வைத்தது. மஞ்சப் பாப்பா. அலுத்துப்போய் வேறே என்ன மாதிரி வைக்கலாம் என்று யோசித்துக் கொண்டிருந்தபோது, அஜந்தா தியேட்டருக்கு ஒரு புது மலையாள சினிமா வந்து சேர்ந்தது. 'மூடல் மஞ்சு'.

சரியாகச் சொன்னால் மூடல் மஞ்ஞு. ஜலதோஷம் பிடித்த குரலில் சொன்னால் கரெக்டாக வரும். தியேட்டர் வாசலில் சைக்கிளை நிறுத்தி உட்கார்ந்தபடியே ஆளாளுக்கு ரெண்டு தடவை மூடல் மஞ்ஞு என்று சொல்லிப் பார்த்தோம். அடக்க ஒடுக்கமாக முந்தானையை இழுத்துப் போர்த்தி நடக்கிற நம்ம ஊர் பேரழகி மஞ்சு, மூடல் மஞ்சு. ரொம்ப சரியான பொருத்தம்.

பிரேம் நசீர் படம். எல்லா சினிமாவிலும் அவர்தான் மலையாளத்தில் ஏகபோக ஹீரோ. ஹீரோயினி? வேறே யார்? எல்லோருக்கும் பிரியப்பட்ட ஷீலா சேச்சி தான். சேச்சியை சினிமாவில் மூடல் மஞ்சுவாக்குவது சரியாக வருமோ என்று என் தோழன் வைத்தே என்ற வைத்தீஸ்வரன் சந்தேகத்தைக் கிளப்பினான். செம்மீன் கருத்தம்மாவாகவும், கள்ளி செல்லம்மாவுமாக சேச்சியைப் பார்த்துப் பழக்கப்பட்ட கண்கள், மூடிப் போர்த்தினால் ரசிக்குமா?

வைத்தே கேட்க, எல்லாம் தெரிந்த மாதிரி ஃப்ரான்ஸ்வா பதில் சொன்னான். - முந்தானை என்ற சமாச்சாரமே அங்கே கிடையாதே. புடவை உடுத்தினால்தானே அது இருக்கும்?

மலையாள ரியலிச சினிமாவில் எல்லாம் சேச்சி கிராமத்துப் பெண்ணாக வருவது வழக்கம். 'கரிமுகில் காட்டிலே, ரஜனிதன் வீட்டிலே கனகாம்பரங்கள் வாடி, கடத்து வள்ளம் யாத்ரயாயி, கரையில் நீ மாத்ரமாயி' என்று நடு ராத்திரிக்கு பிரேம் நசீர் தோணியில் உட்கார்ந்து ஹரிக்கேன் லாந்தர் வெளிச்சத்தில் பாடிக்

கொண்டு போனால், உடனே நல்ல உறக்கம் கலைந்து ஷீலா சேச்சி எழுந்து வந்து துக்கப்பட்டு வெளுத்த முண்டும் எடுப்பான கறுப்பு ப்ளவுஸுமாக பழைய படகு, மீன்வலை, வீட்டு மண்சுவர், திம்சுகட்டை, கோமாவில் இருக்கும் அடுத்த வீட்டுப் பாட்டி இப்படி எதிலாவது சாய்ந்து ஒயிலாக நிற்பார். நெஞ்சு விம்மித் தாழ, அந்தக் கவர்ச்சியைத் தீவிரமாக்கி தியேட்டரே பெருமூச்சு விடச் செய்வதுதான் கேரள வழக்கம்.

“சேச்சியே மூடல் மஞ்சுவாக திரையில் வர ஆசைப்பட்டாலும், கேமரா கோபித்துக் கொண்டு ஆஃப் ஆகிவிடுமே” என்றான் வைத்தே.

“மூடல் மஞ்னு அப்படீன்னா மலையாளத்திலே மூடுபனின்னு அர்த்தம்”. நான் டைட்டிலுக்கு சப்டைட்டில் போட்டாலும் யாரும் லட்சியம் செய்யவில்லை.

எப்படியோ எங்க ஊர் மஞ்சு, மூடல் மஞ்சுவானதற்கு சினிமா காரணம்.

மூடல் மஞ்சு. கம்பளிப்பூச்சி பட்டுப்பூச்சி ஆகத் தன்மேல் பிசின் சுற்றி வைத்துக் கொண்டது போல சேலையால் இறுக்க மார்பைச் சுற்றித் தோள் பக்கம் முந்தானையாக வழிய விட்டிருப்பாள் மஞ்சு. ஒன்றுக்கு இரண்டாக உறையைச் சுற்றி வரும் பாரீஸ் சாக்லெட்க்கு நல்ல உதாரணம். எங்கள் மஞ்சு. உன்னதமான அழகி. கல்லூரியிலேயே பேரழகி. ஊரிலேயே மாநிலத்திலேயே இத்தனை அழகு வேறு யாரும் இல்லை. இன்றைக்குப் பூரா முகத்தைப் பார்த்துக்கொண்டே இருக்கலாம். ஆனால் எப்படி கரணமடித்தாலும் வேறு எதுவும் பார்க்க முடியாது. இழுத்து மூடிய மஞ்சுதான்.

எங்களது நண்பர் குழுவில் ஒன்பது பேர் உண்டு. ஆறு பையன்கள். மூன்று பெண்கள். ஆண் பெண் வேற்றுமை கடந்த நட்பு. நல்ல நட்பென்றால் கூட்டுக் கனவும் வரும். என்றாலும் கூட்டுறவுக் கனவில் அந்த மூன்று பெண்களும் சேர்த்தி இல்லை, வேறு யாரும் வராவிட்டால் கனவிலும் அவர்களே வருவதால்.

நாங்கள் எல்லாம் சேச்சி மேல் பெரும்பாலும், அதாவது யேசுதாஸ் குரலில் ப்ரேம் நசீர் ‘கரிமுகில் காட்டிலே’ பாடாத நேரத்து ஷீலா சேச்சி மேல் வைத்தது ஒரு சகோதர வாஞ்சைதான். காதல்

மற்றவை எல்லாம் சித்ராங்கி மேல்தான். போன வருடத்தில் தமிழ் சினிமாவில் அறிமுகமாகி, மார்க்கெட்டைப் பிடித்தவள். கட்டையாகக் குட்டையாக கப்கேக் போல லட்சணமான சித்ராங்கி மூக்கிலிருந்து பேச ஆரம்பித்தால் கிர்ரென்று ஒரு மயக்கம் வரும், லாஸ்பேட்டையிலிருந்து டவுனுக்கு, நெல் சாகுபடி செய்த வயல்களைக் கடந்து, வரப்பில் சைக்கிள் விட்டுப் போகும்போது வழியில் கள்ளுக்கடையில் தட்டுப்படும் கள்ளு வாடையை முகர்ந்தது போல அது.

போன ஜூன் மாதம் பட்டப்படிப்பு முதல் வருஷம் வகுப்பு ஆரம்பித்தபோதுதான் மஞ்சுவை முதலில் பார்த்தோம். கிட்டத்தட்ட சித்ராங்கி உருவம். சித்ராங்கியை விட ஒருபிடி கூடுதல் உயரம். முத்து சில்க்ஸ் வாசல் கண்ணாடிப் பேழையில் சிக்கென்று புடவை அணிவித்து நிறுத்தியிருக்கும் ஜவுளிக்கடை பொம்மை மாதிரி தலையை நேர்த்தியாக வாரி இருந்தாள். கண் மை தீட்டியோ இல்லாமலோ, கூட்டம் கூட்டமாக எங்களை எல்லாம் விழுங்கிக் கொண்டிருந்தது. இன்னொரு தடவை சொல்லலாம். அழகி.

பக்கத்தில் கடந்து போய் ஓரக் கண்ணால் பார்த்தோம். தூரத்தில் நின்று பார்த்தோம். மாடியில் ப்ரொபசர் ஜான் கிரிகோரியின் ஷேக்ஸ்பியர் நாடகம் ‘ஆஸ் யூ லைக் இட்’ வகுப்புக்குப் போகாமல் வாசலில் நின்றோம். நின்று கீழே பேராசிரியர்.கதிர்வேலுவின் ஒப்பிலக்கிய வகுப்புக்குள் நுழைந்த மஞ்சுவைப் பார்த்தோம். மேலே இருந்து, ஓரமாக வலப்பக்கம், இடது பக்கம் மட்டும், பின்னால் இருந்து ஒரு அபூர்வ கோணத்தில் இப்படி எந்த மாதிரிப் பார்த்தாலும் அவளுடைய நெஞ்சில் விளிம்பு கட்டி ஏதும் தெரியவில்லை. மற்ற பெண்கள் ஈரைப் பேனாக்கி, பேனைப் பெருமாளாக்கி, ஒரிஜினல் என்று நம்ப வைத்து நிமிர்ந்து நடப்பார்களே, அது மாதிரி இல்லை. எந்தப் பார்வை அம்பும் துளைக்க முடியாத கற்கோட்டை அது.

இப்படி சித்ராங்கி மேல் ஒருதலைக் காதலோடு மூடல் மஞ்சுவும் கனவுக் கன்னியாகிப் போனாள். ஒரு தடவை, ஒரே ஒரு தடவை மட்டும் சாதாரணமாக வந்துவிட்டுப் போனால் போதும். நாங்கள் நல்ல பிள்ளை ஆகிவிடுவோம். இன்ப ஊகங்களுக்கு இடமளித்தது என்று சாண்டில்யன் சரித்திரக் கதையில் வருவது போல் தேடிக் கொண்டே இருக்கமாட்டோம்.

மஞ்சுவின் அப்பா ப்ரான்ஸ் கடற்படையில் அதிகாரியாக இருந்து ஓய்வு பெற்று குயில் தோப்பில் பங்களா வீடு கட்டிக் குடி இருக்கிறார் என்று ஒரே உபரித் தகவல் அவளைப் பற்றித் தெரிந்தது. கட்டை குட்டையாக ஐந்தரை அடிக்கும் கீழே உயரமான மஞ்சு அப்பா மஞ்சப்பா - நாங்கள் என் சி சியில் ரைபிளைத் தூக்கிக் கொண்டு வரிசையாகப் போனபோது அணிவகுப்பு மரியாதையை ஏற்றுக்கொண்டு எங்களோடு பூரி கிழங்கு சாப்பிட்டார்.

சொல்ல மறந்துவிட்டேனே, காலேஜில் பலரும் என்.சி.சி. ஏர்போர்ஸ். நாங்கள் முப்பது பேர் மட்டும் நேவி. 'ஒரே ஒரு வருஷம் இருங்க, அப்புறம் என்.சி.சி. ஏர்போர்ஸ் சேரலாம்' என்று நைச்சியம் செய்தார் பிரின்சிபால். என்.சி.சி. ஆபீசர் உஷாராணி மேடம் நல்ல கேடட்களாக இருந்தால் தில்லியில் குடியரசு தின அணிவகுப்பில் பங்குபெற ஏற்பாடு செய்வதாக ஆசை வேறு காட்டினார்.

வெள்ளை கலர் டிரவுசர், தட்டையான வெள்ளைத் தொப்பி இதெல்லாம் நேவி என் சி சி. கட்டாந்தரையிலே நீச்சல் அடிக்கச் சொல்லுவாங்க பாரு என்று பயமுறுத்தினான் ப்ரான்ஸ்வா. ஆனால் அப்படி ஏதும் ஆகவில்லை.

காலேஜ் முடிந்து ஒரு நாள் சாயந்திரம் பஸ்ஸில் வீடு போகிறோம். முன் வரிசையில் மூடல் மஞ்சு தன் அத்யந்த சிநேகிதிகளான லக்ஷ்மி பட்டத்ரிபாட், ஹரிதா லிங்கப்பா, நதி நாயுடு போன்ற கடமுட பெயர் மெல்லியலார்களோடு கூடு திரும்பும் நேரம்.

சாயந்திரம் கடைசி வகுப்பில் நம்ம மரை கழண்ட ராமநாதன் என்ற அழ அழ ராமு இலக்கியத்தால் எல்லோரையும் இம்ப்ரஸ் பண்ண, சிலபஸுக்கு ரொம்பவே வெளியே போய் புதுக்கவிதை என்று ஆரம்பித்து பொழுதெப்போ விடியும், பூவெப்போ மலரும், பவமெப்போ ஓயும் என்று வெயிலுக்கு உகந்ததல்லாத கவிதை எதையோ உற்சாகமாக விளக்கம் எல்லாம் சொல்லி எங்கள் இருப்பிடத்தில் குச்சி வைத்துக் குத்தி உள்ளே அனுப்ப முயன்றபடி இருக்க நாங்கள் மூடல் மஞ்சு, சித்ராங்கி கூட்டுக் கனவிலிருந்தோம்.

பஸ்ஸில் அதைச் சொல்லி பொழுதெப்போ விடியும், பூவெப்போ மலரும் என்று வீராஸ் என்ற வீராஸ் கந்தசாமி கையை வெண்பா பாடுகிற மாதிரி அசைக்க, எல்லோரும் பொழுதெப்போ விடியும் பூவெப்போ மலரும் என்று கூடவே பிச்சைக்காரன் கதறலாக

கோஷ்டி கானம் இசைத்தோம். குப்புராஜ் மஞ்சுவைப் பார்த்தபடி, பொழுதெப்போ விடியும் பூவெப்போ மலரும், ரெண்டு காயெப்போ பழுக்கும் என்று இஷ்டத்துக்குத் தட்டிவிட, மஞ்சுவானவள் பஸ்ஸுக்குள் எச்சில் வராமல் காரி உமிழ்ந்து கைப்பையில் துப்பட்டா துணியை எடுத்து இன்னும் இறுக்கமாக மேலே போர்த்திக் கொண்டாள்.

இழுத்து மூடல் மஞ்சு, இறுக்கி மூடல் மஞ்சுவான அந்த ரேட்டில் போனால் அவள் வீட்டிலோ காலேஜிலோ இந்தக் கலாட்டாவை எல்லாம் பற்றி உடனே புகார் கொடுப்பாள் என்று எதிர்பார்த்து நாங்கள் குப்புராஜைத் தனியாக விட்டுவிட்டு அஜந்தா தியேட்டர் ஸ்டாப்பிலேயே இறங்கிவிட்டோம்.

எப்படியோ இடைப்பட்ட நாட்களில் மூடல் மஞ்சு அமேலிக்கு சிநேகிதியானாள். அமேலிக்கு சிநேகிதி என்பதால் அவள் என் ப்ரியசகி கயலுக்கு சிநேகிதியாவது தவிர்க்கப்பட்டது.

அமேலி, ஒரு மழை ஓய்ந்த நாளில் பிற்பகல் வேளையில் தாவர இயல் வகுப்பை கட் பண்ணிவிட்டு மூடல் மஞ்சுவைத் தன் சைக்கிளில் ஏற்றிக்கொண்டு வீட்டுக்கு விரைவதைப் பார்த்து பொழுதெப்போ விடியும் என்று அமுக்கமாக கோஷ்டி கானம் பாடினோம்.

அடுத்த நாள் மதியம் சாப்பிடும் நேரத்தில் அமேலி மூடல் மஞ்சுவோடு திரிந்துகொண்டிருந்தபோது, போதலீர் கவிதைத் தொகுதி பிரான்ஸில் இருந்து வந்துவிட்டது என்று பொய் சொல்லி அவளை கேண்டீனுக்கு வரச் சொன்னோம். இந்த போதலீர் இருநூறு வருஷம் முந்திய பிரஞ்சுக் கவிஞர். புரட்சிக் கவிஞர். அமேலி அவர் கவிதை என்று சொல்லிச் சொல்லி, நான் போதலீர் என்று பெயர் சொன்னாலே கவிதை ஏதும் வாசிக்காமலேயே, கண் கிறங்க ரசிக்கக் கற்றுக் கொண்டேன். அவருடைய எல்லா கவிதைகளும் பிரஞ்சு, ஆங்கிலம் என்று இருமொழியில் அழகாக அச்சடித்த பதிப்பு கிடைக்குமா என்று அமேலி தேடிக் கொண்டிருக்கிறாள். அதை சாக்காக வைத்து அவளை ஈர்த்தோம். போதலீராவது, காதலீராவது சும்மா உடான்ஸ்.

“ஆமா, மஞ்சுவோட அவங்க வீட்டுக்குப் போனேன். என்ன இப்போ?”

அமேலி, எடுத்ததுமே எகிறினாள். சகித்து, விசேஷம் எல்லாம் கொஞ்சம் போலவாவது சொல் சொல் பெண்ணே என்று

முகவாய்க்கட்டையைப் பிடித்துக் கெஞ்சாத குறையாகக் கோரிக்கை விடுத்தோம். ஒரு நிமிஷத்திலே எவ்வளவு வருமோ அவ்வளவு தான் சொல்வேன் என்று வீம்பு. சரி சொல்லம்மா என்றோம். பெண்ணாச்சே, என்ன செய்ய?

"ரொம்ப சின்ன வயசில் மஞ்சு மேல் பக்கத்து வீட்டில் யாரோ, இங்கில்லை, பிரான்சில் பிரஞ்சு கடற்படை குவார்டர்ஸில், வன்முறை பிரயோகித்தார்களாம். இல்லை, நீ நினைப்பது போல் இல்லை. அதைவிட கொடூரம். விளையாட்டாக என்று சிகரெட்டால் மாரில் சுட்டிருக்கிறான் ஏதோ ஒரு பிரஞ்ச் நேவி ஆபீசர் கிராதகன். அவளுக்குப் பேசக்கூட வராத, தத்தக்கா பித்தக்கா நடை நடந்து கொண்டிருந்த காலம். அப்போதிருந்து ஃபோபியாவாக மேலே பாதுகாக்க வேணும் என்று வெறியாகி" ஒரு நிமிடம் முடிந்ததால் அந்தரத்தில் நிறுத்தி விட்டாள் மேற்கொண்டு சொல்லாமல்.

சரி, மஞ்சு வீட்டுக்கு விழுந்தடித்துக்கொண்டு ஏன் போனே? கேட்டதும் தோளில் சார்த்திய பூப்போட்ட லெதர் பையில் இருந்து எடுத்துக் கொடுத்தாள் போதலீர் கவிதைகள் பிரஞ்சிலும் இங்கிலீஷிலும் அச்சடித்த புத்தகம்.

அதற்கு அப்புறம், நாங்கள் யாருமே மஞ்சு பற்றி ஒன்றும் பேசவில்லை. முன்னால் இருந்தோ, பின்னால் இருந்தோ, ஓரமாக நின்றோ மஞ்சுவைச் சீண்டுவதை விட்டுவிட்டோம். நாங்கள் போகும்போது முகத்தைத் திருப்பிக் கொள்ளும் மஞ்சு அதை விட்டு எங்கள் ஒவ்வொருவரையும் கூர்ந்து பார்க்கத் தொடங்கினாள். அடுத்து எங்களைக் கடந்து போகும்போது அழகாகப் புன்சிரிப்பு பூத்தாள். நாங்கள் இரக்கத்தோடு அவளுக்குப் பதில் சிரிப்பு சிரித்தது எங்களுக்கே நன்றாகத் தெரியவில்லை. காமெடியாக ஆரம்பித்த சினிமாவில் விஜயகுமாரி வந்து பிழியப் பிழிய அழுதபடி காட்சி எல்லாம் கடந்து போகிற மாதிரி துக்கம்.

ஒருநாள் மஞ்சு கேட்டே விட்டாள். "நாம் எல்லாம் ஒரே காலேஜ். ஒரே ஊர். ஒரே மொழி. ஒரே வயசு. ஏன் என்னைப் பார்த்தா, பிரேதம் கடந்து போகிறபோது தொப்பியைக் கையில் வைத்தபடி அஞ்சலி செய்யிற ப்ரஞ்ச் கான்ஸ்டபிள் போல துக்கம் அனுஷ்டிக்கிறீங்க?"

ஒருத்தர் இன்னொருத்தரைப் பார்த்தபடி ஒரு நிமிஷம் நின்றோம்,

அப்புறம் போட்டு உடைத்து விட்டோம். கண்ணில் நிறைந்த கண்ணீருமாக அவளைப் பார்க்க, கலகலவென்று சிரித்தாள் மஞ்சு.

“அமேலியும் நானும் போதலீர் கவிதைகளை உரக்கப் படித்து ரசித்துக் கொண்டிருந்தோமே தவிர வேறே எதுவும் பேசவில்லையே” என்றாள் மஞ்சு. “அப்புறம் அப்புறம் அப்புறம்” என்று வழக்கம்போல் பம்மினான் அந்த்வான்.

“அப்புறம் சப்பரம் தான்” என்று சிரித்தாள் மஞ்சு. சப்பரம் போன்ற, அதைவிடப் பெரிய தேர் போல அழகான பெண். அவள் சிரிக்கும்போது வேறெதுவும் புலன் விசாரணை செய்யாமல், சேர்ந்து சிரிப்பது நன்று என்பதால் நாங்களும் சிரித்து வைத்தோம். “அமேலியும் நானும் ப்ரஞ்ச் நாவல் எழுதிட்டிருக்கோம். அதுலே வர்ற சீன் அமேலி சொன்னது” என்றாள் மஞ்சு.

ஆக, அமேலி சொன்ன மாதிரி கொடூரமான முன்கதை ஏதும் இல்லை என்று ஆறுதல். ஏன் இப்படிப் பொய் சொன்னாய் என்று ஐயங்கார் பேக்கரியில் கேக் வாங்கிக் கொடுத்து பக்கத்தில் இருத்தி அமேலியைக் கேட்டேன்.

“வேணும்னுதான். அப்படி என்னடா சான் பாக்கற வெறி? எத்தனை பார்க்க உத்தேசம்? ஒரு நூறு? ஆயிரம்? ஒரு மில்லியன்?” எகிறினாள்.

சான் ன்னா என்னன்னு நீ சொல்றதைப் பொறுத்து. ஏழு கூட இருக்கலாம். இல்லே எண்ணூத்தி முப்பத்தொன்பது என்று விடாமல் கேட்டேன்.

“முகரை. ஒத்தப்படையிலே எந்தப் பொண்ணுக்குடா அது அது யு மீன் அது” முகம் குங்குமமாகச் சிவந்து அவள் குழற விஷயம் அர்த்தமாச்சு. மார்பகத்துக்கான ப்ரஞ்ச் சொல், சான்.

உடனே சீரியஸ் ஆனேன். எல்லாரையும் மாதிரி உடுத்தி நடந்தா மஞ்சுவையும் அவளுடைய சான் சான் பத்தியும் யாரும் யோசிச்சிருக்கவே மாட்டோம். இப்படி மூடி மூடி வச்சுத்தான்.

“ஏன் மூடி வச்சா உடனே பார்த்தாகணுமா?” அமேலி வார்த்தையால் சுட்டாள்.

அமேலியின் காதுமடலை மென்மையாக வருடியபடி ஆண்குலத்தின் பொதுவான இழிசெயலுக்காக மன்னிப்பு கேட்டேன். இந்தச் செய்கையில் அவளுக்கு இருக்கும் பொய்க்

கோபம், மெய்க்கோபம் எல்லாம் வடிந்து விடும் என்று அனுபவ பூர்வமாக உணர்ந்திருக்கிறேன். கயல் கண்ணில் படாத நேரத்தில் இது அரங்கேறும். இப்போதும் அரங்கேறியது என்று பார்த்தால் கையைத் தட்டிவிட்டு விட்டாள் பழிகாரி. "நீ சான் சான் பார்க்க அலஞ்சு அலஞ்சு நாற்பது வயசு, ரெண்டு மாசம், ஏழு நாள்லே கண்ணுமுழி வெளியே வந்து விழுந்து சாகப் போறே" என்று சாபம் வேறே.

ஈதிப்படி இருக்க இதற்கு ரெண்டு நாள் கழித்து கெமிஸ்ட்ரி லாபரட்டரியில் டொப்பென்று ஏதோ சத்தமாக வெடித்துச் சிதறிய சத்தம். தொடர்ந்து, எல்லோரும் ஒரே நேரத்தில் பேசும் பரபரப்பான சூழ்நிலை. யாருக்கும் என்னவென்று புரியாமல் எல்லோரும் கெமிஸ்ட்ரி பக்கம் தலை சாய்ந்த நேரம். "மயக்கம் போட்டுட்டாங்க மயக்கம் போட்டுட்டாங்க" என்று பிசிக்ஸ் அட்டெண்டர் லூர்துசாமி சொன்னார். யார் எப்படி என்ன ஆச்சு என்ற கேள்விகளுக்குப் பதிலாக ஒரு பெரிய உருண்டையாக புகையிலையை உருட்டி வாயில் போட்டபடி கேதோட் ரே ட்யூபை வீட்டுக் கொல்லைப்புறத்தில் கக்கூஸ் வாளி மாதிரி சர்வ சாதாரணமாக நகர்த்தி வைத்துக் கொண்டிருந்தார் அவர்.

அந்த்வான் செய்தி கொண்டு வந்தான். மஞ்சு கெமிஸ்ட்ரி ப்ராக்டிக்கலின்போது எதையோ சரியான அளவிலில்லாமல் எடுத்துக் காய்ச்ச குடுவை வெடித்ததாம். நல்ல வேளை அவள் மல்ட்டி லெவல் கவசம் மாதிரி மார்பில் சுற்றிச் சுற்றிச் சேலை அணிந்திருப்பதால் கண்ணாடி சில்லு வகையறா அவள் நெஞ்சில் மோதி அப்படியே திரும்பிவிட, எல்லாம் சுபம்.

அவள் வீட்டுக்கு ஆஸ்தான ஜோசியரான மாம்பட்டு கிழார் இதை ஏற்கனவே கணித்துச் சொல்லியிருந்ததால் தான் மூடல் மஞ்சுவாக அவள் திரிந்து கொண்டிருந்தாளாம். இதுவும் அந்த்வான் சொன்னது.

அடுத்த வாரம் முதல் மூடல் மஞ்சுவைக் காணோம். காலேஜ் விடுமுறை என்பதால் அவளைக் கிட்டத்தட்ட மறந்தே போனோம். விடுமுறையில் ஒரு ராத்திரி ராஜசேகரன், மஞ்சுவுக்குப் புற்றுநோய் முற்றி ஒரு மார்பை நீக்கிவிட்டதாகச் சேதி கொண்டு வந்தான்.

இதற்காக வருந்திக் கொண்டிருந்தபோது, படிப்பு முடிந்து, எனக்கு தில்லியில் எலக்ட்ரானிக்ஸ் கம்பெனியில் சுமாரான உத்தியோகம்

கிடைத்தது. தில்லிக்கு ஊர் சுற்றிப் பார்க்க வந்த என் சகாக்கள் ராத்திரி குடித்தபோது மஞ்சு பற்றியும் பேசினார்கள். கல்கத்தாவில் இறுக்கமான சட்டையும் ஜீன்ஸுமாக எவனோ வங்காளியோடு மோட்டார் சைக்கிளில் மஞ்சு போய்க் கொண்டிருந்ததைப் பார்த்ததாக இன்னும் விடலைத்தனம் மாறாத இங்க்லீஷ் ட்யூட்டர் மாத்யு பொன்னானி சொன்னானாம். மகிழ்ச்சிதான். எனக்கு கல்கத்தா போய் அது உண்மைதானா என்று பார்த்து வர ஆசை. ஆனாலும் ஒரு ஜதை சான் சான் பார்க்க ரயில் டிக்கட், ட்ராம் டிக்கட், லாட்ஜில் போய்த் தங்க கட்டணம், சாப்பாட்டுச் செலவு இப்படி எல்லாம் செலவழிக்கணுமா என்று தோன்ற, வேண்டாம் என வைத்தேன்.

அடுத்த வருஷம் நான் காதல் செய்திருந்த கயல் என்ற கயல்விழியைக் கல்யாணம் செய்து, தில்லியில் குடித்தனம் வந்துவிட்டேன். அவளுக்கு நானும் எனக்கு அவளுமாக இருபத்தைந்து வருடங்கள் உருண்டோடிப் போயின,

ஏதோ உருப்படாத பேச்சு அவளோடு ஞாயிற்றுக்கிழமை பகல் நேரத்தில் பேசிக்கொண்டிருந்தபோது, மஞ்சுவோடு அவள் வீட்டில் அமேலியும் தானும் போதலீர் கவிதைகளை ரசித்துக் கொண்டிருந்ததாகச் சொன்னாள். மூன்று பெண்களோ நான்கு ஆண்களோ சேர்ந்து உட்கார்ந்து பிரஞ்சு கவிதை பற்றிப் பேசினார்கள் என்று செய்தி வந்தால் உலகம் ஏன் இப்படித் தறிகெட்டுப்போய்க்கொண்டிருக்கிறது என்று கவலைப்பட வேண்டியிருக்கிறது.

கடைசியில் ஒத்துக்கொண்டாள். போதலீர் மட்டும் இல்லையாம். மூன்று பெண்களும் மஞ்சு வீட்டில் பெரியவர்கள் யாரும் இல்லாததால் ஜின்னும் பியரும் சுகமாக அடித்துவிட்டு அரட்டையும் போட்டார்களாம்.

“மூடல் மஞ்சு ரகசியம் என்னன்னு நான் மஞ்சுவைக் கேட்டேன். உடனே சொல்லிட்டா” கயல் கண்கள் மினுமினுக்கச் சொன்னாள்.

“என்ன அது?” நான் இருபது வயது குறைந்த ஆர்வத்தோடு காலேஜ் மாணவனாகக் கேட்டேன்.

“அது லேடீஸ் சமாசாரம். உனக்கு எதுக்கு? வயசா லட்சணமா இருடா” கயல் மரியாதையோடு என்னிடம் சொன்னாள். அவள் சொன்னால் அப்பீல் ஏது?

நன்றி வாடை

*ச*ங்கரன் மார்ச் 13, 2001 நடுராத்திரிக்குப் புது கருநீல சூட்டும், வெள்ளைச் சட்டையோடு கறுப்பு நிற டையும் அணிந்து, மினுமினுக்கும் ஷூக்களோடு மீனம்பாக்கம் விமானநிலையம் வந்து சேர்ந்தான். முப்பது வயதுக்காரன். அதியதிகாலை ஒன்றரை மணிக்கு சிங்கப்பூர் வழியாக எங்கேயோ போகும் சர்வதேச விமானத்தில் ஜன்னல் இருக்கை அவனுக்கு. அடுத்த இருக்கை சாரு என்ற சாருமதிக்கானது.

சாரு முப்பத்தைந்து வயது அசிஸ்டெண்ட் வைஸ் பிரசிடெண்ட். சங்கரனுக்கு இரண்டு லெவல் மேல் பதவியில் இருக்கும் அதிகாரி. ப்ரான்ஸ் போயிருக்கும், மனைவிக்கு ஸ்ட்ராங் டீ போட்டுத் தரும் பொறுப்பான கணவன் இன்று இரவு வீடு திரும்பும்போது அவள் அங்கே இருக்க விடாமல் இந்தப் பயணம். விடிந்தால் காரடையான் நோன்பு வேறே. என்றாலும் ஆபீசில் இப்படி சிங்கப்பூருக்குத் துரத்தியதை மாளாத் துயரோடு அவள் சொல்லியபடி வருகிறாள். அவளுக்கேயானதாக சங்கரன் கருதிய வாழைப்பூ வாசனையை அருகிலிருந்து தீர்க்கமாக முகரும் கிறுகிறுப்பும் தூக்கமின்மையுமாக அடுத்திருந்தான் சங்கரன். சிங்கப்பூர் சாங்கி ஏர்போர்ட் வந்தும் பெண் வாடையும் குறைகளின் பட்டியலும் பாக்கி இருந்தன.

புது வாடிக்கையாளரை வரவேற்று அவர்களை வசீகரிக்க அனுப்பப்பட்ட கம்ப்யூட்டர் கம்பெனி பிரதிநிதிகள் இந்த இருவரும். கல்யாண கோஷ்டி என்று தொழில்முறை பட்டப்பெயர். கோஷ்டி முதலில் ஆறு நபர்கள் பங்கு பெறுவதாக இருந்து பின் தில்லி தலைமையகத்தில் வெட்டிச் சுருக்கப்பட்டது. சென்னையிலிருந்து ரெண்டு, வெளியே இருந்து ஒன்று.

எமிக்ரேஷனில் சங்கரனையும் சாருவையும், சிங்கப்பூரில் பெருச்சாளி போல் ஒளிந்து திரிந்து ஒன்றாக ஜீவிக்க வந்தவர்கள் என்ற சந்தேகத்தோடு பாஸ்போர்ட்டை, விசாவை எல்லாம் திருப்பித் திருப்பிப் பார்த்து, பெருமூச்சோடு சாப்பா அடித்து ஊருக்குள் புக அனுமதித்தார்கள். சாரு பாஸ்போர்ட்டைத் திரும்ப எடுத்துக்கொள்ளாமல் நடக்க, 'உங்க கூட்டாளிக்கு பாஸ்போர்ட் வேணமா?" என்று சங்கரனிடம் கொடுத்து, அவள் புகார்ப் பட்டியலில் புது ஐட்டமானார்கள் அவர்கள்.

'லட்சணமான புருஷன் வீட்டிலே இருக்க' என்று அங்கலாய்ப்பை சரியான இடத்தில் நிறுத்தி, சங்கரனின் சுபதினம் சந்தோஷமாக சிங்கப்பூரில் தொடங்கியதைப் பாழாக்கினாள் கோழிக் கழிச்சல் நெடியடிக்கும் பதிவிரதை. இது கையிடுக்கில் பெர்ப்யூம் பொழிந்து ஏற்படுத்தும் செயற்கை வாடையன்று. காது மடலில், பின் கழுத்தில், முதுகில் பொசியும் உடல் வாடை.

ஜீன்ஸ், டீ ஷர்ட்டில் வந்திருந்தால் சொல்லியிருக்க மாட்டாளோ? சங்கரன் ஹோட்டல் ரிஜிஸ்டரில் கையெழுத்துப் போடும்போது யோசித்தான். நல்லவேளை அடுத்தடுத்து இருக்கிற தனித்தனி அறைகள் அவர்களுக்கு.

காலை ஏழு மணிக்கு என்னமோ நினைத்துக்கொண்ட மாதிரி மலேசியாவுக்கு போன் செய்தான். ஆதினமிளகி பெரியப்பா செரங்கானிலோ செம்பிலானிலோ இருக்கிறார். அவ்வப்போது மொபைல் பேச்சுதான் உறவை வலுப்படுத்துகிறது.

"நேற்றே எதிர்பார்த்தேன். உன் அழைப்பு வரல்லேன்னதும் அமெரிக்கா போய்ட்டு காலையிலேதான் வந்தேன்" என்றார் பெரியப்பு. ஏதேது காலையிலேயே உருண்டை சாப்பிட்டிருப்பாரோ. "அமெரிக்கா போனா நம்ப மாட்டியா? சூக்கும சரீரியா போய்ட்டு வந்தேன். சித்தர்களுக்கு எல்லாம் முடியும்" அவரிடம் நாசுக்காகக் கழன்றுகொண்டு போனை வைக்கும்போது, அடுத்த தடவை பூத சரீரத்தோடு சிங்கை வரும்போது மலேசியாவுக்கும் மறக்காமல் வருவதாக வாக்குரைத்தான் சங்கரன்.

எட்டு மணிக்கு பாறபுறத்து சங்கரனை மொபைலில் கூப்பிட்டான். சிங்கப்பூர், மலேயா, இந்தோனேசியா, தாய்லாந்தில் பல்பொடி மாதிரி கம்பேனி சாஃப்ட்வேரை கூவிக்கூவி விற்கிற சேல்ஸ் வைஸ் பிரசிடெண்ட். சங்கரனுக்கு மூன்று லெவல் முந்திய அதிகாரி.

சங்கரன் வெறும் ப்ராஜக்ட் மேனேஜர் என்பதால் எல்லோருக்கும் ‘எஸ் சார் எஸ் மேடம்’ அடிமை உறவு.

“சீர் செனத்தி எல்லாம் கொண்டு வந்துட்டியா?” நல்ல தமிழில் விசாரித்தான் பாறை என்ற பாறபுறத்து. பிறந்தது முதல் மலையாள பூமியை மிதிக்காத மலையாளி. பாறையைத் தூக்கிப் புறத்தில் போட்டுத் தமிழனானவன்.

“எல்லாம் கொண்டு வந்திருக்கேன்” என்ற சங்கரன் நாலு செகண்ட் தாமதித்து சார் சேர்த்துக் கொண்டான். கஸ்டமருக்குக் கொடுக்க விளக்க ஆவணம் மற்றும் கம்பெனி கதை சொல்ல பவர்பாயின் ப்ரசெண்டேஷன் இதெல்லாம் கொண்டு வந்த சீரில் அடங்கும்.

எத்தனை பேர்? கப்பார் சிங் மாதிரி கேட்டான் மலையாளி. இருபது ப்ளஸ். எத்தனை வருஷம்? ஒரு வருஷம். துட்டு? ஒரு மில்லியன் டாலர் என்றான் மூச்சைப் பிடித்தபடி சங்கரன். அம்புட்டுதானா என்று பாறை இறுகினான்.

“எங்கே நாம் சந்திப்போம்?” பொறுமையில்லாத காதலி போல கேட்டான் சங்கரன். “அங்கேயே ரூம்லே இரு. வந்துடறேன். உன் ரூம் தான் நமக்கு இப்போ தாவளம். தலைவர் காசு செலவு செய்ய அஞ்சறார், சரியான” பாதி வாக்கியத்தில் பாறை போனை வைத்து விட்டான். இன்றைக்கு உலக அரை வாக்கிய தினம் போல.

சங்கரன் அறை வாசலில் அழைப்பு மணியை யாரோ விடாமல் பொறுமையின்றி அழுத்தினார்கள். தீப் பிடித்தது என்று சொல்ல ஹோட்டல் ஊழியர் யாராவது உயிரைக் கையில் பிடித்தபடி வந்திருக்கலாம். அடுத்த அறை சாருவை ஏகாந்தத்தில் தேள் ஒன்று வன்மையாகக் கொட்டியிருக்கலாம். உலகம் அழிந்து போய்க் கொண்டிருக்கிறது என்று கேபிள் டிவி எல்லா சேனலிலும் செய்தி நகர்ந்து கொண்டிருக்கலாம்.

ஓடிப்போய்க் கதவைத் திறக்க முழு வழுக்கையராக ஒரு பேர்வழி. சின்ன போ டை கட்டிக்கொண்டு ஹோட்டல் தலைமை வெயிட்டர் மாதிரி நின்றார். “நான் ஒண்ணும் ஆர்டர் பண்ணலியே” என்றான் சங்கரன்.

“நான்சென்ஸ். பிரசண்டேஷன் ரெடி பண்ணிட்டியா?” வந்தவர் சினம் மொழிய “சாரி சார்” உதிர்த்தான். எந்த தெய்வம் வந்திறங்கியிருக்கோ.

அவன் வரவேற்றபடி வளைந்து உள்ளே சுட்ட, வந்தவர் “பீம்” என்று சுருக்கமாகத் தன்னை அறிமுகப்படுத்திக் கொண்டு அது போதாது என்று பட, ப்ரார் என்றார். சங்கரன் புரியாமல் பார்த்தான். திரும்ப ப்ரார் என்று ரெண்டு தடவை அஜீர்ணம் வந்த மாதிரி சொல்லி பீம் ப்ரார் என்று முடித்தார். மலேசிய நிர்வாகத் தலைவராம். தென்னாப்ரிக்காவிலிருந்து ட்ரான்ஸ்பரிலாம்.

வந்தவரை உட்காரச் சொல்லிவிட்டு லேப்டாப்பை அவர் முன்னால் நகர்த்த, அவர் பொறுத்திரு என்று கைகாட்டினார். ரொம்ப நாள் பழகிய லாகவத்தோடு ரூம் டெலிபோனில் ரிசப்ஷனை அழைத்து இந்தியில் ஜோக் சொல்லிச் சிரித்து விட்டு கறுப்பு காபி என்று உத்தரவு பிறப்பித்தார். உனக்கு என்று சங்கரனைப் பார்க்க அவனும் அவசரமாக கறுப்பு காபி என்றான்.

காபி குடித்து விட்டு பிரசண்டேஷன் என்று ப்ரார் சொன்னார். கம்பெனி பராக்கிரமங்களை, இந்த ப்ராஜெக்ட் கிடைத்தால் எப்படி சாதனை மேல் சாதனையாகப் புரிந்து, கஸ்டமருக்கு கணிசமான செலவு மிச்சம் பிடித்து, நல்ல சேவை தருவோம் என்று படமும் கதையுமாக எதிர்ச் சுவரில் அடித்து வைத்த திரையில் பரத்தி அளிக்கும் ஒலி ஒளிக் காட்சி அது.

பிபிடி எனப் பெயர் முடியும் ஃபைலை மடிக்கணினியில் திறந்து முதல் ஸ்லைடை திரை முழுக்கப் பரத்தி சங்கரன் காட்ட பீம் நிறுத்தச் சொன்னார்.

“நின்னுக்கிட்டு சொல்லு. நாளைக்கு க்ளையண்ட் முன்னாடி உக்காந்து பேசிடுவியா நீ?”

அவர் எகிறிவிட்டு கோட் பாக்கெட்டில் இருந்து கைக்குட்டையை எடுத்துத் தலையைத் துடைத்துக் கொண்டார். அது பூப்போட்ட சில்க் கைக்குட்டை.

பெரியோர்களே தாய்மார்களே என்று சந்தை அடிவாரத்தில் எலி பாஷாணம் விற்கிறவன் போல் அழைத்தான் நின்றபடிக்கு லுங்கியை இறுக்க முடிந்தபடி சங்கரன். கைகூப்பி இந்திய பாணியில் வணங்கிவிட்டுத் தொடங்கச் சொன்னார் திரு. ப்ரார்.

அப்போது வாசல் கதவு தானாக திறக்க, பாறை என்ற பாறபுறத்து ஆறரை அடிக்கு ரெண்டங்குலம் குறைவான உயரத்தைக் குறுக்கிக் கொண்டு ட்ரங்க் பெட்டி சைஸ் ப்ரீஃப்கேஸோடு பிரவேசித்தான்.

"பாற எப்படி இருக்கே... கல்யாண கோஷ்டியிலே நீயும் உண்டுன்னு சொல்லவே இல்லையே" என்றபடி சங்கரனைப் பார்த்துக் கண்சிமிட்டினார் பீம். இவரோடு கண் சிமிட்டணுமா சும்மா சிரிக்கணுமா என்று தெரியாமல் அவன் மருக, "ஆஸ்திரேலியா கணக்குலே இந்தப் புது அக்கவுண்ட் போகுது. அதான் ஆரம்ப ஆர்.எஃப்.ஐ. ஸ்டேஜிலேயே போய் அட்சதை போடுன்னு என்னை அனுப்பிட்டாங்க" என்று பிருபிருத்தான் பாறப்புறத்து.

"அது நியாயமே இல்லே. சிங்கப்பூர் பேங்குக்கு சிட்னியிலே உக்காந்து என்ன சர்வீஸ் செய்வீங்க இது எனக்கு மலேசியாவுக்கு வரவேண்டிய ஆர்.எஃப்.ஐ." பீம் சொல்லியபடி கட்டிலில் சட்டமாக உட்கார்ந்தார். பாறை பாத்ரூமில் நுழைந்து கதவைச் சாத்திக்கொண்டான், அவன் வருவதற்குள்.

ஆர்.எஃப்.ஐ. என்பது ரிக்வெஸ்ட் ஃபார் இன்பர்மேஷன். வெளிநாட்டிலோ, இங்கேயோ ஒரு நிறுவனம் இருப்பதாக வைத்துக் கொள்ளலாம். புதியதாக சாஃப்ட்வேர் உருவாக்கி இயங்க வைத்துத் தரவோ, இருக்கும் மென்பொருளை சீராக மாற்றித் தரவோ இன்னும் மூன்று மாதம் கழித்து சேவையாளர்களான ஐ.டி. கம்பெனிகளை அந்த நிறுவனம் அணுக உத்தேசிக்கலாம். எந்தெந்த சாஃப்ட்வேர் கம்பெனிகளோடு பிசினஸ் பேசலாம் என்று குறும்பட்டியல் உருவாக்கத் தகவல் கேட்கிற ஏற்பாடு ஆர்.எஃப்.ஐ.

திரும்ப வாசலில் அழைப்பு. சங்கரன் போய்த் திறக்க, தலை குளித்து, வசீகரமாகப் பட்டுடுத்தி கண்ணில் மையெழுதி கழுத்தில் பவுடர் கோட்டோடு சாரு. பிறன்மனை நோக்காப் பேராண்மை என்று சங்கரனின் நியூரான்கள் அறம் உரைக்க, உன்னிலும் பெரிய அதிகாரியைப் பணிந்து தொழு என்று அனுபவம் அதட்ட, அவனைக் குகை மனிதனாக்கும் ரசாயனத் தனிமங்களும் சுரக்கத் தொடங்கியதை சங்கரன் உணர்ந்தான். மருக்கொழுந்து மணத்தோடிருந்தாள், பிரசவ ஆஸ்பத்திரி டாக்டர் போல் ஓவர்கோட் அணிந்திருந்த சாருமதி.

காபிக் கோப்பைகளும் ப்ளாஸ்குமாக வெயிட்டர் வந்தான். பீமுக்கு அத்தை பிள்ளை போன்ற சகஜத்தோடு அவரிடம் காபியை நீட்ட, அவர்கள் உரையாடியது பஞ்சாபியில் என்று சங்கரனுக்கு எப்படியோ புரிந்தது.

வெயிட்டரிடம் “அப்புறம் ஊர்க்கதை பேசலாம். துண்டு மாங்கா ஊறுகாய் மட்டும் விசாரிச்சு வை. சாயந்திரம் பார்க்கலாம்” என்று இந்தியில் அன்போடு சொல்லி சிங்கப்பூர் டாலர் கரன்சியைக் கையில் வைக்க, ஏகத்துக்கு இளித்தபடி போனான் அவன்.

“இந்த பேங்க் என்ன மாதிரி சேவை கேட்கறாங்க?”

பீம் காபியை சீப்பிக் குடித்தபடி சங்கரனைத் தவிர்த்து சாருவை கூர்மையாகப் பார்த்துக் கேட்டார். அவள் வாளாவிருந்தாள். “சொல்லும்மா” என்றார் பீம். பாப்பா மலரில் பங்குபெற வந்த சிறுமியைப் பாட்டுப் பாடச் சொல்லும் ரேடியோ அண்ணா மாதிரி.

“சார் நான் இன்ஷ்யூரன்ஸ் பிசினஸ் அனலிஸ்ட். எனக்கும் பேங்கிங்குக்கும் ஸ்நானப் ப்ராப்தி கூட கிடையாது. நீ கூடப்போன்னு காரடையான் நோம்பு அன்னிக்குப் பார்த்து அனுப்பி வச்சிருக்காங்க” சாரு பட்டியல் படித்தாள்.

“அதுனாலே என்ன? சென்னை அண்ணா சாலையில் சிண்டிகேட் பேங்க், ஸ்டேட் பேங்க், ஹெட் ஆபீசோட இந்தியன் ஓவர்சீஸ் பேங்க் இதெல்லாம் கடந்துதான் எல்.ஐ.சி.க்கு போகணும். நீ நேரா எல்.ஐ.சி. போகணும்கறதாலே வழியெல்லாம் கண்ணை மூடி வச்சுப்பியா?” பீம் கேட்டார்.

இந்த மாதிரி லாஜிக்கோடு பேசுகிறவர்களை சங்கரன் துதிப்பான். இப்போதும் புல்லரித்து நிற்க, “சிகரெட் குடிக்கலாமா?” என்று பாறையும் சாருவை பார்த்துக் கேட்டான். சங்கரன் வேண்டாம் நன்றி என்றான்.

“நோ ஸ்மோகிங் ரூம் சார் ரெண்டும்” என்றாள் சாரு. சங்கரனுக்கே அப்போதுதான் தெரிந்த தகவல் அது.

“ஒரு தம் போட்டுட்டு தெம்பா ஆரம்பிக்கலாம்.”

சங்கரனையும், சாருவையும் உள்ளே சோஃபாவில் வீற்றிருக்க விட்டுவிட்டு, வந்தவர்கள் மால்பொரோ சிகரெட்டோடு வெளியேறினார்கள்.

“ஆர்.எஃப்.ஐயிலே என்ன எல்லாம் வரும்?” நிஜமாகவே அப்பாவியாக சங்கரனைக் கேட்டாள் சாரு. “இன்ஷூரன்ஸ் வேலைக்கு அமெரிக்காவுக்கு ஆள் பிடிச்சு அனுப்பறதை மட்டும்தான் ரெண்டு

வருஷமா செய்யறேன். ஆர்.எஃப்.ஐ. எல்லாம் தெரியாது” என்று தன்நிலை விளக்கமும் அளித்தாள்.

சங்கரனுக்கு வந்த ஆச்சரியம் கொஞ்ச நஞ்சமில்லை என்ன நம்பிக்கையில் இவளை நானாவித வாசனைகளோடு விமானம் ஏற்றி அனுப்பியிருக்கிறார்கள்? வாசனைப்பொடி வாடை அடித்தாள் அப்போது.

ரகசியம் சொல்ல கொஞ்சம் நெருங்கி உட்கார்ந்தான். “அதெல்லாம் ஒரு கஷ்டமா?” அடுத்த ஐந்து நிமிடத்தில், புது மஞ்சள் கிழங்கு அரைத்துப் பூசிய வாசனையை நிதானமாக முகர்ந்தபடி சொன்னதன் சாராம்சம் இது-

“உங்கள் கம்பெனி பற்றி, உங்களுடைய கஸ்டமர்கள் பற்றிச் சொல்லுங்கள் என்று விதவிதமான ராகங்களில் தொடரும் ஆர்.எஃப்.ஐ. கேள்விகளுக்கு நல்ல கற்பனை சக்தி உள்ளவர்கள் அருமையாகப் பதில் அளிக்கக் கூடும். இந்தப் பதில்களை ஒட்டு மொத்தமாகப் படித்துப் பார்த்தால், சகல துறையிலும் வெற்றி மேல் வெற்றி வந்து சேரப் பெரும் சுவடுகள் வைத்து முன்னே போவதாக ஒரு கார்பொரேட் பிம்பம் கிட்டும். அது கலைந்து விடுவதற்குள் குறும்பட்டியலில் இடம் பிடித்து விட வேண்டும்.”

சங்கரனும், சாருமதியும் இதரரும் பரபரத்து சிங்கப்பூரில் வந்து உட்கார்ந்திருப்பது ஆர்.எஃப்.ஐ. மகோத்ஸவத்தின் இறுதிக் கட்டமாக, கஸ்டமருக்கு நேரில் கம்பெனி மகாத்மியத்தைச் சதுராடிக் காட்ட.

மறுபடி டெலிபோன் மணி. யாரோ வீர்சங்வி எங்கோ பெர்லினில் இருந்து கூப்பிட்டு கம்பெனி ஜெர்மனி கிளையின் பிரதாபங்கள் பிரசண்டேஷனிலும் ஆவணத்திலும் சரியாக வந்திருக்கிறதா என்று விசாரித்தான். அவனுக்காக ஆர்.எஃப்.ஐ. ரெஸ்பான்ஸ் ஆவணத்தில் தேடி ஒரு பத்தி முழுக்க இருந்த மெய்க்கீர்த்தியை சங்கரன் படிக்கும்போதே இதில் பாதி ரீல் என்று புரிந்தது.

பெர்லினுக்கு வாசிப்பு சேவை நடத்தியபோது அயர்லாந்தில் இருந்து ஒரு பழனியப்பன் கூப்பிட்டு, “ப்ரோ, நம்ம கதை என்ன சொல்றீங்க?” என்று உரிமையோடு கேட்டான். அடுத்து குமாரி னாய் என்ற ஒரு தாய்லாந்துப் பெண் மழலையில் பாங்காக் பற்றிப் புதுக்கதை சொல்கிறேன் என்று ஆரம்பிக்க, எழுதி அனுப்பச் சொல்லி பேச்சைக் கத்தரித்தான் சங்கரன். அவள் கமகமவென்று

மீன்வற்றல் வாடை அடிப்பாள் என்று அவனுக்கு எப்படியோ தெரிந்திருந்தது. "நான் அபிஜித் தாகூர், அமெரிக்காவிலே இருந்து பேசறேன். இப்போ ராத்திரி பத்து மணி" என்று ஆரம்பித்தவனை, "நல்லா தூங்கி ரெஸ்ட் எடுத்துட்டு விடிஞ்சதும் கூப்பிடுங்க தாகூர்" என்று படுக்கைக்கு அனுப்பினான் சங்கரன்.

"நீங்க என்ன நினைக்கறீங்க?" பக்கமாகத் தலையைத் திருப்ப தலையணை கன்னத்தில் முட்டியது. தற்காப்புக்காக கோட்டை எழுப்பிய மாதிரி அவனுக்கும் சாருவுக்கும் இடையே ஒரு தலையணையை அணைத்துப் பிடித்து உட்கார்த்தியிருந்தாள் அவள். என் ரூம் தலகாணியைத்தானே கட்டிட்டிருக்கே என்று மனதில் கேட்டவாறு கழுத்தை வளைத்துப் பார்க்க, 'காரடையான் நோன்பு அடை' என்று அவள் வேறு ஏதோ கிரகத்துப் பழக்கம் பற்றி முணுமுணுத்தது கேட்டது. புளித்த தயிர் வாடை அடித்தாள் பெண்மணி.

பாறையும் பீமும் சூயிங்கம் வாசனையோடு உள்ளே வந்து சோஃபாவில் இடம் இல்லாமல் கட்டிலில் இருந்தார்கள். "வாசிப்பா" என்று ஏப்பத்தோடு பஞ்சாபியில் சொன்னார் பீம். அப்படித்தான் இருக்கும்.

"ஸ்வஸ்திஸ்ரீ திருமகள் கேள்வன்" என்று பொய்க்கீர்த்தி சொல்கிற தொனியில், "எங்கள் தொழில்நுட்ப டி என் ஏ" என கம்பெனி புகழ்மாலை ஆரம்பமானது. இன்னும் அரை மணி நேரம் விஸ்தாரமாகக் குழல் ஊதப்படும்.

"டெக்ஸாஸ்லே வேர்ஹவுஸிங் சாஃப்ட்வேர் பண்ணியிருக்கோம்" என்று ஏழாம் ஸ்லைடின் வாக்கியத்தைப் படித்தபோது, பீம், "உருளைக்கிழங்கை கிட்டங்கியிலே ஐஸ்லே வைக்கறது எல்லாம் இங்கே ஏன்? இது பேங்க் வேலை" என்று சங்கரனை எகிறினார். பாறை குறுக்கே உருண்டு விழுந்து 'மார்ட்கேஜ் அதாவது, வீட்டுக் கடன்களைச் சேர்த்து வைச்சு புனர் பைனான்ஸ் கிட்டும் வேர்ஹவுஸிங்" என்று விளக்க அவர் உடனே தூங்கத் தொடங்கினார்.

"கல்யாண கோஷ்டின்னா சும்மாவா?" என்றான் பாறை. யாருக்குக் கல்யாணம் என்று கேட்டாள் சாரு. அவள் பிடித்திருந்த தலையணை கீழே விழ, சங்கரனோடு தோளொடு தோள் உரசி விலகி உட்கார்ந்தாள்.

"கடைசியிலே இருந்து சொல்லு" என்று தூக்கத்தில் இருந்து கண் விழித்து தாடை எச்சிலைப் புறங்கையால் துடைத்தபடி பீம். கடைசியில் ஆரம்பித்து முதல் ஸ்லைடில் முடிக்க இதென்ன அரபு மொழியிலா இருக்கு என்று கேட்க நாக்கு நுனிவரை சங்கரனுக்குக் கேள்வி வந்தாலும் அடக்கிக்கொண்டான். புறங்கையில் எச்சிலோடு உதட்டைத் துருத்திக்கொண்டிருக்கிறவர் கம்பெனியையே ஆஸ்திரேலியாவில் தோளில் தாங்குகிறவராக இருக்கலாம். பீம் அபானவாயு உதிர்த்தபடி பாத்ரூமுக்கு நடந்தார்.

"பீம் பாய் பீம் பாய், கடைசியிலே இருந்து சொல்றது ஒரு சேஞ்சுக்கு நல்லா இருக்கலாம். நாம் அந்த விளையாட்டுக்கெல்லாம் வரல்லேயே" என்றான் பாறை நகரும் அவர் முதுகு பார்த்து. இருவரும் ஒரே பதவியாக இருக்கும்.

"என்ன மாதிரி பிசினஸ் மாடல் அவங்களுக்கு ஆலோசனை சொல்லியிருக்கு?" டாய்லெட்டிலிருந்து பீம் கேட்டார்.

"*Fixed bid*, பிக்ஸட் பிட். வருஷத்துக்கு ஒரு மில்லியன் டாலர் கொடுத்திடுங்க. எத்தனை பேர், என்ன திறமை அது எங்க பொறுப்பு. மாதா மாதம் என்ன சாதிச்சிருக்கோம்னு கமிட்டி போட்டு ரிவ்யூ பண்ணி, திருப்தி இல்லேன்னா அபராதம் போடுங்க அப்படீன்னு டீல்."

"இதுலே இந்த சங்கரனும் சாருமதியும் யாரா இருக்காங்க?" ஈரக் கையை மெத்தையில் புரட்டியபடி கேட்டார் பீம். "கஸ்டமர் காலை நான் அலம்புவேன். சங்கரன் குடிப்பார்" என்றாள் தடாலென்று சாருமதி. ஜவ்வாது வாடை அவள் மேல் வீசியதாக அப்போது சங்கரன் உணர்ந்தான்.

கொஞ்ச நேரம் மௌனம் நிலவியது. சூழ்நிலையில் பனிக்கட்டியை உடைத்தெறிய பாறை முற்பட்டான். "எல்லோரும் அதான் செய்யறோம். நீங்க சென்னையில் உட்கார்ந்து கால் கழுவி விடறீங்க. நாங்க வெளிநாட்டுலே."

"கால் கழுவறது கால் கழுவறதுதானா, இல்லே இடக்கரடக்கலா?" சங்கரன் சாருவை சிரித்தபடி நோக்க அவள் முகத்தைத் திருப்பிக் கொண்டாலும் ஜவ்வாது வாசம் தொடர்ந்தது.

பீமுக்கு ருசிக்கவில்லை இதெல்லாம். "சரி கால் கழுவினாலும், ஷூ பாலீஷ் செஞ்சாலும் சரியா செஞ்சு டாலர் வந்தா சரிதான். இது

நல்லா வந்திருக்கற மாதிரிதானிருக்கு சங்கரா. கடைசி ஸ்லைட் போ.”

சங்கரன் ஒரு மௌஸ் க்ளிக்கில் முப்பது ஸ்லைட் கடந்து வியட்னாமில் பன்றி வளர்ப்புப் பண்ணை சாஃப்ட்வேரில் உறைந்தான். அப்புறம்? பீம் கேட்டார்.

அப்புறம் விழுப்புரம் தான். சங்கரன் சாருமதி காதில் சொன்னான். காதருகே ஒரு நரை முடியோடு இருந்த அழகான பிசினஸ் அனலிஸ்ட். இன்ஷ்யூரன்ஸ் மட்டும் தெரிந்தவள். மணமானவள். இன்னும் மாறாது ஜவ்வாது மணப்பவள்.

அவள் என்னமோ சந்தோஷத்தோடு அவன் தொடையில் தட்டி ஆமாமா என்றாள். சங்கரனுக்கு அந்த ஜவ்வாது கணம் உடன் மனதில் உறைந்தது.

“என்னது இது?” பீம் பிளிறினார்.

“என்னதுன்னா?” சங்கரன் மிரண்டுபோய்க் கேட்டான்.

“என்னதுன்னா என்னது இது? எத்தனை க்ள்யண்ட் பிரசெண்டேஷன் செஞ்சிருக்கே?”

பீம் சட்டென்று ரௌத்ர பாவம் காட்டினார். சங்கரனைச் சுவரோடு மோதி, நகத்தால் வகுந்து குடலை உருவும் பெருஞ்சினம் அவர் ஆகிருதி முழுக்கப் பற்றிப் படர்ந்து மேலேறியது. உருட்டி விழித்து, தாடையில் உமிழ்நீர் வடிய அவர் குரலை உயர்த்தி இன்னொரு முறை கேட்டார்

“நீ என்னவா இருக்கே?”

“சொல்லு நீ என்னவா இருக்கே?” அவன் சட்டையைப் பிடித்து உலுக்கினார். தனியார் துறை. சம்பளம் ஏகமாகக் கொடுத்து, காலால் உதைத்துத் தள்ள முடியும். உதைக்கப் போகிறார். அதற்குள் சுருக்கமாக வரலாறு சொல்லணும்.

“தேசியமயமாக்கப்பட்ட வங்கியில் கம்ப்யூட்டர் துறை மேலதிகாரியா தில்லியில் இருந்தேன். ரெண்டு வருஷம் முந்தி கம்பெனியில் சேர்ந்தேன். சீனியர் ப்ராஜக்ட் மேனேஜரா இருக்கேன்.”

மூணு வருஷமா இருக்கே, எத்தனை ஆர்.எஃப்.பி, ஆர்.எஃப்.ஐ. பிரசெண்டேஷன் நடத்தியிருப்பே?”

“இதான் சார் பத்தாவது.”

“அதான் இப்படி மடத்தனமா செய்யறியா?”

இதற்கு மேல் திட்ட வேண்டும் என்றால் சங்கரனின் அம்மாவைத் தான் சந்தேகிக்க வேண்டும். செய்யக்கூடிய எச்சில் கிழம்தான் இது.

இதுக்கும் எனக்கும் தொடர்பில்லை என்பது போல், சின்ன மேஜை மேல் வைத்திருந்த ஸ்ட்ரெய்ட் டைம்ஸ் பத்திரிகையைக் காரியமாகப் படிக்கத் தொடங்கினான் பாறை.

“என்ன செய்யணும்னு எஜமான் சொன்னா, இந்த நாயி செஞ்சுடுமுங்க” என்ற உடல்மொழியோடு எதற்கென்றே தெரியாமல் சாரி சொன்னான் சங்கரன். அவன் தோளில் ஆதரவாகத் தட்டி தோழமை சொல்வாள் சாரு என்று எதிர்பார்த்தான். அவள் கைக்கடியாரத்தைப் பார்த்தபடி இருந்தாள். அவளிடம் கொசு மருந்து வாடை அடித்தது.

“என்ன செய்யணுமா? இதுகூடத் தெரியாமலா சீனியர் ப்ராஜக்ட் மேனேஜரா குப்பை கொட்டறே? கடைசி ஸ்லைட் என்ன இருக்கணும்?”

“என்ன இருக்கணும்?”

“என்னையே கேக்கறியா? கெட்ட வார்த்தை வாயிலே வருது” என்றபடி வாஷ்பேசினில் போய் தூ என்று சங்கரனின் முகத்தை ஆவாஹனம் செய்து உமிழ்ந்து வந்தார் பீம்.

“என்ன சார் அங்கே போடணும்?” சாரு ஒருவழியாக அந்தப் பேச்சை முடித்து வைத்தாள்.

பரபரவென்று லேப்டாப்பை நகர்த்திக் கீழே விட்டெறியப் போவதுபோல் போக்குக் காட்டி பீம் அடித்தொண்டையில் அலறினார்.

“தாங்க் யூன்னு நன்றி சொல்ல ஸ்லைட் எங்கே? எங்கே? எங்கே?”

பாறை ஏதோ காணாததைக் கண்டதுபோல் கைதட்டினான். சாரு சிரித்தாள். பீம் விழித்தார்.

“தாங்க் யூ ஸ்லைட் போட்டுடறேன் சார்.”

சங்கரன் ஒரு நிமிடத்தில் நன்றி சொல்லும் ஸ்லைடைச் சேர்க்க,

பீம் உடனடியாக அதை நிராகரித்தார்.

“மூஞ்சியிலே அடிக்கற மாதிரி படார்னு நன்றி சொல்லிட்டு விட்டுடுவியா? ஏதாவது அறிஞர் நல்வாக்கு, ரெண்டு வரிக் கவிதை, பூ, மரம், காடு, ஒத்தையடிப் பாதைன்னு படம்... இதெல்லாம் வேண்டாமா?”

எந்த அறிஞர் ஒற்றையடிப் பாதையில் நடந்தபடி நன்றி சொல்வதற்கான வாக்கைத் திருவாய் மலர்ந்தருளியிருக்கிறார்? சங்கரனுக்குப் புரியவில்லை.

“ரெண்டு வருஷம் முந்தி சுமிடோமா பேங்குக்கு, நம்ம பங்காளிகளும் பகையாளிகளுமான கே.சி.எஸ். கம்பெனி பிரசண்டேஷன் கொடுத்தாங்க. பத்து மில்லியன் டாலர் ப்ராஜக்ட். டாப் மேனேஜ்மெண்டே டோக்கியோவிலே சுமிடோமா பேங்க் வாசல்லே தலைகளோட தரிசனத்துக்குத் தேவுடு காத்து நின்னாங்க. ஒரு முழு நாள் கழிச்சு உள்ளே கூப்பிட்டு பிரசண்டேஷன். பரவாயில்லாம பண்ணினதா கேள்வி. என்ன பிரயோஜனம்? கடைசியா தேங்க் யூ இல்லாமல் சும்மா முடிச்சுட்டாங்கன்னு டிஸ்க்வாலிஃபை பண்ணிட்டாங்க பேங்க்லே. கே.சி.எஸ். ஜப்பான்லே அப்புறம் பிசினஸே பண்ண முடியலை. மரபு தெரியலையாம். மரியாதையின்மையும் காரணம்.”

பீம் சொல்லச் சொல்ல அவரை மீட்பராகக் கருதி சங்கரன் திரும்ப வணங்கினான்.

“இப்போ அங்கே என்ன மணி? காலம்பற எட்டா? எங்க பில்டிங்க்லே எல்லா அபார்ட்மெண்டிலும் நோம்புச் சரடு கட்டிண்டு காரடை வேக வச்சிருப்பா. வைக்கோல் வாசனையோட அபூர்வமா இருக்கும்” சாரு எழுந்து நின்று அறிவித்துத் திரும்ப உட்காரும்போது தலையணையைத் தூரத்தில் எறிந்தாள்.

நீராவியோடு வேகும் வைக்கோல் வாடை சங்கரனுக்கு அனுபவமானது.

பாறை “கார்டை ஏன் வேவிக்கணும்? வேணும்னா, இங்கே கிச்சன்லே சொல்லி வேக வைக்கச் சொல்லலாமா?” என்று சாருவைக் கேட்க, “உங்களுக்குத் தெரியாது. இது மலையாள பண்டிகை இல்லே” என்றபடி சங்கரனைப் பார்த்தாள். அவன் தேங்க் யூ ஸ்லைடை பிக்காஸோ நவீன ஓவியமாக மாற்றிக்

கொண்டிருந்தான்.

நிலைமை சீரானதாகக் கணக்கில் கொண்டு பீம் தாம் அரியதோர் கடமையாற்றிய பெருமிதத்தோடு எப்படி கிளையண்ட் பிரசண்டேஷன் நடத்த வேணும் என்று அனுபவ விளக்கச் சொற்பொழிவைத் தொடங்கினார்.

“ஈஸ்ட்பேக் பேங்க்லே பிரசண்டேஷனுக்காக நம்ம டீம் பத்து வருஷம் முந்தி வந்தபோது சொல்லச் சொல்ல கேட்காம காலையிலே பியர் அடிச்சுட்டு போனான். ராவ்னு டாடாபேஸ் ஆர்கிடெக்ட். உள்ளே போறதுக்கு முந்தி டாய்லெட்டுக்குப் போனானா, கொட்டித் தீர்த்துட்டு அவன் வர்றதுக்குள்ளே மத்தவங்க உள்ளே போய் இந்தாளு வெளியே. உள்ளே நுழையவே முடியலியே. ப்ளாடர் கண்ட்ரோல் இல்லாம மில்லியன் டாலர் தோல்வி.”

யாரும் எதுவும் சொல்லவில்லை. குறைந்த பட்சம் கைதட்டு கூட இல்லை. என்றாலும் மனம் தளராமல், “கிளையண்டு கூட எங்கே சாப்பிடப் போறோம்?” என்று வினவினார் பீம். ‘உஷ்’ என்று அவர் உதடுகளுக்கு மேல் விரல் வைத்துப் பொத்தினான் பாறை.

“சுயம்வரத்திலே நம்ம கழுத்திலே பூமாலை விழுந்து, நாம் ஜயிச்சு காண்ட்ராக்ட் கையிலே வந்தாத்தான் அதிகாரபூர்வமா விருந்து. இப்போ எட்டு வங்கி அதிகாரிகள், அதில் ரெண்டு பெண்கள், தனிப்பட்ட பார்ட்டிக்கு நம்மோடு இதே ஓட்டல்லே வருவாங்க, நாளை ராத்திரி 8 மணிக்கு.”

பாறை ரகசியம் சொல்லிவிட்டு கையை பீம் உதட்டிலிருந்து எடுக்க, “பார்ட்டின்னா மிளகாய் இருக்குமில்லே?” என்றார் அவர்.

நாலு வருஷம் முன்பு முழுக்க ஜப்பானிய வாடிக்கையாளர்களாக இருந்த பார்ட்டியில், மிளகாய் காரமானது என்று அதை மேசையில் பார்த்து அவர்கள் சாகே குடித்தபடி நடுநடுங்க, இது என்ன பிரமாதம் என்றாராம் பீம்.

ம்யூசுவல் ஃபண்ட் ப்ராஜக்டை கால் மில்லியன் டாலருக்கு கைப்பற்றி வெற்றிவாகை சூடிய நாள் அது. ப்ராஜக்ட் மேனேஜர் தெலுங்கன் சௌத்ரியும் விருந்தில் இருந்தானாம். மிளகாய் என்ன பிரமாதம் என்று சிரித்து முன்னால் தட்டில் வைத்திருந்த ஒரு கொத்து மிளகாய்களை ராட்சசன் போல் அவன் கடித்துத் தின்ன நடுநடுங்கிய ஜப்பானியர்கள், இது அசாத்தியமான பொறுமையும்

தீரமும் வேண்டிய செயல் என்று தீர்மானித்தார்கள், இவ்வளவு சகிப்புத்தன்மையும் பொறுமையும் உள்ள நம் கம்பெனிக்கு கால் இல்லை, அரை மில்லியன் டாலர் காண்ட்ராக்ட் அறிவித்தார்களாம்.

நாளை ராத்திரி சங்கரனாவது சாருவாவது மிளகாய் தின்ன வேண்டி வரும் என்றார் தீர்க்கமான நோக்கோடு பீம். சாரு சங்கரன் காதில், "ஒரு மில்லியன் டாலருக்கு நானும் நீயும் மிளகாய் கடிக்கணும். நூறு மில்லியன் டாலர் ப்ராஜக்ட்னா உலக அழகியைக் கூட்டி வந்து மிளகாய் தின்னச் சொல்லுவாங்க போல" என்றாள். அவனை ஈர்க்கும் குண்டூர் மிளகாய் வாசம் முகிழ்ந்தது.

பாறை லாப்டாப்பை வாங்கி ப்ராஜக்ட் மதிப்பாகப் போட்டிருந்த ஒரு மில்லியன் அமெரிக்க டாலரைச் சற்றே முன்பின் இழுத்து ஆறு ஆயிரம் டாலர் வெட்டிக் குறைத்தான். "நிச்சயம் கஸ்டமர் நமக்குத்தான் முதல் வாய்ப்புத் தருவாங்க" என்று அவன் நம்பிக்கை சொல்லும்போது, பீம் இதோ வர்றேன் என்று வெளியே போனார். அறை வாசலில் பஞ்சாபி வெய்ட்டர் தலை தெரிந்தது காரணமாக இருக்கும். ஊறுகாய் பற்றி நற்செய்தி வந்திருக்கலாம்.

"எப்போ பிரசண்டேஷன்? நாளைக்குக் காலையிலே பத்து மணி தானே?" சாரு கேட்டாள். அலுப்புத் தெரிந்த குரல் அது.

"பத்தரைன்னு பார்த்தேனே" சங்கரன் சொன்னபோது பாறையின் மொபைல் அடித்தது. அவன் இரண்டு நிமிடம் காதே உடலின் முக்கியமான பாவம் என்ற பாவனையில் செவியில் அப்பிக்கொண்ட மொபைல் போனோடு எஸ் எஸ் எஸ் என்று வரிசையாக ஆமோதித்தான். குரல் நடுக்கம் வேறே.

அவன் ஃபோனை வைத்துவிட்டுச் சங்கரனைப் பார்த்தான்.

"நாளைக்கு இல்லே. இன்னிக்குச் சாயந்திரம். மாத்திட்டாங்களாம். அவங்க பிரசிடெண்ட் நாளைக்கு கனடா போறாராம். உங்களுக்குக் கஷ்டமில்லையேன்னு கேட்டாங்க. அவர் கனடா போனா நமக்கேன் கஷ்டம்? இல்லேன்னுட்டேன். இன்னிக்கு நாலு மணிக்கு அவங்க ஆபீஸ் நாலாம் மாடி கான்பரன்ஸ் ரூம் சூயஸ்லே ப்ரசண்டேஷன்."

சங்கரன் உற்சாகமானான். இன்றைக்கே ஏறக்கட்டியபின், நாளைக்கு ஊர் சுற்றிவிட்டு விமானம் ஏறிவிடலாம். பீமுடைய வளர்ப்புக் குரங்கு மாதிரி அந்த ஆள் கைகாட்டியதும் யாருடைய

மகிழ்ச்சிக்காகவோ கண்ணில் ஜலம் அருவியாகக் கொட்ட நாக்கு பற்றி எரிய மிளகாய் தின்ன வேண்டாம்.

பாறையின் தொலைபேசி அழைத்தது.

“ஒரு லாப்டாப் மட்டும் எடுத்துப் போக அனுமதி உண்டு என்கிறார்கள்” பாறை சொல்லிக் கொண்டிருக்க, சங்கரன் லாப்டாப் போதும் என்றார் பீம். மற்ற எல்லாம் இந்த ரூம்லேயே இருக்கட்டும் என்றார் அவர்.

இரண்டு காம்பாக்ட் டிஸ்க்களில் இன்று அளிக்கப்போகும் பவர்பாயிண்ட் பிரசண்டேஷனையும் தகவல் தெரிவுபடுத்தும், தோராயமாக கணக்குப் போட்டு ஒரு மில்லியன் டாலரில் வேலை முடிப்பதாக சத்தியம் செய்யும் ஆவணத்தையும் பிரதி செய்தான் சங்கரன். சிறிய டிபன் டப்பா போல டிஸ்க் தொகுப்பை லேப் டாப் அருகில் வைத்துவிட்டுக் கழிவறை போனான்.

“தாங்க் யூவில் எழுத்து ரொம்ப கூர்மையா இருக்கு. கத்தாழை முள் மாதிரி”. பீம் இன்னும் நன்றி சொல்வதில் முழுத் திருப்தி அடையவில்லை. “நீ வேற டை கட்டி நல்ல பேண்ட் போட்டுட்டு வா. நான் முடிச்சு வைக்கறேன்” என்று புன்னகையோடு சங்கரனிடம் சொன்னார்.

பீம் தேர்ந்த கலைஞன் சிதார் வாசிக்கிறதுபோல் லாப்டாப்பில் பட்பட்பட்டென்று விரலைத் தேய்த்துத் தட்டிக்கொட்டி பவர்பாயிண்ட் ப்ரசெண்டேஷனை நிறுத்தி, லேப்டாப்பை மடக்கி லெதர்பையில் வைத்தார்.

கோஷ்டியாகப் புறப்பட்டார்கள்.

சொன்ன நேரத்துக்கு ஐந்து நிமிடம் முன்னாலேயே வந்து கான்பரன்ஸ் அறையில் விளக்கு, ஏசி, பிரசண்டேஷன் லாப்டாப் கனெக்ஷன், திரை எல்லாம் தயாராக்கி ஏழெட்டு வங்கியாளர்கள் உட்கார்ந்திருந்தார்கள், சங்கரனின் கம்பெனி கல்யாணக் கோஷ்டி உள்ளே நுழைந்தது.

பிரசிடெண்ட், பிரசிடெண்ட் என்று பரபரப்பாக, நான்கைந்து டை கட்டியவர்கள் உள்ளேயும் வெளியேயுமாக அலைந்தபோது சிங்கப்பூர் ஜனாதிபதியே அங்கே கம்பெனி சூர வீர பிரதாபங்களைக் கேட்க ஆஜராகிறாரோ என்று மாயத் தோற்றம் எழுந்தது. அவர் இல்லை, வங்கித் தலைவர் தான் ஐந்து நிமிடத்தில் வந்து சேர்ந்து

திரும்பத் திரும்ப தாமதமானதற்கு மன்னிப்பு கேட்டார். நெட் வேறே டௌன் என்று அதற்கும் இன்னொரு நாலு தடவை மன்னிப்பு கோரப்பட்டது. கம்பெனி கல்யாணக் கோஷ்டி உசிதமான நல்ல வார்த்தை சொல்லி அதை ஏற்றுக்கொண்டது.

ஆடல் பாடல் தொடங்கட்டும் என்றார் ப்ரசிடெண்ட். பாஹை முன்னுரையாக ரெண்டு நிமிட நேரம் பேசி, சங்கரனைப் பழுத்த அனுபவமுள்ள வங்கியாளர் என்று அறிமுகப்படுத்தினான். கூடவே சாருவையும் இன்ஷ்யூரன்ஸ் மாமேதை என்று தெரியப்படுத்த அவள் கொண்ட மகிழ்ச்சிக்கு அளவே இல்லை.

சங்கரன் பாம்புக்கும் கீரிக்கும் சண்டை விடும் வித்தைக்காரன் போல் லெதர் பையில் இருந்து மடிக் கணினியை எடுத்து இணைத்து விரலை கணினிப் பரப்பில் வைத்து இழுக்க, திரையில் பளீரென்று அவனுடைய பிரசெண்டேஷன். அது முப்பதாவதான, நன்றி சொல்லும் கடைசி ஸ்லைட். அவன் வேகமாக முதல் ஸ்லைடுக்குப் போக முன் நகரப் பார்க்க, முன்னும் இல்லை, பின்னும் இல்லை, நான் மட்டும் தாண்டா இருக்கேன் என்று நன்றி ஸ்லைட் சிரித்தது.

கடைசியாக ப்ரசெண்டேஷனைக் குடைந்தவர் பீம்பாய் தான். என்ன செய்தாரோ கடவுளுக்கே வெளிச்சம்.

பீம்பாயிடம் குனிந்து பிரச்சினையைச் சொல்ல, அவர் மாறாத புன்சிரிப்போடு “உன் பேக்-அப் டிஸ்குகளை எடுத்து லெதர் பையில் வைத்திருக்கேன். பதட்டப்பட வேண்டாம்” என்று அபயஹஸ்தம் காட்டினார்.

சாருமதி அவசரமாக லெதர் பையில் கைவிட்டு உடனே முகம் திரிந்து கையை வெளியே எடுத்துக்கொண்டதைப் பார்க்க, காலையில் விழுத்துப்போட்ட உள்ளாடையை சங்கரன் அதற்குள் வைத்திருக்கிறான் என்று பரவலான ஊகம் நிலவியது. பீம் பையைக் குடைந்து வெளியே எடுத்தது இரண்டு பாட்டில் மாங்காய் ஊறுகாய். ஓரிஜினல் பஞ்சாப் அச்சார்.

மாறிடுச்சு என்று வெள்ளையாக விடை பகர்ந்து இன்னும் பலமாகச் சிரித்தார் அவர். பிரசிடெண்ட் நேரத்தைப் பார்த்தார். எல்லோரும் நேரத்தைப் பார்க்க, பத்து நிமிடம் கடந்து போய்விட்டிருந்தது.

ஆரம்பிக்கலாம் என்றார் அவர். சரி என்று தொடங்கினான் சங்கரன்.

"நாள் முழுக்க மென்பொருளாகவும், காகிதப் பொதியாகவும் ஆவணங்கள், நீண்டு, மிக நீண்டு போய்க்கொண்டே இருக்கும் கணக்கு வழக்கு, கூடவே பவர் பாயிண்ட் ப்ரசெண்டேஷன் ஏகப்பட்டது தினமும். பவர் பாயிண்ட் மூலம் சாவு என்றா நமக்குத் தண்டனை விதிக்கப்பட்டுள்ளது? இது *unconference* அன்கான்பரன்ஸ்களின் காலம். கூட்டம் போட்டு சமோசா டீ கொடுத்து கையில் மைக்கை வாங்கி நீளமாகப் பேசிப் பேசிச் சாதித்ததை விட, உட்கார்ந்தும், படுத்தும், நின்றுமாக கருத்து பரிமாறும் அ-கூட்டம் சாதிப்பது அதிகம். யாராவது வளவளவென்று பேசிக்கொண்டே போனால் விட்டெறிய குட்டித் தலையணைகளும் அ-கூட்டம் நடக்கும் கான்பரன்ஸ் ஹாலில் இறைந்து கிடக்கும். நானே போன மாதம் சென்னையில் தலைகாணி அடி வாங்கினேன். வீட்டில் இல்லை. ப்ராஜக்ட் மேனேஜ்மெண்ட் அ-கூட்டம் அது."

அவன் சிரிக்க, பிரசிடெண்ட் சிரிக்க, மற்றோரும் சிரிக்க அறை டென்ஷன் இல்லாத அன்கான்பரன்ஸ் அறையானது. தெம்பாக சங்கரன் தொடர்ந்தான்.

"ஆகவே இப்போது பிரசெண்டேஷன் இல்லை. உங்களுக்கு ஆட்சேபணை இல்லை என்றால் நான் பதினைந்து நிமிடம் எங்கள் கம்பெனி பற்றியும், இந்த ஆர் எப் ஐ பற்றியும் என்ன தீர்வு, எவ்வளவு பணம் செலவாகும் என்று உத்தேசமாக ஒரு நிமிடம் கணக்கும் சொல்லி உட்கார்கிறேன். பிர்சிடெண்ட், மற்ற மாண்புமிகு வங்கியர்களுக்கு நேரம் இருந்தால் கேள்வி கேட்கலாம். இல்லை எல்லோரும் சேர்ந்து ஆளுக்கு நாலு பட்டர் பிஸ்கட்டும் டீயும் உண்டு குடித்து அல் விதா சொல்லி இன்றைக்குப் பிரிவோம். விரைவில் சந்திப்போம்."

அவன் தொடர்ந்து சின்னச் சின்ன வாக்கியங்களில் பதினைந்து நிமிடம் நேர்த்தியாகப் பேசி உட்கார, முதல் கைதட்டு சாருவிடமிருந்து. ரோஜாப்பூ வாசனை அனுபவப்பட்டது சங்கரனுக்கு.

பிரசிடெண்ட் நன்றாக இருந்தது என்று சொல்லி அவசரமாக நடந்தார். மற்றவர்களும் தாயாதி பங்காளிகளாக மகிழ்ச்சியாகக் கைகொடுத்து பிரியாவிடை பெற்றுப் போனார்கள். வெற்றி என்று இரண்டு விரலால் வெற்றிச் சின்னம் காட்டினான் பாறை.

ராத்திரி எட்டு மணிக்கு சென்னை திரும்ப ஃப்ளைட் டிக்கட் மாற்றியிருந்தான் அவன்.

“மிளகாய் வேணுமா?” பாறை பீமைக் கேட்க, அவர் ஒரு வினாடி யோசித்துச் சொன்னார் “இருந்தா எடுத்து என் பின்னாலே திணிச்சுடு.”

டாக்சியில் ஹோட்டல் திரும்பும்போது பக்கத்தில் ‘காரடையான் நோம்பு முடிஞ்சிருக்கும். அவரும் ப்ரான்ஸ்லேயிருந்து வந்திருப்பார்.”

சங்கரன் தீர்க்கமாக முகர்ந்தான். அது ஆண் வாசனை. போக நெடி.

“பெர்ப்யூம் போட்டுக்க மறந்துட்டேன். ஒண்ணும் அசம்பா விதமாகலையே?” அவள் கண்கள் செருக, தயக்கத்தோடு கேட்டாள்.

எனக்கு ஜலதோஷம் என்றான் சங்கரன்.

ஒற்றைப் பயணி வரும் ரயில் நிலையம்

பிற்பகலில் பனி விழத் தொடங்கியது. இலை உதிர்த்துக் குச்சிக் கிளை நீட்டிய சிறு செடிகளும், அடர்ந்து வளர்ந்து வெட்டப் படாமல் தலை சாய்த்திருந்த பசும் புல்வெளிகளும் வெண்மை அணிந்தபோது ரயில் வந்தது. சாம்பல் நிறப் பெட்டிகளும், எப்போதும் அடைத்திருக்கும் சிவப்பு ஜன்னல்களுமாகப் பனி பூசி வந்த ரயில் அது. மைனா இறங்கி ஸ்டேஷனுக்கு வெளியே போய் குறுகிய பாதையில் நடக்கும்வரை வண்டி கூவென ஒலியெழுப்பி நின்றது.

குடியிருப்பு குறைந்த ஒரு பழைய சிறு நகரம். நாரைகள் இளைப்பாறிப் போகும் ஒரு கடற்கரைச் சிற்றூர். இரண்டையும் இணைக்கும் ரயில் பாதையில் ஒரு ரயில் கடற்கரையிலிருந்து காலையில் நகரம் நோக்கிப் போகும். பிற்பகலில் சிற்றூர் திரும்பும். நடுவில் ஏழு ரயில் நிலையங்கள்.

சிறு நகரத்தையும், சிற்றூரையும் இங்கே யாரும் போய்ப் பார்த்ததில்லை. நகரம் போகும் ரயில், கடற்கரைச் சிற்றூர் போகும் ரயில் என்று திசை வேறுபடுத்திக்காட்ட, பெயர்களாக மட்டும் அவை பயன்பட்டன.

என்றாவது ஒரு நாள் அங்கெல்லாம் போகவேண்டும் என்று புகைவிட்டுக் கொண்டு ரயில் வரும்போது ஸ்டேஷன் மாஸ்டர் நினைப்பார். அவருக்கு உதவியாளர் ஒருவர் உண்டு. சதா ஜலதோஷம் மிகுந்து தும்மிக்கொண்டு, நெற்றி முழுக்க கோடாலித்

தைலத்தைப் பூசி இருக்கிறவர். அவருக்கு எந்த ஊருக்கும் போக எப்போதும் விருப்பம் இல்லை.

ரயில் போகலாம் என்று சமிக்ஞை தர, பச்சைக்கொடியை ஸ்டேஷன் மாஸ்டர் அசைக்க ஆரம்பித்தபோது, ரயில் இஞ்சினிலிருந்து யாரோ குதித்து இறங்கினார்கள். கறுப்பு நிறத் தொப்பியும், காக்கி பேண்ட்டும், கறுப்புக் கோட்டும், முழங்கை வரை சுருட்டிய காக்கிச் சட்டையுமாக இறங்கியவரை ரயில் டிரைவராக ஸ்டேஷன் மாஸ்டருக்குத் தெரியும்.

ஒவ்வொரு ஸ்டேஷன் மாஸ்டரும் இரண்டு வருடம்தான் இந்த ரயில்வே ஸ்டேஷனில் பணிபுரிய அனுப்பப்படுகிறார்கள். ஆக, மூன்று ஸ்டேஷன் மாஸ்டர்கள் இந்த ஆறு வருடத்தில் இங்கே இருந்து பச்சைக் கொடி காட்டி வரும், போகும் ரயில்களின் இந்த நிரந்தரமான டிரைவரை அறிமுகம் செய்து கொண்டிருக்கிறார்கள். ஆனாலும் கை அசைக்க, தொப்பியைக் கழற்றி வணங்க, புன்முறுவல் செய்தபடி கடந்துபோக என்று இல்லாமல், ஒரு வார்த்தைகூட அவர்களுக்கு இடையில் பரிமாறிக்கொண்டதில்லை.

ரயில் டிரைவர் வேகமாக நடந்து ஸ்டேஷன் மாஸ்டர் நின்ற இடத்துக்கு வர, வண்டி நீளமாக ஊதிக்கொண்டு கிளம்பியது. இஞ்சினில் இன்னொரு டிரைவர் இருக்கிறார் என்பதை எப்படிக் கவனிக்காமல் போனோம் என்று ஸ்டேஷன் மாஸ்டருக்கு வியப்பாக இருந்தது.

“நலமா?” டிரைவர் ஸ்டேஷன் மாஸ்டர் அருகில் வந்தபோது கேட்டார். அவருடைய மெல்லிய உருவத்துக்குப் பொருந்தாமல் குரல் பலமாக இருந்தது.

“நலமாக இருக்கிறேன்” வணக்கம் சொன்னார் ஸ்டேஷன் மாஸ்டர்.

“வேறே ஏதும் ரயில் இப்போது வராது தானே?” டிரைவர் கேட்டார்.

“வராது. போக வர, உங்கள் ரெண்டு ரயில்கள்தான் இந்தத் தடத்தில்.”

“சரக்கு வண்டிகள்?”

சங்கடமான மௌனம் நிலவியது. பழைய நகரத்தில் மின்நிலையம் இயங்கியவரை சரக்கு வண்டிகள் வந்து போனதை ஸ்டேஷன் மாஸ்டர் அறிவார். டிரைவருக்கும் தெரிந்திருக்கும். அது ஆறு

வருடம் முன்.

காபி குடிக்கிறீர்களா என்று கேட்டார் ஸ்டேஷன் மாஸ்டர். சங்கோஜம் ஏதுமில்லாமல், குடிப்போமே என்றார் டிரைவர்.

“கூடவே மெல்லிய பிஸ்கட்டுகள். காபியில் நனைத்துச் சாப்பிட நன்றாக இருக்கும். இதோ, அவற்றைக் கொண்டு வந்திருக்கிறேன்.”

தோளில் மாட்டியிருந்த பையை ஸ்டேஷன் மாஸ்டரின் மேஜையில் வைத்துத் திறந்தார் இஞ்சின் டிரைவர். பெரிய தகர டப்பாவில் காற்றுப் புகாமல் அடைத்த பிஸ்கெட்டுகளை அவர் கொண்டு வந்திருந்தார். அந்தத் தகர டப்பாவில் வரைந்திருந்த அலையடிக்கும் கடலில் பயணம் போகும் ஒரு பெரிய கப்பலின் படம் ஸ்டேஷன் மாஸ்டரை ஈர்த்தது. கையில் எடுத்துப் பார்த்தார். டப்பாவுக்குள் கடல் இரையும் ஓசை. பிஸ்கட்டுகளை உள்ளே பொதிந்து வைத்த வருடம் என்ன என்று கண்ணை இடுக்கிக் கொண்டு படித்தார், நூறு வருடம் முந்திய காலம் அது.

அவர் பார்வையைப் புரிந்துகொண்ட டிரைவர் பதில் சொன்னார், “இதெல்லாம் பழைய பிஸ்கட்டுகள். ஆனால் நேற்றுச் செய்து அனுப்பியது போல புத்தம் புதிதாக, மொரமொரப்பாக இருக்கும். பிஸ்கட்டுக்குக் கோதுமை மாவு பிசைய எண்ணெய் சேர்க்காமல், நல்ல தண்ணீராக ஊற்றிப் பிசைந்து வேகவைப்பதால் இவை இன்னும் பல காலம் உயிரோடு இருக்கும். அணுக் கதிர்வீச்சு கூட பாதிக்காது இவற்றை.”

ஸ்டேஷன் மாஸ்டர் தன் ப்ளாஸ்க்கில் இருந்து இரண்டு டம்ளர்களில் சூடான காபியை ஊற்றினார். பிஸ்கட் கடித்தபடி காபி குடித்து முடித்தார்கள்.

முடிக்கக் காத்துக்கொண்டிருந்த மாதிரி ஸ்டேஷன் மாஸ்டர் கேட்டார் “நான் ஏதாவது உங்களுக்குச் செய்ய வேண்டுமா?”

“நீங்களும் என்னோடு வரவேண்டும். சீக்கிரம் திரும்பிவிடலாம்” டிரைவர் பிஸ்கட் பொதியைப் பை உள்ளே வைத்தபடி சொன்னார்.

“எங்கே போகணும்?” இதை ஸ்டேஷன் மாஸ்டரின் உதவியாளர் கேட்டார். அவர் அப்போதுதான் உள்ளே வந்தார். அவரிடம் பனியை அள்ளி வழிமறைக்காமல் இட உபயோகிக்கும் அகன்ற மண்வெட்டி இருந்தது. தோளில் அதைச் சார்த்தி வந்த அவர்

யாரென்று ஸ்டேஷன் மாஸ்டர் அறிமுகப்படுத்திவிட்டு, "இந்தப் பிரதேசத்துக்கு என்னைப்போல ரெண்டு வருஷ ட்ரான்ஸ்பரில் வரவில்லை இவர். இங்கேயே பிறந்து வளர்ந்தவர்" என்றார்.

"அப்போது உங்களுக்கு மைனா வீடு தெரிந்திருக்குமே"? டிரைவர் கேட்டார்.

"பின்னே இல்லையா? புதுக் குடியிருப்பு என்று பெயர் வைத்தாலும் அங்கே இருக்கும் ஒரே குடும்பம் அந்தப் பெண்ணுடையதுதானே". உதவியாளர் உற்சாகமாகச் சொன்னார். தனக்குத் தெரியாது போனது குறித்து ஸ்டேஷன் மாஸ்டர் உடனடி மன்னிப்பு கேட்டுக் கொண்டார்.

"இரண்டே வருஷத்தில் இடமாற்றம் கொடுத்து அனுப்பி விடுகிறார்கள். இங்கே நிலைத்து இடம் பழகி, இருப்பவர்கள் பற்றித் தெரிந்துகொள்ள ஆரம்பிக்கும்போது, அடுத்த டிரான்ஸ்பர். ஸ்டேஷன் மாஸ்டர்களின் உத்தியோகமும் வாழ்க்கையும் வினோதம்தான்."

ஸ்டேஷன் மாஸ்டர் சுய பச்சாதாபத்தோடு சொல்ல, டிரைவர் புரிந்துகொண்டேன் என்று தலையாட்டினார்.

ஸ்டேஷன் மாஸ்டருக்கு மைனாவை ஒரு பயணி என்று மட்டும் தெரியும். ஒரு பயணிகூட இல்லை. ஒரே ஒரு பயணி. அந்த ரயில் நிலையத்தில் காலை எட்டு மணிக்கு வரும் ரயிலில் ஏறுவாள் மைனா. சாயந்திரம் நாலு மணிக்கு வந்து சேரும் ரயிலில் திரும்புவாள் அவள். ஒரு வருடத்துக்கான பயண டிக்கெட் அவளிடம் உண்டு. ரயில்வே அவளுக்கு இலவசமாகவே அளித்தது.

"மைனா வீட்டுக்குப் போய்விட்டு வந்து விடலாமா?" இஞ்சின் டிரைவர் கேட்டார். கிட்டத்தட்ட இரண்டு வருடம் இங்கே இருந்தும் ரயில்வேயின் மதிக்கத்தக்க ஒரு பயணியை அறியாமல் இருந்ததற்காக ஸ்டேஷன் மாஸ்டர் இன்னொரு மன்னிப்பு கேட்டார். இது அவருடைய உதவியாளரிடம்.

"போய்ட்டு வாங்க" உதவியாளர் பெருந்தன்மையாக அனுமதித்ததோடு மைனா வீட்டுக்குப் போகும் வழியையும் ஸ்டேஷன் மாஸ்டரிடம் விளக்கினார். போதாது என்றுபட, ஒரு பக்கம் அச்சடித்து மறுபக்கம் வெறுமையாக இருந்த பழைய ரயில்வே காகிதத்தில் வழியை விளக்கி வரைபடமும் போட்டுக்

கொடுத்தார். ரொம்ப தூரம் நடக்க வேண்டாம் என்றும் பத்து நிமிடத்தில் அங்கே போய்ச் சேரலாம் என்றும் சொன்னபடி கோடாலித் தைலத்தைப் போத்தலில் இருந்து உள்ளங்கையில் வார்த்து நெற்றியில் பரபரவென்று பூசிக்கொண்டார் அவர்.

ஸ்டேஷன் மாஸ்டரும் இஞ்சின் டிரைவரும் நடக்க ஆரம்பித்தார்கள். நடைபாதையில் படிந்த பனி அடர்த்தி இல்லாமல் பொலபொலவென்று உதிர்ந்திருந்ததால், குவிந்திருந்த பனித் தூவலில் கால் அளைந்து வெள்ளப் பரப்பில் நடப்பதுபோல் அவர்கள் நடந்து போனார்கள்.

"மைனா வீட்டுக்குப் போகணும் என்று ரொம்ப நாளாக திட்டமிட்டிருந்தேன். இப்போதுதான் அதற்கு வேளை வந்தது" இஞ்சின் டிரைவர் சொன்னார்.

"உங்களுடைய கரிசனத்தைப் போற்றுகிறேன். ஆமாம், ரயில் ஓட்டிப் போகும்போது பயணிகளோடு எப்படிப் பழக முடிகிறது உங்களால்? நான் இங்கே இருந்து ஸ்டேட்மெண்ட் போட்டுப் போட்டு யாரோடும் பேச முடியாமல் போய்விடுகிறதே" என சிரிப்புடன் கேட்டார் ஸ்டேஷன் மாஸ்டர்.

"பெட்டிகளுக்கு இடையே வெஸ்டிப்யூல் இணைப்பு உள்ள ரயில்தானே. உதவியாளரை இஞ்சினைக் கவனிக்கச் சொல்லி விட்டு ஒரு பயணத்துக்கு ஒரு முறையாவது ரயிலுக்குள் நீள நடப்பேன். அப்போது பயணிகளோடு ஏதாவது பேசிக்கொண்டு, நகைச்சுவைத் துணுக்கு பரிமாறிக்கொண்டு நடக்க ரொம்பவும் பிடிக்கும். மைனாவை தினசரி சந்திப்பதால் அவளுடைய படிப்பு, உடல்நலம், எதிர்காலத் திட்டம், பிடித்த புத்தகம் என்றெல்லாம் பேசுவேன். என் மகளைவிட ஒரு மாதமே இளையவள் அவள்."

கண்கள் மின்ன ஈடுபாட்டோடு சொன்னபடி நடந்து வந்தார் இஞ்சின் டிரைவர். ஸ்டேஷன் மாஸ்டர் தன் ஒரே பயணியிடம் அவ்வப்போது நாலைந்து வார்த்தைகள் அளந்து பேசியிருப்பார். அவருடைய உத்தியோகப் பளுவும் வீட்டில் எப்போதும் உடல்நலமில்லாமல் மூட்டு வலியோடு துன்பப்படும் மனைவியும் அவருடைய சிந்தையை சதா ஆக்கிரமித்துக் கொண்டதால் யாரோடும் நட்பு பாராட்ட முடியவில்லை.

மூட்டு வலிக்கும் வாயுப் பிடிப்புக்கும் முடக்கத்தான் கீரை தினம்

சமையலில் சேர்க்க வேண்டும் என்று வைத்தியர் சொன்ன பிரகாரம் போன வருடக் கடைசியில் இருந்து ஸ்டேஷன் மாஸ்டர் வீட்டுக்கு தினம் அந்தக் கீரை வந்து சேர்ந்து கறியானது. போன வாரம் தான் தெரிந்தது, அவர்கள் அதுவரை சாப்பிட்டது குப்பைக்கீரை என்று. அதனால் பெரிய நன்மை இல்லாவிட்டாலும் பின்விளைவு அறவே இல்லையாம். ஆனாலும் ஸ்டேஷன் மாஸ்டர் மனைவி நடு ராத்திரியில் தனக்குத்தானே சிரிப்பதற்கு இந்தக் கீரை காரணம் என்று கருதி போன வாரக் கடைசியில் இருந்து அதைத் தின்பதை நிறுத்திப் போட்டார் அவர். அவருக்கும் அபானவாயுத் தொல்லை அதிகமாகி உள்ளது. அபானவாயுவோடு, புன்முறுவல் பூத்தபடி அதுவும் இதுவும் பேசுவது கஷ்டம். அப்புறம் வேலைப் பளு. தினசரி தலைமை ஆபீசுக்கு அனுப்ப வேண்டிய ஸ்டேட்மெண்டில், மேஜை நாற்காலி கதவு ஜன்னல் அளவுகள், தட்ப வெப்பம், ஸ்டேஷனில் இருக்கும் மரங்களின் விவரம் என்று ஆயிரத்தெட்டு சமாச்சாரம் தர வேண்டியிருக்கிறது. பயணிகள் பற்றி அதில் ஏதுமில்லை.

“உங்கள் ரயில் நிலையத்தைச் சுற்றிலும் ரம்மியமான நிலப்பகுதி. பனிக்காலத்திலேயே இவ்வளவு அழகாக இருக்கிறதே. வசந்தம் வந்தால் எவ்வளவு நேர்த்தியாக இருக்கும்.”

இஞ்சின் டிரைவர் சொல்ல, சும்மா சிரித்தார் ஸ்டேஷன் மாஸ்டர். தான் செய்யத் தவறிய எல்லாவற்றையும் விசாரித்து நியாயம் தீர்க்க டிரைவரை யாரோ அனுப்பியிருக்கிறார்கள். அப்படித்தான் அவருக்குத் தோன்றியது.

மரங்கள் அடர்ந்திருந்த ஒரு சிறு திட்டைச் சுற்றி வலப்புறம் போக வேண்டுமா, அல்லது இடதா என்ற சிறு குழப்பம் தவிர மற்றபடி நடக்க லகுவாகவே இருந்தது. வலதிலும் இடமாகவும் பிரிந்த பாதைகள் பின்னால் ஒன்றுசேர்ந்து போவதைப் பார்க்க, அந்தக் குழப்பம் அர்த்தமில்லாததாகத் தோன்ற இருவரும் சிரித்தார்கள். மனம் லேசாகிப் போக அதே மகிழ்ச்சியோடு மைனாவின் வீட்டுக்கு வந்து சேர்ந்தார்கள்.

பூச்செடிகளும், நெடிதுயர்ந்த மரங்களும், தரையிலிருந்து உயர்ந்து மரங்களை அணைத்துப் படர்ந்த கொடிகளுமாகப் பனி தங்கி ஒளிர்ந்த நிலத்தின் நடுவே வீடு நின்றுகொண்டிருந்தது. முன்வாசலில் சக்கரம் வைத்த சிறு தள்ளுவண்டி நிற்க, பக்கத்தில் ஆறு படிகள்

வழியமைத்துக் கொடுத்த பாதை. அது முடியும் இடத்தில் வீட்டுக் கதவு பாதி திறந்திருந்தது.

“நல்ல ரசனையுள்ளவர்களின் வீடு இது” என்றார் ஸ்டேஷன் மாஸ்டர். எதுவும் பேசாமல் மரங்களை அண்ணாந்து பார்த்தபடி நின்றார் டிரைவர்.

“உள்ளே வரலாமே”, வாசல் திண்ணையில் சாய்வு நாற்காலியில் இருந்து புத்தகம் படித்துக் கொண்டிருந்த முதியவர் கேட்டார். ஸ்டேஷன் மாஸ்டரும், இஞ்சின் டிரைவரும் காலணிகளை வெளியே மரத் தடுப்புக்குள் பத்திரமாக வைத்துவிட்டு உள்ளே போனார்கள். பனி விழுந்த சாயலே இல்லாமல் வீட்டு முகப்பும் கல் பதித்த குறுகிய முற்றமும் சுத்தமாக மின்னின.

“நான் மைனாவின் அப்பா. நீங்கள்...?” தயங்கிவிட்டு முதியவர் அடையாளம் கண்டுகொண்ட மகிழ்ச்சியில் சிரித்தார். “ரயில் ஓட்டி இந்த ஜன்னலுக்கு நேரே வரும்போது ஓ என்று சிறு விசில் ஒலித்து என்னை தினமும் நலம் விசாரித்துப் போகிறவர் அல்லவா நீங்கள்.”

அவர் இஞ்சின் டிரைவரைக் கேட்க, மகிழ்ச்சியில் இரு கையும் உயரத் தூக்கி மெல்ல ஆடினார் டிரைவர்.

“நடனம் ஆடும் எஞ்சினியர்களை அடைய ரயில்வேக்குக் கொடுத்து வைத்திருக்க வேணும்” என்றபடி ஆமோதிப்புக்காக அவர் ஸ்டேஷன் மாஸ்டரைப் பார்த்தார். மாஸ்டர் தொண்டையைக் கனைத்துக் கொண்டு, “நான் இந்தப் பகுதி ரயில்வே ஸ்டேஷன் மாஸ்டர். மைனா தினம் காலை மாலை வந்து போகும்போது அவளுக்கு நானும் வாழ்த்துச் சொல்வேன்” என்று தானும் உற்சாகம் மிக்க ரயில்வே ஊழியன் என்று நிரூபிக்கக் கூறினார்.

“நீங்கள் மைனாவின் தந்தை என்று தெரியும்” டிரைவர் அவர் அருகில் சென்று கைகுலுக்கினார். ஸ்டேஷன் மாஸ்டர் அடுத்து கைகொடுக்கும்போதுதான் கவனித்தார், வீட்டுக்காரர் அத்தனை வயதானவர் இல்லை. தோல் சுருக்கம், உடம்பு தளர்ச்சி காரணம் வயது கூடுதலாகித் தெரிகிறது போல.

“மைனா உள்ளே வீட்டுப் பாடம் எழுதிக்கொண்டிருக்கிறாளா?” டிரைவர் கேட்டபடி தோளில் மாட்டிய பையில் இருந்து சில புத்தகங்களையும், இனிப்புப் பொட்டலம் ஒன்றையும் எடுத்து

டீப்பாயில் வைத்தார்.

“சூப் சுட வைத்துக் கொண்டிருக்கிறாள்” அவள் அப்பா சொன்னார்.

“இவை அவளுக்குப் பிடித்த காமிக்ஸ் புத்தகங்கள். என் மகளுக்கும் தான். அவள் படித்த புத்தகங்களையும், புதிதாக அவள் சார்பில் இரு புத்தகங்களையும் என் மூலம் மைனாவுக்குக் கொடுத்தனுப்பியிருக்கிறாள்.”

நன்றி சொல்லிப் புத்தகங்களை வாங்கிக்கொண்டு புரட்டிப் பார்த்தார் மைனாவின் அப்பா. “எனக்கும் பிடித்த காமிக்ஸ் இவையெல்லாம்” என்றார். கையில் நான்கு கோப்பைத் தேநீரைத் தட்டில் வைத்துப் பிடித்தபடி மைனா உள்ளே இருந்து வரவேற்பறைக்கு வந்தாள். தட்டில் வைத்திருந்த பிஸ்கட்டுகளைப் பார்த்ததும் ஸ்டேஷன் மாஸ்டர் புன்சிரிப்பு பூத்தார். டிரைவர் கொண்டு வந்த, தண்ணீர் விட்டுப் பிசைந்து வேகவைத்த, நீண்ட ஆயுள் கொண்ட பிஸ்கட்டுகள் அவை.

மைனா உற்சாகமாக ரயில்வே அதிகாரிகளுக்கு வணக்கம் சொன்னாள். “ஒரு சந்தேகம். நான் பள்ளிக்கூடம் போய் வந்து வீட்டில் இருக்கும்போது சீருடை அணிவதில்லை. நீங்கள் ஏன் எங்கும் ரயில்வே சீருடைகளில் இருக்கிறீர்கள்?”

“அந்த உடுப்பு இல்லாவிட்டால் உள்ளே ஒன்றுமில்லாத குடுவை ஆகிவிடுவதாக பயப்படுகிறேன் நான்” என்றார் ஸ்டேஷன் மாஸ்டர். டிரைவர் அதை மெல்ல மறுத்து, “அணிய சுலபமானது. அழுக்கு தெரியாதது இந்தச் சீருடை. நான் இதைச் சலவை செய்து ஒரு மாதமாகப் போகிறது. நல்ல குளிர்தாங்கும் தன்மை உண்டு” என்றார்.

மைனா, அவர்களுக்கும் அப்பாவுக்கும் தேநீர் கொடுத்து விட்டு, தானும் ஒரு கோப்பையோடு சுவரை ஒட்டிப் போட்ட முக்காலியில் அமர்ந்து கொண்டாள்.

“நீங்கள் ஸ்டேஷன் மாஸ்டராக இரண்டு வருடத்துக்குள் வந்திருப்பீர்கள்தானே. ஏனென்றால், நான் இரண்டு வருடம் முன்பு ஆபீஸ் போகவர ரயில்வே ஸ்டேஷனுக்கு வருவேன். உங்களுக்கு முன்னால் இருந்தவரை அறிவேன்” என்றார் மைனாவின் தந்தை.

“நீங்களும் ரயில்வேயில் உத்தியோகம் பார்க்கிறீர்களா?”

பிஸ்கட்டைக் கடித்தபடி டிரைவர் கேட்க, "இல்லை" என்றார் அவர். "நான் சீரமைப்புத் துறையில் அதிகாரியாக இருந்தேன். கதிரியக்க விளைவு என் உடலில் கூடி வருவதால் விருப்பப் பணி ஓய்வு பெற்று பென்ஷன் வாங்கிக்கொண்டு வீட்டோடு இருக்கிறேன்."

மைனா இனிப்புப் பொட்டலத்தைப் பிரித்து சதுர வடிவில் ஓர் இனிப்பை எடுத்துக்கொண்டு அப்பாவிடம் பொதியை நீட்டினாள். அவர் ஆசி அருள்வது போல் கையால் தொட்டு அதை ஸ்டேஷன் மாஸ்டரிடம் கொடுத்தார். "இது என் மனைவிக்கு நினைவு மாதம். இனிப்பு வேண்டாம்" என்றார் அவர்.

"அம்மா இதேபோல் பனி விழுந்த பிற்பகலில்தான் இறந்து போனாள்" இனிப்பைக் கடித்தபடி சொன்னாள் மைனா.

"இவளுடைய அம்மா கதிரியக்கத்தால் கடுமையாகப் பாதிக்கப்பட்டாலும் இறுதிவரை சுறுசுறுப்பாக இருக்கவே விரும்பினாள். காகிதக்கூழ் பொம்மைகளைச் செய்வதில் அவள் ஆழ்ந்து ஈடுபட்டபடி சாவை எதிர்கொண்டாள்" பெருமையோடு சொன்னார் மைனாவின் அப்பா.

"நான் அவரைப் பற்றிய உங்கள் நேர்காணலைப் பத்திரிகையில் படித்திருக்கிறேன்" டிரைவர் சொன்னார். ஸ்டேஷன் மாஸ்டர் ஆச்சரியத்தை மறைத்துக் கொண்டார். நகர்ந்தபடி இருக்கும் இஞ்சின் டிரைவர் உலகம் சுழலும்போது தானும் கூடச் சேர்ந்து சுழன்று அனைத்தையும் அனைவரையும் பற்றித் தெரிந்து வைத்திருக்கிறார். கரிசனம் கொள்கிறார். தனக்கு? தினசரி ஸ்டேட்மெண்ட்களைப் போடவைத்து இந்த சர்க்காரும், ரயில்வே நிர்வாகமும் ஸ்டேஷன் மாஸ்டர்களை, பிடித்து வைத்த வெல்லக் குந்தாணிகளாக நிறுத்தி வைக்கிறது. ரயில்வே ஸ்டேஷன் மாஸ்டர்கள் எல்லோரும் தரைக்கு அரை அடி உயரவே இருந்து பணியாற்ற வேண்டும் என்று ஏன் ரயில்வே எதிர்பார்க்கிறதென்று அவருக்குப் புரியவில்லை.

"ஆமாம், நான் பத்திரிகையில் நான்கு வருடம் முன்னால் நேர்காணலுக்குச் சரியென்று சொன்னேன். ஊரோடு அணு உலை விபத்தில் இறந்துபோக, ஊருக்கு வெளியே விலக்கி வைத்திருந்த எங்கள் குடும்பத்தில் நானும் என் மகளும் பயணத்தில் இருந்ததால் உடனே இறக்காமல் தப்பிப் பிழைத்தோம். நெடுங்காலம் அணு உலைக்கு அண்மையில் இருந்ததால் எங்கள் உடலிலும் கதிரியக்கம்

இன்னும் சற்று அதிகம் தான். கீகர் முல்லர் கவுண்டர் வைத்துப் பார்த்தால் அது புலப்படும். எங்கள் இருவரைப் போலன்றி, என் மனைவி அணு உலை விபத்தில் இறந்து போனாள். வெவ்வேறு இனக்குழுவினர் நாங்கள். கல்யாணத்தைக் கடைசிவரை அரசாங்கம் அங்கீகரிக்கவில்லை."

அவர் சொல்லிக்கொண்டிருக்கும்போது, தோட்டத்தில் உலவப் போகிறேன் என்று சொல்லி மைனா வெளியே போனாள்.

"மைனாவா சமையல் முழுக்கச் செய்கிறாள்?" ஸ்டேஷன் மாஸ்டர் கேட்டார்.

"இல்லை, நானும் அவளும் வார இறுதியில் அடுத்த வாரத்துக்காகச் சமைத்து ஃப்ரிட்ஜில் வைத்து விடுகிறோம். வீடு சுத்தப்படுத்த யாரும் வராததால் அரசு ஒரு ஊழியரை இரண்டு நாளைக்கு ஒரு முறை அனுப்பி வைக்கிறது. அவருக்குக் கூடுதல் பணம் கொடுத்துத் துணி துவைக்கவும், இஸ்திரி போடவும் பயன்படுத்திக் கொள்கிறேன்" என்றார் மைனாவின் அப்பா.

"அப்பா, பிச்சிப் பூச்செடி நாலைந்து மொட்டு விட்டிருக்கு" மைனா வெளியே இருந்து ஓடிவந்து சொல்லிவிட்டுத் திரும்ப ஓடினாள்.

"எனக்கும் இவளுக்கும் டாக்டர்கள் நாள் குறித்திருக்கிறார்கள். அதிகம் போனால் நானும் மைனாவும் இன்னும் ஒரு வருடம் உயிரோடு இருக்கக்கூடும். அவள் முந்திப் போனால் என்னை முதியோர் இல்லத்திலும், நான் போனால் அவளை அரசுப் பெண்கள் விடுதியிலும் சேர்த்துப் பராமரிக்க அரசு வழிசெய்திருக்கிறது" அவர் அவசரமாகச் சொல்லியபடி நின்றார்.

"நீங்கள் இதையும் அந்த உரையாடலில் பூடகமாகக் குறிப்பிட்டிருந்தீர்கள். அதற்கு முன்னே இங்கிருந்து தலைநகரத்தில் போய் இருக்க ஆர்வம் தெரிவித்திருந்தீர்கள்."

டிரைவர் தயக்கத்தோடு கூறினார். அவருக்கு மைனாவின் குடும்பத்தோடு அண்மை தோன்றி அது வளர்வதில் ஸ்டேஷன் மாஸ்டருக்கு அசூயை தோன்றியது. தினசரி அனுப்ப வேண்டிய ஸ்டேட்மெண்டுகள் இல்லாவிட்டால் அவரும் உலகையே அன்பால் அணைத்திருப்பார்.

"பூச்செடியில் மொட்டு அரும்பி இருக்கும் நேரத்தில் யாராவது தலைநகரம் பற்றி எல்லாம் நினைப்பார்களா?"

உள்ளே வந்து அப்பாவைக் கையைப் பிடித்து இழுத்த மைனா இஞ்சின் டிரைவரைக் கேட்டாள். கையசைத்து அவரையும் ஸ்டேஷன் மாஸ்டரையும் கூடவே நடக்கச் சொன்னாள். அவர்கள் தோட்டத்துக்குப் போனார்கள்.

செடிகளைப் பார்த்து விட்டு வாசலுக்கு வந்தபோது டிரைவர் விடைபெற்றார். "சும்மாதான் பார்த்துப் போக வந்தேன். மைனாவையும் உங்களையும் தீர்க்கமாகப் பரிச்சயப்படுத்திக் கொள்ள ஏனோ தோன்றியது. இனி தினசரி இந்த வீட்டைக் கடக்கும்போது இன்னும் குஷியாக என் ரயில் விசில் ஒலிக்கும்" என்றார் அவர் மைனாவின் அப்பாவிடம்.

"நான் அடுத்த மாதம் உத்தியோக மாற்றலில் போகிறேன். அதற்குள் இன்னொரு முறை வந்து சந்திக்கப் பார்க்கிறேன். வரும்போது உங்கள் விஷயமாக பத்து ஹைக்கு கவிதைகள் எழுதி எடுத்து வருகிறேன். ஸ்டேட்மெண்ட் போட்டு முடித்து எஞ்சிய காகிதம் எனக்கு உடனே கிட்டும்" என்றபடி விடைவாங்கி இஞ்சின் டிரைவரோடு நடந்தார் ஸ்டேஷன் மாஸ்டர்.

பாதைத் திருப்பத்தில் நின்றார் டிரைவர்.

"என் மகளுக்குத் தொண்டையில் புற்றுநோய். தலைநகரம் போனால் தான் நல்ல சிகிச்சை கிடைக்கும். டிரான்ஸ்பர் கேட்டால், ரயில் போய்ச் சேரும் பழைய நகருக்கு என்னைக் குடிமாறச் சொல்கிறார்கள். அது இறந்தவர்களின் நகரம். நான் அங்கே இருக்க விரும்பவில்லை. ஆனாலும் இந்தப் பாதையில்தான் நான் தினமும் போய்வர வேண்டும். மைனா இங்கே இருக்கும்வரை ரயிலுக்கு என்னை டிரைவராக நியமித்திருக்கிறார்கள். அது முடிவுக்கு வர, மைனா வேறு எங்காவது குடிபெயர வேண்டும். அதைச் செய்யும்படி அவளுடைய அப்பாவை வேண்டத்தான் நான் வந்தேன்" என்றார் அவர்.

"அவர் வீட்டில் இரண்டு பூச்செடிகள் துளிர்விட்டிருக்கின்றனவே" ஸ்டேஷன் மாஸ்டர் கேட்டார்.

"ஆமாம், அதனால்தான் நானும் அவரை ஒன்றும் கேட்கவில்லை" டிரைவர் சொன்னார். அவர் தோள்பையில் ஓசை கேட்டது. கடல் இரையும் சத்தம். ஆயுள் கூடிய பிஸ்கட்டுகளை நினைத்துக் கொண்டார் ஸ்டேஷன் மாஸ்டர்.

“உங்கள் வீட்டுத் தோட்டமும் பூக்கட்டும்”, ஸ்டேஷன் மாஸ்டர் சொன்னார். ஸ்டேட்மெண்ட் போடும் அவசரத்தில் வேகமாக நடந்தார் அவர்.

மறுபடி பனி பெய்ய ஆரம்பித்தது. பாதை முழுக்க வெண்மை படிந்து உறைய தெரு விளக்குகள் மஞ்சள் பரத்தி ஒளிரத் தொடங்கின.

பொடி

ஆபீஸில் திடீரென்று லீவு விட்டார்கள். இங்கிலீஷ் மண்ணுக்கும் பாரதபூமிக்கும் சகல சௌபாக்கியமும், ஜெயமும், மேழிச் செல்வமும், கோழி இறைச்சியும் தட்டாமல் கிடைத்தபடி இருக்க வழிசெய்த விக்டோரியா சக்கரவர்த்தினியும், அவர்தம் மணாளர் ஆல்பர்ட் அரசரும் சந்தோஷமாக இருந்த நாள் இது. விக்டோரியா சக்கரவர்த்தினி பூவுலகில் அவதரித்த ஜன்ம தினம். ரெண்டு பேரும் இப்போது ஜீவித்திருக்கவில்லை. என்றாலும், அவர்களின் பேரன் ஆறாம் ஜார்ஜ் சக்கரவர்த்தி எந்தக் குறையுமின்றி அரசாண்டு வரும் பொற்காலம் இந்த 1937-ஆம் வருஷம். அவர் கைகாட்டியபடி, சூரியன் அஸ்தமிக்காத பிரிட்டிஷ் சாம்ராஜ்ஜியத்தில் விக்டோரியா ஜெயந்தி தினக் கொண்டாட்டங்கள் தொடங்கியிருக்கின்றன.

ஆக, இன்றைக்கு மே 24-ந் தேதி செவ்வாய்க்கிழமை சுபதினமாக விடிந்தது. விடுமுறை என்று தில்லியிலும் கல்கத்தாவிலும் நேற்றைக்குச் சாயந்திரமே அறிவித்து விட்டாலும், ஆந்திராவில் மழை, புயல் காரணம் தந்தி, டெலிபோன் கனெக்‌ஷன் இல்லாமல் போனதால் மதறாஸுக்குத் தகவல் அனுப்ப முடியாமல், ரயில்வே போனில் இன்றைக்கு ஒன்பதரை மணியோடு சேதி வந்து சேர்ந்தது. அடுத்த ஒரு மணி நேரத்தில் செயிண்ட் ஜார்ஜ் கோட்டை உத்தியோகஸ்தர்கள் அங்கே தீப்பிடித்த மாதிரி இடத்தைக் காலி செய்து விடுமுறையைக் கொண்டாட ட்ராம் பிடித்து, குதிரை வண்டி பிடித்து, நடந்து, ஓடி வீட்டுக்குப் போய்ச் சேர்ந்தார்கள். உடனுக்குடன் தந்தி அடிக்கப்பட்டு எல்லா ஜில்லா, கஸ்பா, பஞ்சாயத்து ஆபீஸ்களுக்கும் சந்தோஷமாகப் பூட்டு மாட்டி உத்தியோகஸ்தர்கள் நடுப்பகலுக்கு முன் வீடு போய் சுடுசாதம்

சாப்பிட வாய்த்தது. பகல் உறக்கமும் அவர்களில் பலருக்கும் ப்ராப்தியானது.

ராமோஜி இந்த ஆபீஸ் லீவு பாக்கியம் பெற எல்லா விதத்திலும் தகுதியானவன் தான். கோட்டையில் துரைத்தனத்து அதிகாரிகளுக்கு வீட்டு சேவகர்களான தோட்டக்காரன், சமையல்காரன், பரிமாறுகிறவன், பங்கா இழுப்பவன், சப்ராஸி என்ற எடுபிடி சேவகன் இப்படியான பேர்வழிகளுக்குச் சம்பளமாக ராஜதானி செலவு செய்யும் கணக்கை ஏழெட்டு பேரேட்டில் எழுதி அறிவிக்கும் வேலை ராமோஜிக்கு. அதையெல்லாம் மூடி வைத்து பெட்டி கேஷ் என்ற சில்லறை செலவினத்துக்கான ராஜாங்கப் பணமான ஒரு ரூபாய் ஆறரையணாவைச் சரிபார்த்து ஏழு பூட்டுப் பூட்டி இரும்புப் பெட்டியில் வைத்து அந்த இரும்புப் பெட்டியின் சாவியை அரைஞாண்கொடியில் மாட்டி, கீழே அதுவும் லொண்டாவெனத் தொங்க வீடு போகலாம் என்று பார்த்தால் புதுப் பெண்டாட்டி ரத்னாபாய்க்கு மூக்குப்பொடி வாங்க வேண்டிப் போனது.

ராமோஜிக்குக் கெட்ட பழக்கமேதும் இல்லை. வருஷம் ஒரு தடவை அவனுடைய சுவர்க்கவாசி பிதா அப்பாஜி என்ற பப்புராவுக்கு திதி திவசம் பஞ்சாங்கக்காரரை வைத்துக் கொடுப்பான். அவர் சாப்பிட்டுப் போனதும் அப்பாஜியை பிரீதிப்படுத்த அவருக்கு உகந்ததாக ஊகித்திருந்த உறையூர் சுருட்டைப் பற்ற வைத்து சமர்ப்பயாமி சமர்ப்பயாமி என்று இருமலுக்கு நடுவே நாலு தடவை ஊதி சொர்க்கத்துக்கு சுருட்டுப் புகை கடத்துவான். அஃதல்லாமல் பீடி, சுருட்டு என்று ராமோஜி எதுவும் பழகவில்லை.

இப்படி புகையிலை அண்டாத வண்ணார்ப்பேட்டை ராமோஜி வீட்டில் மூக்குப்பொடியாக அது நுழைந்ததாம். அதுவும் கிளிபோல் அழகிய ரத்னா பாய் மூலம். சம்ஸ்கிருதமும், தமிழும், கொஞ்சம் இங்க்லீஷும் படித்த ரத்னா.

போன மாசம் ராமோஜிக்கும் மேற்படி ரத்னாவுக்கும் பந்து மித்ர ஜனங்கள் நாலு நாள் முன்னதாகவே வந்து தின்று தீர்த்து ஏப்பம் விட்டு பதிர்பேணியைக் கொண்டா என்று பந்தியில் காத்திருக்க, லட்டும் பாலுமாக இனிக்க இனிக்கப் பரிமாறி அந்த இனிப்போடு கூட தாலியும் கட்டிக் கல்யாணம் ஆனது.

ஆபீஸில் இருந்து புறப்பட்டு, இதெல்லாம் மனதில் மென்று கொண்டு ராமோஜி ப்ராட்வேயில் தன் ராலே சைக்கிளை

மெதுவே ஓட்டிப் போனான்.

அப்போது வெங்கட நாயக்கர் ஓட்டி வந்த மைலாப்பூர் போகும் டிராமில் சைக்கிள் மோதப் போக, தவிர்த்து ராமோஜி அந்தாண்டை சாடினான். நாயக்கர் நல்ல வார்த்தை நாலு உதிர்த்துக் கடந்தார். ப்ராட்வே நெரிசலில் ரத்னாபாய் பற்றி யோசித்தபடி சைக்கிள் விடுவது முட்டாள்தனம் அன்றோ.

இந்த ட்ராம் வேண்டியும் இருக்கிறது. நடுத் தெருவில் தடதடவென்று இரும்பு யானை போல மெல்ல இதுகள் போகிறபோது மேலே மோதுவதை விட, தண்டவாளம் விட்டு இறங்கிக் கவிழ்ந்து விபத்து உண்டாக்குமோ என்று பயமெழுவதும் அதிகமாக இருக்கிறது ட்ராம் பாதைக்குப் பக்கமாக நடந்தோ சைக்கிள் விட்டுக்கொண்டோ போகிறவர்களுக்கு. அதுவும் ராமோஜி போல இருபத்தாறு இஞ்ச் உயர சைக்கிள் ஓட்டிப் போகிறவர்களுக்கு சதா பயமே.

ப்ராட்வே நெரிசலுக்குச் சம்பந்தமே இல்லாமல் குறுக்குச் சாலில் கிடக்கும் ஒரு முதலித் தெருவில் வண்டியை விட்டான் ராமோஜி. இங்கே இவனாகத் தேடிப்போய் முட்டினால்தான் விபத்து. மனதில் பெண்டாட்டி சௌந்தர்யத்தை அசைபோட்டபடி இப்படி முற்பகலில் சைக்கிளில் போக சந்தர்ப்பம் பண்ணிக்கொடுத்த விக்டோரியா மகாராணிக்குப் பிறந்த நாள் வாழ்த்துச் சொன்னான். சொர்க்கத்தில் நிச்சயம் கொண்டாடுவார்கள் இன்றைக்கு. இந்து, முஸ்லிம், கிறிஸ்துவ சுவர்க்கம் எல்லாம் மரத்தடுப்பு எடுத்து விட்டு ஒன்றாக இருக்கும். ராமோஜியின் சைக்கிள் பள்ளத்தில் இறங்கி மெல்லக் குலுங்கி ரதம் போல ஓட்டத்தை மெத்தென்று தொடர்ந்தது.

ராமோஜிக்குப் பதினைந்து வயது நிறைந்தபோது அப்பாஜி வாங்கிக் கொடுத்த சைக்கிள் அது. வாங்கிக் கொடுத்த என்றால் புத்தம்புதுசு இல்லை. ஜிம்கானா கிளப் சிப்பந்தி ஷேக் அசன் சாகிபு மூலம் கிட்டியது. இங்கே வேலை வேண்டாம் என்று வைத்து இங்கிலாந்து திரும்பிய ஒரு துரை ஓட்டிக் களித்த சைக்கிள். துரை அபூர்வமாக ஓட்டியதால் பூ மாதிரி, துரைசானி போல், புத்தம் புதியதாக இருந்தது. பதினைந்து ரூபாய்க்குத் தருவதாக ஒத்துக்கொண்டாலும் ஊர் போகிற களிப்பில் கடைசி நிமிஷத்தில் அதுவும் வேண்டாம் என்று சும்மாவே கொடுத்துவிட்டுப் போனார் அந்த நல்ல மனசு துரை. அவருடைய பதவிக் காலத்தை

பட்டணத்தில் வெள்ளைக்காரர்களின் சமாதிகளைச் சிறப்பாக நிர்வாகம் செய்கிறவராகக் கழித்ததாக அப்பாஜி சொல்வார்.

அப்பாஜி சொன்னது எல்லாம் அரைகுறைதான். வாய் வெற்றிலை பாக்கு மென்றபடி இருக்க, அபிநயமும் கண் உருட்டலும் சுழற்றலுமாக கதகளிகாரன் மாதிரி ஆ ஊ அம்ம் என்று பேசியவர் அவர். மரணப் படுக்கையில் மெல்வதற்குத் தாம்பூலம் கிடைக்காவிட்டாலும் வாய் அதேபடிக்குக் குவிந்திருக்க, ரெண்டு தடவை உள்மூச்சு, ரெண்டு முறை வெளிமூச்சு விட்டபடி இறந்துபோனார் அப்பாஜி. அவர் காதில் கர்ண மந்திரம் சொல்ல வந்திருந்த ஸ்வஜாதி புரோகிதர், ராமோஜியிடம் அப்போது சொன்னது. “அப்பாஜி சுருட்டு பிடிக்க ஆசையோட போனார். இனி திவசத்துக்கு சுருட்டு வாங்கிப் படைக்கறதோட அதைப் புகைக்கவும் செய்யணும்.”

அவருக்கென்ன சொல்லிவிட்டுப் போய்விட்டார். ஜவுளிக்கடை, இரும்புக்கடை, மிளகாய் மண்டி வைத்துப் பணம் கொழிக்கும் பெரிய வீடுகளுக்கான புரோகிதர் அவர். கும்பகோணம், தஞ்சாவூர் இப்படி புரோகிதத்துக்காக ரயிலைப் பிடித்துப் போய்வந்து காசை எண்ண அவருக்கு நேரம் சரியாக இருக்கிறது. ராமோஜியின் அப்பாஜியைக் கடைத்தேற்ற அப்புறம் தமிழ் பஞ்சாங்கக்கார ஐயர்தான் வந்தார்.

சுருட்டுப்புகை வாடையும், சம்திருப்தியும் சொர்க்கவாசி அப்பாஜிக்குக் கிட்ட, பஞ்சாங்கர் சுருட்டு பிடிக்க வேண்டும் என்று அப்பாஜியின் மனைவியும் ராமோஜியின் அம்மாவும் ஆன சக்குபாய் விரும்பியபோது சுருட்டு எல்லாம் தன் வைதீகமாகிய தொழிலுக்குச் சரிப்படாது என்று பஞ்சாங்கக்காரர் மறுத்து விட்டார். ஆனாலும் அவர் திதி நடத்திவிட்டுப் போன பிறகு ராமோஜி சுருட்டு சமர்ப்பிப்பான். இந்த வருடம் அப்பாஜி திதி அடுத்த வாரம் வெள்ளியன்று வருகிறதாக வந்து சொல்லிப்போயிருக்கிறார் பஞ்சாங்கக்காரர். சுருட்டு வேண்டாம் என்றும், அவசியம் வேண்டும் என்றால் வெள்ளியிலாவது தங்கத்திலாவது சின்ன சுருட்டு போல் நகை ஆசாரியைக் கூப்பிட்டு செய்துவித்து அதைப் படைத்து விடலாம் என்று யோசனை சொல்லிப் போயிருக்கிறார். தங்கச் சுருட்டு அவருக்குத் தட்சணையாக வேணுமாம்.

ஒரு நாயக்கர் தெரு முனையில் சைக்கிள் நின்றது. மிட்டாய்க்

கடைக்குத் தானே சைக்கிள் வந்து சேர்ந்திருக்கிறது. வேலை கிடைத்ததில் இருந்து மாதாமாதம் சம்பள தினத்தன்று அல்வாவோ லட்டோ வாங்கிப் போய்ப் பழகிவிட்டது ராமோஜிக்கும். அவனுக்கும் அம்மாவுக்கும் இங்கே வாங்கிப்போவது ஒரு வாரத்துக்கு மேலே வரும். இனி ரத்னா பாய்க்கும் சேர்த்து வாங்க வேண்டும். அவளுக்கு இனிப்போடு மூக்குப்பொடியும் தேவைப்படுகிறது.

மிட்டாய்க்கடையில் ஒரு பத்து நிமிடம் பெஞ்சில் உட்கார்ந்து சுதேசமித்திரன் படித்துக் கொண்டிருந்தால், சுடச்சுட புது அல்வா கிண்டி வந்து விடும் என்று ஆசை வார்த்தை காட்டி, கொறிக்க தேங்குழல் ஒன்றையும் இலவசமாகக் கொடுத்தார் மிட்டாய்க்கடை கிருஷ்ணராயர். சைக்கிளைக் கண்ணுக்கு நேர் படும்படி நிறுத்திவிட்டு, தேங்குழல் கடித்தபடி சுதேசமித்திரனைப் படிக்க ஆரம்பித்தான் ராமோஜி. 'பிரான்ஸ் ஜனாதிபதியை ரஷ்யாக்காரன் சுட்டான்'. கிடக்குது விடு. தானாகக் கிடைத்த லீவுநாளை இப்படி திராபையாக அல்வாக் கடை பெஞ்சில் கழிக்கணுமா? இன்னும் பாதி நாள் கூட பாக்கி இல்லையே? என்று மனம் கேட்க, அதற்கு நியாயம் சொல்வதற்குள் அல்வா வந்துவிட்டது.

தெருவோடு போகிற பயல் எவனோ சைக்கிளில் மணியை சத்தமாக அடித்து விளையாடினதைப் பார்க்கப் பொறுக்கவில்லை ராமோஜிக்கு. வீட்டுக்குள் புருஷன் பார்த்தபடி இருக்க, வாசலில் புதுப் பெண்டாட்டி நிற்க, தெருவோடு போகிற விஷமி கண்ட இடத்தில் தொட்டுத் தடவிவிட்டுப் போகிற அநியாயம் அது. கடைக்குள் இருந்து கத்த முடியாது. கையை மட்டும் நீட்டி ஒரு வினாடி ரௌத்ரம் காட்டினான் ராமோஜி. அது ஒரு சுக்கும் பிரயோஜனமில்லாதது.

அல்வா பையை முன்னால் தொங்கவிட்டபடி சைக்கிள் ஓட்டிப் போகும்போது அந்த வாசனை ஆகர்ஷித்து தெருநாய் ஒன்று சைக்கிளோடு கூடவே வாலை ஆட்டிக்கொண்டு ஓடி வந்தது. அதை விலக்கி ஓட்டுகிறேன் பேர்வழி என்று இப்படியும் அப்படியும் வண்டியைத் திரும்ப, திம்சுகட்டை போல ஒரு தெலுங்கச்சி, "ஏன் என் பிருஷ்டத்தில் முட்டுகிறாய்? வேறே இடம் கிடைக்கலை என்றால் வால்டாக்ஸ் ரோடு சுவரில் போய் உன் கள்ளச்சாவியை முட்டு" என்று தெலுங்கு உச்சரிப்பில் தமிழில் சொல்ல, தெருவோடு

போனவன் எல்லாம் ராமோஜி அவிழ்த்துப் போட்டு ஆடுகிறதைக் கண்டதுபோல் சிரித்துப் போனான்கள். சனியன் பிடித்த நாய் போன இடம் தெரியவில்லை. சைக்கிள் செயின் வேறே நழுவி வந்து கரகரவென்று சைக்கிள் நிற்க தெலுங்கச்சி நெருக்கத்தில் ராமோஜியைப் பார்த்து "கிட்டப்பா மாதிரி ஷோக்கா இருக்கே" என்றாள். அவளும் அழகுதான். ஆனால் ரத்னாவைத் தவிர யாரையும் அப்படி நினைக்க மாட்டான் அவன். மூக்குப்பொடியும் அல்வாவும் வாங்கித் தந்து சரசமாட வேண்டியவள் அவள்.

செயின் மாட்டி சைக்கிளை அவன் கிளப்பியபோது கையெல்லாம் மசகு. இனி நேரே போய் இடது சந்தில் புகுந்தால், பொடிக்கடை வரும். புகுந்தான். எங்கே போனாலும் ரத்னாபாயும், முதல் ராத்திரியும்தான் மனசெல்லாம்.

சோபானம் சோபானம் என்று ராத்திரியில் நான்கைந்து குந்தாணி நடுவயசுப் பெண்மணிகள் அவனையும் ரத்னாவையும் காமிரா உள்ளில் விட்டு கதவைச் சாத்தி வாசலுக்கு அப்புறம் இருந்து சகிக்க முடியாத குரலில் எல்லா பாஷையிலும் சிருங்காரம் வழியும் பாட்டுப்பாட, ரத்னா அவனைப் பார்க்கவும் செய்யாமல் படுக்கைக்குக் கீழும் ஜன்னலிலும் அலமாரியில் அலாரம் கடியாரத்துக்குப் பின்னும் ஏதோ தேடிய மணியமாக இருந்தாள்.

"முதல் ராத்திரி அறையில் அலாரம் கடியாரம் எதுக்கு? யார் யோசனை அது?" ராமோஜி தன் புத்தம்புதுப் பெண்டாட்டி புஜத்தைப் பற்றியபடி அவள் கண்ணில் பார்த்து சோபான ராத்திரியில் முதலில் கேட்ட கேள்வி அதுதான்.

அவள் தலையாட்டிவிட்டு இன்னும் தீவிரமாகத் தேடத் துவங்க, "ரத்னா பாயி, என் பிரிய சகி, என்னத்தைத் தேடுகிறாய்? கச்சையா? கீழே அணிகிற சமாச்சாரமா" என்று அவளது அந்தரங்கத்தைப் பற்றிய பேச்சில் ஈடுபட்டான். படுக்கைக்குப் புதுப் பெண்டாட்டியைத் தயார் பண்ணும் விதம் இப்படித்தான் என்று அவன் வாசித்த ஒரு சிருங்கார வழிகாட்டி புத்தகத்தில் போட்டிருந்ததை அவன் கடைப்பிடிக்க, அவள் நாணித் தலைகுனிந்து அவன் நெஞ்சில் தலை வைத்து அணைத்துக் கொள்ளாமல், "என் பொடி டப்பியை எங்கேயாவது பார்த்தீங்களா?" என்று கேட்டாள்.

பூவுலகில் கல்யாணமாகி முதல் ராத்திரி சேர்ந்திருக்க வந்த புருஷனை, பொடி டப்பி விஷயமாக விசாரித்த முதல் பெண்

ரத்னாபாயாக இருக்கும்.

அவனுடைய ஆரம்ப சந்தோஷம் ஆரம்ப ஆச்சரியமாக, ரத்னாபாய் தலையணைகளைக் குப்புறப் போட்டு, அவனை எழுந்திருக்கச் சொல்லி மெத்தையை இழுத்து, ஓரமாக நகர்த்திக் குடைந்தாள். “கிடைச்சுடுத்து” என்று ஆரவாரம் எழுப்பி, தரையில் மண்டிபோட்டு கட்டிலுக்குக் கீழே இருந்து தந்தத்தில் செய்த ஒரு சிறு பேழையை எடுத்தாள், ராமோஜி திகிலோடு பார்த்துக் கொண்டிருக்க, பேழையைத் திறந்து ஒரு சிட்டிகை தாராளமாக உள்ளே விரல் விட்டு அள்ளி மூக்கில் திணித்துக் கொண்டு ‘ஐர்ர்ர்ர்?’ என்று ஏதோ மொழியில் ராமோஜியை வினவினாள். அடுத்த நொடி அவனை இறுக்க அணைத்துப் படுக்கையில் தள்ளி கணக்கற்ற முத்தம் ஈந்து அவன் காதைக் கடித்தாள். மூக்குப்பொடி வாசனையோடு அவனுக்கு முதல் சுவர்க்கம் அனுபவப்பட்டது.

சுபமாக முடிந்த பிறகு தலையணைக்குக் கீழே இருந்து பேழையை எடுத்து பொடி போட்டுக் கொண்டு ஹர்ர்ர் என்று ராமோஜியிடம் சொல்லி பக்கத்தில் கிடந்த அவன் புதுப் பட்டு வேஷ்டியில் மூக்கு சிந்தித் துடைத்துக் கொண்டாள்.

“கண்ணே, அதென்ன சோபான ராத்திரியில் பொடி போடுவது உங்க வீட்டுப் பழக்கமா? எங்க வீட்டில் அப்பா திவசத்துக்கு சுருட்டு குடிப்பது மாதிரி.”

அவன் கேட்க ரத்னா சட்டென்று எழுந்து உட்கார்ந்து அவன் கையைப் பற்றித் தன் கைகளுக்குள் வைத்தபடி, “சுருட்டு குடிப்பீங்களா, நிஜமாகவா” என்றாள்.

விடிந்து பட்சிகள் சுகம் சுபம் என்று பாடி எழுப்பிக் கொண்டிருக்க இருவரும் நல்ல துயிலில் ஆழ்ந்தார்கள். உறங்குவதற்கு முன் ராமோஜி அவளுடைய அழகான மார்பில் விழுந்து படிய தங்கச் சங்கிலி வாங்கிப் போடுவதாக சத்தியம் செய்ய, “முதலில் ஆபீசர் மார்க் பட்டணம் பொடி ஒரு டப்பி வாங்கித் தருவீர்களா?” என்று கெஞ்சுகிற குரலில் அழகி யாசித்தாள்.

பொடி வாங்க இதோ போய்க்கொண்டிருக்கிறான் ராமோஜி. இங்கேதான் ஒரு செட்டித் தெருவில் கடை இருக்கிறது. அவன் ஒற்றைவாடையில் குஸ்திச் சண்டை எப்போதோ பார்க்கப் போனபோது பார்த்திருக்கிறான்.

மூக்குப்பொடி விற்கும் கடையில் என்ன என்று சொல்லிக் கேட்க வேண்டும்? யாருக்கு வாங்குகிறேன் என்று சொல்லியாக வேண்டுமா? அது எதற்கு? ராமோஜியைப் பார்த்தால் பொடி போடுகிறவன் மாதிரி தெரிகிறதா? சைக்கிள் ஓட்டியபடியே கடந்துபோன ஜவுளிக்கடை கண்ணாடி ஜன்னலில் தன்னைப் பார்த்தான். சட்டைப்பையில் துருத்திக்கொண்டிருந்த கைக்குட்டை சுத்த வெள்ளையாக மின்னியதைக் காண சந்தோஷமாக இருந்தது அவனுக்கு. வாழைப்பட்டை அல்லது சின்னப் பேழையாக பொடி டப்பி எல்லாம் இல்லாமல் சுத்தமான சட்டைப்பை இதுவரை அது.

உயர ஸ்டூல்களில் வரிசையாக உட்கார்ந்திருந்த கடை. வாசலில் சைக்கிளை வைத்துப் பூட்டி விட்டு ராமோஜி படி ஏறினான். பொடி விற்கிற கடை இவ்வளவு உயரமான படிக்கட்டுகளும், இத்தனை பேர் வேலை பார்க்கிறதுமாக ஏன் இருக்க வேண்டும் என்று அவனுக்குப் புரியவில்லை. பொடி மட்டும் வாங்கலாமா அல்லது அடுத்த வாரம் அப்பாஜியின் சிரார்த்தத்துக்காக ஒரு சுருட்டும் வாங்கி வைத்துக் கொள்ளலாமா? இந்தக் கேள்வி மனதில் எழ, ஒரு வினாடி வாசலிலேயே தயங்கி நின்றான். இவ்வளவு பெரிய கடையில் ஒற்றைச் சுருட்டு வேண்டுமென்று கேட்டால் அவர்களை, அவர்களுடைய பரபரப்பான வியாபாரத்தை எள்ளி நகையாடுவதாகாதா?

ஒரு சுருட்டு மட்டும் வாங்கி செல்வந்தர்கள் புகை பிடிப்பார்களோ? அவர்களுக்கானது என்று பத்து ரூபாய் விலை வைத்திருந்தால் அது ராமோஜிக்கு வேண்டாம். அப்பாஜி அந்தச் சுருட்டு இல்லாமலே சொர்க்கத்தில் சௌக்கியமாக இருக்கட்டும். சொர்க்கத்துக்குப் போனாலும் கீழே நிதி நிலைமையை அவரும் கொஞ்சம் கவனித்துப் பரிசீலிக்க வேணும்.

என்ன மாதிரி சுருட்டு வாங்குவது என்று தெரியாததால் அந்த வஸ்துவைக் கேட்க வேண்டாம் என்று தீர்மானித்தான் ராமோஜி. இன்னும் ஒரு வாரம் இருக்கிறது சிரார்த்தத்துக்கு. வீட்டுப் பக்கத்திலேயே ராவுத்தர் கடையில் மலிவு விலைக்குச் சுருட்டு கிடைக்கலாம். கூடவே ஊர் வம்பும் கிட்டும். ரத்னாபாய் மூக்குப்பொடி போடுவது அதில் சேர்த்தியாக இருக்கக் கூடாது.

உள்ளே உயர ஸ்டூல்களில் உட்கார்ந்திருந்த ஊழியர்கள்

கழுத்துப்பட்டி அணிந்திருந்தார்கள். எல்லாம் ஒரே மாதிரியான நீல டை என்பதால் அவற்றை நிறுவனமே அவர்களுக்கு அன்பளித்திருக்கலாம் என்று ராமோஜிக்குத் தோன்றியது. இவ்வளவு நாகரிகமாக உட்கார்ந்திருப்பவர்களிடம் பொடி என்று பேசத் தொடங்கினால் அச்சான்யமாக இருக்காதோ. இருந்து விட்டுப் போகட்டும். அவர்களுக்கு ஒய்யாரமாக வந்து உட்கார இல்லை உத்தியோகமும் சம்பளமும். வருகிற போகிற சுப்பிணி, குண்டுணி, குப்புசாமி கேட்கிறது என்ன என்று செவி மடுத்து நாலு சல்லிக்கு வேணும் என்றாலும் எடுத்து மடித்துத் தருவது தான் வேலை. ராமோஜி ஒரு தகர டின் ஆபீசர்ஸ் மூக்குத் தூள் என்று சுதேசமித்திரன் விளம்பரத்தில் பார்த்தபடிக்குக் கேட்கப் போகிறான்.

எஸ் ப்ளீஸ் என்றபடி மூக்குக்கு இறங்கிய கண்ணாடியை மேலே இழுத்துவிட்டுக்கொண்டு, ராமோஜியைக் கூர்ந்து பார்த்தார் ஒரு சிப்பந்தி. சர்க்கஸில் நாற்காலியில் உட்கார்ந்திருக்கும் பழகிய கரடி போல இருந்தார் அவர். இவனது பதிலை எதிர்பார்த்து உயரமான ஸ்டூலில் இருந்து குதிக்கலாமா வேண்டாமா என்று முடிவு செய்யப் போகிறார்.

“ஒரு டின் ஆபீசர்ஸ மூக்குத்தூள் வேண்டும். பெரிய டின் இருக்கும் என்றால் அது சிலாக்கியமானது. சின்னது என்றாலும் விரோதமில்லை. தலைக்குள் குடைச்சல் ஏற்படும் நேரத்தில் பொடி எதில் வந்தால் என்ன? நாசிகா சூரணம் வாங்கிப் போடுவதைவிட வேறே உன்னதமான காரியம் உண்டோ?”

மனதில் சொல்லிப் பார்க்க, தடங்கல் இல்லாமல் வந்தது. கலகலப்பான குரலில், கனவான் தோரணைகளோடு அவன் பேசப்போகிறான்.

வாயைத் திறந்து, “மூக்குப்பொடி வேணும்” என்றான்.

ஸ்டூலில் இருந்து எழுந்த சிப்பந்தி ஒரு் வினாடி திகைத்துப்போய் நின்றார். ராமோஜி உலகத்தில் உற்பத்தியான மூக்குப்பொடி எல்லாவற்றையும் ஏதோ வன்மத்துடன் வாங்கி எடுத்துப்போய் நாசமாக்க வந்திருக்கிறான் என்று தோன்றியிருக்கும் அவருக்கு.

“மன்னிக்க வேணும் ஐயா. இது கே அண்ட் கே கூஷன் ஹோமியோபதி மருந்துக் கடை. அந்தப் பக்கத்தில் கொஞ்சம்

ஆயுர்வேதமும் உண்டு."

ராமோஜிக்கு வெட்கமாகப் போனது. ஹோமியோபதி மருந்துக்கடையில் தான் வந்து புளிமூட்டை மாதிரி நின்று மூக்குப்பொடி வேணுமென்று கேட்டதை இந்த ஊழியர்கள் எல்லாம் ஸ்டூலை விட்டு இறங்கிக் கூட்டம் போட்டு வயிறு வலிக்கச் சிரித்துச் சிரித்துப் பேசித் தீர்ப்பார்கள் என்று தோன்றியது. உடனே திரும்பிவிடலாம். ஆனால் அது புத்தியின்மையைத் தானே பறைசாற்றியதாக ஆகிவிடும். வேண்டாம். அகஸ்மாத்தாக தவறான விலாசத்துக்கு வந்த கனவானாக அபிநயித்துப் பின் திரும்பலாம் என்று கருதி சைக்கிள் சாவியை முகவாயில் தேய்த்தபடி அவன் கேட்டான்

"நான் பம்பாய்க்கு இடம் மாறி நிறைய காலம் ஆனதால் இங்கே வரும்போது எல்லாம் மாறி இருப்பதை மலைப்போடு பார்க்கிறேன்" என்றான்.

"அப்படியா? ஆனால், இங்கே எங்கள் கடை இருபது வருடமாக இதே இடத்தில்தான் இருக்கிறது" டைக்கார கட்டேலேபோவான் விடாமல் பிடித்தான். படவா, அவனை ஸ்டூலில் இருந்து கொட்டையில் உதைத்து விழுத்தாட்டி அவன் மூக்குக் கண்ணாடியைக் காலால் நொறுக்கி மேலே சிறுநீர் கழிக்க வேணும் என்று வெறி வந்தது ராமோஜிக்கு. கடைசி விஷயம் கடைக்குள் செய்யக்கூடியதில்லை என்பதால் அதை வாபஸ் வாங்கியபடி சிரித்தான் ராமோஜி.

ரத்னாபாயை அவளுடைய வழுவழுத்த தந்தக் கைகளை வருடி அருகே அழைத்துச் சுள்ளென்று காதில் சத்தம் எதிரொலிக்க கன்னத்தில் அறைய வேணும் என்று அடுத்த வெறி. எதுவும் செய்ய முடியாது. அடுத்த தெருவில் பொடிக்கடை இருக்கலாம். தேடிப் போவதே ராமோஜிக்கு விதிக்கப்பட்டது.

தேடிப் போனான். சரியான இடத்தில் படி ஏறினான். வாங்க வேண்டியதை வாங்கினான். வீட்டுக்கு சைக்கிள் போய்ச் சேர்ந்தபோது ரத்னாபாய்க்கு ஒரே சந்தோஷம். சைக்கிளை அன்போடு வருடியபடி அவனைப் பார்த்தாள்.

"ஐயோ, எனக்கு மூக்குத்தூள் இல்லாம மூச்சு நின்னுடுமா, என்ன? சாயந்திரம் வரும்போது வாங்கிட்டு வந்திருக்கலாமே. பாவம், பாதி வேலையிலே ஓடி வந்து இப்படி" அவள் நன்றி

பாராட்டிய மோஸ்தார் சிருங்காரத்தில் ஊறிய ஒன்று. அப்படியே அவள் மூக்கில் பொடியைத் திணித்து அவளைத் தூக்கிச் சுமந்து கட்டிலில் போட்டு நட்ட நடுப்பகலில் முதுகு வியர்த்து வழிய சுகம் கொண்டாட ஆசை வந்தது ராமோஜிக்கு. விக்டோரியா மகாராணிக்குப் பிறந்த நாள் வாழ்த்துச் சொன்னபடி அதேபடிக்கு நடந்து முடித்தது. ஒரு வாரத்துக்கான அல்வா முழுக்க ராமோஜி ஊட்ட ஒரே பகலில் தின்று முடித்தாள் ரத்னா பாய்.

குளித்து விட்டு சோறும் ரொட்டியும் சாப்பிட உட்காரும்போது மேஜை மேல் இன்னொரு பிரம்மாண்டமான பொடி டின் இருப்பதைப் பார்த்தான். குஜராத்தியில் எழுதிய பம்பாய் பிராண்ட். எங்கே இருந்து வந்தது இது?

“அப்பா இந்தப் பொடி தலைவலிக்காகப் போடுவது என்று வைத்தியன் சொல்படிக்கு இன்னும் ரெண்டு டப்பி, கிட்டத்தட்ட அடுத்த வருஷம்வரை வரும்படி எனக்குக் கொடுத்தனுப்பியிருக்கிறார். அதில் ஒண்ணை காலையில் எடுத்து வைத்தேன். உங்கம்மா ஒரு சிமிட்டி எடுத்துக்கறேன்னு கிட்டத்தட்ட அரை டப்பாவை காலி பண்ணியாச்சு” என்றாள் சிரித்தபடி.

“அம்மா எங்கே?” அவள் உள்ளறைக்குள் கைகாட்ட அங்கே வாயில் ஈறு முழுக்க வர்ணம் அடித்த மாதிரி மூக்குத் தூளை ஈஷி, வாயைப் பிளந்தபடி விநோதமான போதையில் கிறங்கி அம்மா சக்குபாய் உறங்கிக் கிடந்தாள்.

“உங்க அப்பாவுக்கும் அடுத்த வாரம் சுருட்டு வேணாம். பொடி படைத்தால் போதும். நான் சாஸ்திரத்தை அலசி ஆராய்ந்து நம்ம ஸ்வஜாதி புரோகிதரிடம் சொல்லிவிட்டேன். காலையில் நீங்க ஆபீஸ் போன பிறகு வந்திருந்தார். பொடி தருவதானால், தானே அடுத்த வாரம் திவசத்துக்கு வந்து விடுகிறேன் என்றார். அவருக்குச் சின்னதாக லண்டன் பொடி டப்பி ஒண்ணும் வேணுமாம்.”

ரத்னாபாய் முதுகில் அன்போடு தடவித் தட்டினான் ராமோஜி. முதுகு அங்கே இல்லை, ரொம்பக் கீழே இறங்கிட்டீங்க என்று பொய்க் கோபம் காட்டினாள் ரத்னாபாய். இன்னொரு தடவை ரமிக்கலாம் என்று தோன்றியது. அப்படியே ஆகட்டும் என்றாள் செல்லப் பெண்டாட்டி. இடுப்பிலிருந்து பெட்டிகேஷ் சாவியை எடுத்துவிட்டு அவள் படுக்கச் சொன்னதை அவன் மீறவில்லை.

சொர்க்க உத்யானவனத்தில் படி ஏறிக் கொண்டிருந்த விக்டோரியா மகாராணி காதில் மெட்றாஸ் வண்ணாரப்பேட்டையில் இருந்து பிறந்தநாள் வாழ்த்துகள் ஜதையாகச் சொல்லும் சத்தம் முக்கல் முனகலுக்கு இடையே கேட்டது. இந்திய ஜனங்கள் வித்தியாசமானவர்கள். அந்தரங்க நேரத்தில் ராணியம்மாவையும், ஆபீஸ் நேரத்தில் கிரீடையையும் நினைத்துக்கொள்வார்கள். சௌக்கியமாக இருக்கட்டும். ஹர்ர்ர் என்று உறிஞ்சி, ஒன்றுபட்டுத் தும்மி கலவி வேகத்தில். கட்டிலில் இருந்து இருவரும் சரியும் சத்தத்தைக் காதில் வாங்கியபடி விக்டோரியா மகாராணி புன்னகையோடு அடுத்த படியில் ஏறினாள். அவள் கையிலும் ஒரு சிட்டிகைப் பொடி இருந்தது.

புலி அம்சம்

மகி எழுந்தபோதே அவர் வந்து விட்டார். ஏகப் பரபரப்பில் இருப்பதாக அவருடைய பேச்சும் நடப்பும் உணர்த்தின. பூனைக் கண்ணும், பூனை மீசை போல சிலும்பி நின்ற அடர்த்தி இல்லாத மீசையும், முகத்திலும் கைகளிலும் வெளுத்த சிறு வட்டங்களுமாக அலைபாய்ந்தார் அவர்.

“மகி, ரெடியா?”

பேச முடியாமல் பற்பசை நுரை வாயில் அடைக்க அவரை உட்காரச் சொன்னான் மகி. நல்ல வேளையாக நாற்காலி இருந்தது.

“ஸ்ரீ காமராஜ் தலைமையில் காங்கிரஸ் கட்சி சர்க்கார் இன்று பதவி ஏற்கும். ஸ்ரீ பக்தவத்சலம் நிதி மந்திரியாகவும், ஸ்ரீ கக்கன் விவசாய மந்திரியாகவும்...”

மகி ரேடியோவை அணைத்தான். பக்கத்தில் தினசரி காலண்டர் இன்னும் மார்ச் 2, 1962 வெள்ளி என்று நேற்றைய தினம் காட்டிக் கொண்டிருந்தது. பரபரவென்று மேல் தாளைக் கிழித்துக் கீழே போட்டார் அவர்.

இரண்டு உதவி டைரக்டர்கள் ஒண்டுக்குடித்தனம் நடத்தும் வீடு. மகி மூன்றாவதாக இங்கே நுழைந்து ஒரு மாதம்தான் ஆகிறது. அவன் உதவி டைரக்டர் இல்லை. மெடிக்கல் ரெப்ரசெண்டேடிவ். சின்ன மருந்துக் கம்பெனி என்பதால், வரும் சம்பளத்தில் இந்தக் குடித்தனம்தான் தோதுப்பட்டது.

“மகி, நேசனுக்கு டீ எல்லாம் கிடையாதா?”

கீழே கடையிலிருந்து பையன் டீ எடுத்து வந்தபோது அவர் குரல் சத்தமாகக் கேட்டது. நல்லவேளை அதற்குள் வாய் கொப்பளித்திருந்தான் மகி.

“உங்களுக்கு இல்லாமலா சார்?” பிரஷ்ஷில் இருந்து கூடுதல் தண்ணீரை விசிறி அடித்து நீக்கிக்கொண்டே சொன்னான் அவன். கொண்டுவந்திருந்த டீயை அவருக்குக் கொடுத்தபடி, நடந்துபோன பையனின் முதுகைப் பார்த்து இன்னொரு டீ சொன்னான். அவனுக்குக் கேட்டிருக்காதோ என்ற சந்தேகத்தில் இன்னொரு தடவை இரைந்து சொன்னான்.

“கிளம்பலாமா?” என்றார் நேசன். இன்னும் ஷேவ் முடிக்க வேண்டும். குளிக்க வேண்டும். இன்றைக்கு சனிக்கிழமை என்பதால் எந்த டாக்டரிடமும் அப்பாயிண்ட்மெண்ட் இல்லை. ஆகவே சாப்பிட்டுவிட்டுக் கிளம்பலாம். ஆனால், அதுவரைக்கும் நேசன் அறையிலேயே உட்கார்ந்திருப்பாரா?

உதவி டைரக்டர்கள் ரெண்டு பேருமே தெலுங்குப் பட ஷூட்டிங் என்று மைசூர் போயிருக்கிறார்கள். அவர்கள் வரும்வரை இது மகிக்கு மட்டுமான இடம்தான். பூட்டிப்போய் சாவியைப் பாதுகாத்துத் திரும்பி வரும்போது விளக்கு எரிகிறதா என்று பார்த்து, வீடு பெருக்கி… ஆயிரம் காரியம் வீட்டு நிமித்தம் வந்திருக்கிறது. என்றாலும் பொறுத்துக்கொள்ளக் கூடியதுதான்.

“குளிக்கலேன்னா பரவாயில்லே மகி. புனிதாவும் குளிக்கலே.” நேசன் சாதரணமாகச் சொல்ல, மகிக்கு இனம் புரியாத பயம் எட்டிப் பார்த்தது. இவரைப் பாம்பு என்று நினைத்து ஜாக்கிரதையாக இருப்பதா, பழுதை என்று எடுத்துப் போட்டு விட்டு நடப்பதா என்று இன்னும் புரியவில்லை.

“பத்தே நிமிஷம் சார்” என்றபடி ஷேவிங் சோப்பை முகத்தில் பூச, அருகில் வந்து நின்றார் நேசன்.

“குமாரராஜா சீன் இன்னிக்கு எடுக்கறேன். அப்படியே அம்சமா நீங்களும் புனிதாவும் சேர்ந்து இருக்கற மாதிரி எடுத்துடலாம்… நோ டயலாக்.”

தாடைக்குக் கீழ் ரேசரை வைத்து மெல்ல மழித்துக் கொண்டிருந்தபோது சொன்னார். அவன் சந்தோஷப்படலாமா சங்கோஜப்படலாமா என்று தீர்மானிப்பதற்குள், “புனிதா என் வளர்ப்பு சிறுத்தை” என்று ரசம்போன சுவர்க் கண்ணாடியில் சிரித்தார்.

மகிக்கும், நேசனுக்கும், சினிமாவுக்கும், சிறுத்தைக்குமான

தொடர்பு தற்செயலானது. நேசன் மற்ற குடித்தனக்கார உதவி டைரக்டர்களைத் தேடிப் போன வாரம் இங்கே வந்தபோது அது தொடங்கியது.

“தம்பி, சினிமாவிலே நடிக்கிறீங்களா?”

நேசன் மகியிடம் கேட்ட முதல் கேள்வி இது. யார், எங்கிருந்து வந்திருக்கிறார், யாரைப் பார்க்க வேணும் என்ற தகவல் ஏதுமில்லாமல் திடீரென்று ஒரு தாடிக்காரர் தன்னிடம் இப்படிக் கேட்க, நடிக்கவில்லை என்றான் மகி.

“சரி, அப்போ சினிமாவிலே நடிக்கறீங்களா?”

அதே கேள்வியை இரண்டாம் தடவை கேட்கும்போது கேட்ட தொனியில் இருந்த மாற்றத்தைக் கவனிக்காமல் இருக்க முடியவில்லை அவனால். “உங்க முகம் கேமராவிலே அம்சமா வரும். ஆளும் அம்சமா வாட்ட சாட்டம்தான். முதுகைக் கோணாம வச்சுக்கிட்டா போதும்.”

“நான் நேசன். சினிமா ப்ரொட்யூசர், நடிகர், கதை வசனகர்த்தர்.”

அவர் சுருக்கமாகத் தன்னைப் பற்றி மகியிடம் அறிமுகப்படுத்திக் கொண்டார். “சிங்கம் புலி கரடி பாம்பு நேசன்” என்று ஏப்பம் விட்டபடி உபரித் தகவல் தந்தார். அதெல்லாம் அறைக்குள் வந்த வாடை எழுந்தது அப்போது.

“ஒரு ஐநூறு ரூபாய் இருந்தா கொடுங்க. ஷூட்டிங் வரும்போது சம்பளத்தோட கொடுத்திடறேன்.”

அவர் சகஜமாக அடுத்து கேட்க ஆடிப் போய்விட்டான் மகி. சரியாக அறிமுகம்கூட ஆகாமல், சர்வ சாதாரணமாக ஐநூறு ரூபாய் கடன் கேட்கிற இவரைப் பற்றிப் புரியாமல் விழித்துக் கொண்டிருந்தபோது போனால் போகிறதென்று இன்னும் கொஞ்சம் தகவல் கசிய வைத்தார்.

“உங்க சங்காத்திங்களை ஒரு தெலுங்குப் படத்துக்குக் கரடி சப்ளை பண்றது விஷயமா பார்க்க வந்தேன். தேடிட்டிருந்ததா பட்சி சொல்லிச்சு. சரி, வர்ற சனிக்கிழமை வரேன்” என்று அவனுடைய பதிலுக்கு நிற்காமல் கிளம்பியவர் அன்று போகும்போது “அடுத்த வாரம் ரெடியா இருங்க. வனராணி மகன் ஷூட்டிங் ஆரம்பிச்சிடலாம். புனிதாவோட நிறைய சீன் வச்சிருக்கேன்”

என்றார் மகியிடம். தலையும் வாலும் புரிபடாத பேச்சு அது.

அவர் ஒரு வினாடி புன்னகைத்தபடி நிற்க பணம் இல்லை என்று தயங்கித் தயங்கிச் சொன்னான் மகி. பரவாயில்லை என்று பெருந்தன்மையாக மன்னித்துவிட்டுப் போனார் அவர் அப்போது.

இன்று சனிக்கிழமை. சொன்னபடி வந்திருக்கிறார்.

"சார், நான் கிளம்பிப் போய் நாலு டாக்டர்களைச் சந்திக்கணும். எங்க கம்பெனி மருந்து மாத்திரை பத்தி அவங்ககிட்டே எடுத்துச் சொல்லணும்."

அவன் சொன்னதை நேசன் காதில் போட்டுக்கொள்ளவே இல்லை. "அடுத்த வாரம் பார்த்துக்கலாம். சிறுத்தைப் புலியோட சேர்ந்து நடிக்க இப்போ விட்டா அப்புறம் அம்சமா நாள் நட்சத்திரம் வாய்க்காது" என்றார் அவர் சீரியஸாக.

"யார் நடிக்க?" அடிப்படையான கேள்வியை அவன் எடுத்து விடும்போது இன்னொரு சாயா கொண்டு வந்திருந்த பையன் நாலு பிஸ்கட்டுகளையும் ஒரு காகிதத்தில் சுற்றிக்கொண்டு வந்து நீட்டினான்.

ஒரு பிஸ்கட்டை எடுத்துக் கடித்தபடி "நீங்கதான் செகண்ட் ஹீரோ. புனிதா கிட்டே பழகணும். அம்சமான பொம்பளைப்பா. அந்த ஹீரோயினையும் வரச் சொல்லியிருக்கேன். அறிமுகப் படுத்திக்கிட்டா அடுத்த வாரம் அம்சமா ரேப் சீன் எடுத்துடுவேன்", என்று மிரள வைத்தார் நேசன்.

"சார், குளிச்சுட்டு வந்துடறேன்" மகி சொல்ல, ஒன்றும் பேசாமல் ரேடியோவை ஆன் செய்தார். 'ஆண்டவன் படைச்சான் என் கிட்டே கொடுத்தான்', என்று ரேடியோ சிலோன் உச்சத்தில் பாடிக்கொண்டிருந்ததைச் சத்தம் குறைத்தார்.

"நிச்சயத் தாம்பூலம் பார்த்தாச்சா?" என்றார். இல்லை என்று சொல்லிக் குளிக்கக் கிளம்பினான் மகி. "நல்லா போய்ட்டிருக்காம். ஐம்பது நாள் ஓடிச்சுன்னா போட்ட பணத்துக்கு மேலே தேத்திடுவாங்க". பின்னால் இருந்து மகிக்குத் தேவையில்லாத புது ரிலீஸ் சினிமா வசூல் நிலவரம் வந்தது.

"சார், இன்னொரு நாள் வச்சுக்கலாமா?" மகி திரும்பி வந்து தலை துவட்டியபடி தயவாகக் கேட்க, அடுத்த குண்டைப் போட்டார்

அவர். “இன்னொரு நாள் வச்சுக்கவா டாக்சியை வெயிட்டிங்க்லே போட்டிருக்கேன்?”

ஆக, அவனைக் கிளப்பிக்கொண்டு போவதிலேயே குறியாக இருக்கிறார். போக்குவரத்துச் செலவுக்குத் தன் தலையில் மிளகாய் அரைக்கப்படும் என்று புரிந்தது மகிக்கு.

டாக்சி கட்டணம் ஏறுகிற பயம் பின்னாலிருந்து இயக்க பதினைந்தே நிமிடத்தில் ரெடியாகி விட்டான் மகி என்ற மகேந்திரன். வாசல் கதவைப் பூட்டும்போது சொன்னார், “அடுத்த தெருவிலே அன்னபூரணி ஓட்டல் போய்ட்டு போகலாம். இட்லி கடப்பா அம்சமா இருக்கும்.” அவர் பார்க்கிற, புழங்குகிற எல்லாமே அம்சமாகத்தான் இருக்கும் போல.

“என்ன சார், இன்னும் வெயிட்டிங் இருக்கா? இன்னிக்கு வேறே சவாரி போன மாதிரித்தான்.” டாக்சி டிரைவர் குறைச்சல்பட, “போட்டுக் கொடுக்கறோம்பா. கவலைப்படாதே” என்று அம்சமாக அபயம் அளித்தார் நேசன்.

சட்டைப் பைக்குள் தொட்டுப் பார்த்துக் கொண்டான் மகி. பர்ஸில் இருந்த அறுநூறு ரூபாயில் முன்னூறைப் பெட்டியில் வைத்து விட்டு மீதியை எடுத்து வந்திருக்கிறான் அவன். இப்போதே அதிலிருந்து எடுத்துக் கொடுத்து விட்டால் மேற்கொண்டு செலவு வராமல் இருக்கும் என்று தோன்றியது. கேட்கவும் சங்கடமாக இருந்தது.

“போதும், போதும் நிறுத்துப்பா. இங்கே இருந்து நடந்துடுவேன்” அவசரமாகக் கீழே இறங்கி விட்டார் நேசன். “நீயும் இறங்குப்பா” என்றார் மகியிடம். நீங்க நீயென்றானது ஏன் என்று மகி யோசித்துப் பார்க்கப் புலப்படவில்லை.

“இங்கே இருந்து குறுக்குப் பாதை இருக்கு. பத்தே நிமிஷத்துலே வீட்டுக்குப் போயிடலாம்” என்றபடி, “மகி, இவருக்கு எவ்வளவு இஷ்டமோ கொடு” என்று சளைக்காமல் அசர வைத்தார்.

“இல்லே சார், எவ்வளவு தரணும்னா...” மகி தயங்க, ட்ரைவர் உதவிக்கு வந்தார்.

“நேசன் சார் வச்சிருந்த கார்தான் இது சார். அவருக்கு சவாரி வந்தா, தர்றதை வாங்கிக்கச் சொல்லிட்டார் முதலாளி” என்றார் ட்ரைவர்.

“இவனோட முதலாளி என்கிட்டேதான் வேலைக்கு நின்னான். புலி சிங்கத்துக்கு மட்டன் வாங்கி வந்து போடற வேலை. இப்போ கசாப்புக் கடை வச்சிருக்கான்” அதிகபட்சத் தகவல் சொன்னார் அவர். மகி ஒன்றும் பேசாமல் நூறு ரூபாய் எடுத்துக் கொடுத்தான். இதற்கும் குறைவாகக் கொடுக்க ஏனோ மனம் வரவில்லை.

அடுத்த பத்து நிமிடம் முள்செடிகளும் வெட்டவெளியுமாக, குந்தி இருந்து யாராரோ அகற்றிய நரகல் காய்ந்து கிடந்த பூமியில் அவரோடு நடந்தான். “என்னத்த தின்னானோ, குந்தாணி குந்தாணியா அவனவன் பேண்டு வச்சிருக்கான்.”

விமர்சனம் செய்தபடி தாண்டிக் குதித்து முன்னால் போனார் அவர். மேகமூட்டமிட்டுத் திறந்து வேடிக்கை காட்டிக் கொண்டிருந்தது வானம்.

“இதான்.”

அவர் காட்டிய இடத்தைப் பார்த்தான் மகி. அரை ஆள் உயரத்துக்கு அங்கங்கே வெடிப்பு விட்டு எருக்கஞ்செடி முளைத்து நிற்கும் சுவரோடு ஒரு காம்பவுண்ட். உள்ளே தகரக் கதவு சார்த்தி ரெண்டு கோடவுனோ, என்னமோ. நடுவில் சுண்ணாம்பு காணாத சுவர்களும் இடிந்த படிகளுமாக ஒரு வீடு. வெளியில் இருந்தே வீச்சம் பலமாக இருந்தது. அது சாப்பிடுகிற பொருளால் வருகிற வாடை இல்லை என்று மகிக்குத் தோன்றியது.

உள்ளே நுழைந்ததும், உள்ளொடுக்கமான திண்ணையில் பிளாஸ்டிக் நாற்காலி போட்டு மூணு பேர் உட்கார்ந்திருந்தார்கள். காக்கி கால்சராயோடு இரண்டு மத்திய வயசர்கள் ஓரமாக நின்று கொண்டிருந்தார்கள்.

“வெங்கட்ராமன் ரெவின்யு மந்திரியாம். அவரைக் கல்வி மந்திரியாக்கிட்டு பக்தவத்சலத்தைப் பொது மராமத்து மந்திரி ஆக்கியிருக்கலாம். மன்றாடியாருக்கு ரெவின்யூ கொடுத்திருக்கலாம்.”

உட்கார்ந்த மூன்று பேரில் யாரோ பேசியது இவர்கள் நுழைந்ததும் நின்றது.

உள்ளே இருந்து ஒரு சின்னப் பெண், பதினைந்து வயது காணும் அவளுக்கு, டபராவில் காப்பியோ எதுவோ கொண்டு வந்து அதிக மூப்பு உள்ளவராகத் தெரிந்தவருக்குக் கொடுத்து உபசரித்துக் கொண்டிருந்தாள். துஷ்டிக்குப் போன வீட்டுச் சூழ்நிலை ஏனோ

மகிக்கு நினைவு வர, ரொம்ப சிரமப்பட்டு அதைக் கல்யாண வீட்டு வாசலாகக் கற்பனை செய்ய முயன்றபடி படியேறினான் அவன்.

இரண்டு ரிஃப்ளெக்டர்கள், ஒரு பழைய மூவி கேமரா, பூம் மைக் என்று காம்பவுண்டுக்குள் நிறுத்தி வைத்திருந்தது. வீட்டுக்குள்ளிருந்து நீள வயர்ச் சுருள் கேமராவைத் தொட்டு ஓடிக் கொண்டிருந்தது. மகிக்கு நேசன் மேல் முதல் தடவையாகக் கொஞ்சம் நம்பிக்கை வந்தது. சினிமா ஷூட்டிங் தான். செலவு குறைவாக, ஆள் குறைவாக, சர்க்கார் விளம்பரத்துக்கு எடுக்கிற படம் போல உருவாகிக்கொண்டிருக்கிறதோ என்னமோ.

"மகி, சார் யார் தெரியுதா?"

கையில் காபி டபராவோடு, கன்னத்தில் டொக்கு விழுந்து வாயை அவ்வப்போது அப்பம் மெல்லுவதுபோல் மென்றுகொண்டிருந்த பெரியவரைக் காட்டிக் கேட்டார் நேசன். தெரியவில்லைதான். பரவாயில்லை என்று அவருக்கு ஒரு வணக்கம் சொன்னான் மகி. அவர் தலையைக் குலுக்கியபடி நேசனிடம் குடிக்கத் தண்ணீர் கொடுக்கச் சொல்லிக் கேட்டார். மகி யாரென்று தெரிந்துகொள்ள அவருக்கு விருப்பம் இல்லைபோல. இருந்தாலும் சொல்லிக் கொள்ள மகியிடம் ஒன்றும் இல்லை.

"வெந்நித் தண்ணியே தரச் சொல்றேன்" என்று நேசன் கக்ஷத்தில் இடுக்கிய பையோடு உள்ளே பார்க்க அந்தச் சின்னப்பெண் எட்டிப் பார்த்து சரி என்று தலையசைத்து ஓட்டமும் நடையுமாக உள்ளே ஓடினாள்..

"சார் தான் குமாரராஜா. வனராணி படத்துலே செகண்ட் வில்லன். படம் வந்து இத்தனை வருஷமானாலும் சார் வர்ற ஒரு சீன் கூட மறக்காம எத்தனையோ பேர் நினைவு வச்சிட்டிருக்காங்க. புனிதாவோட அம்மா கூட இவர் போட்ட குஸ்தி சீன் அட்டகாசமா கைதட்டல் வாங்கிச்சு" நேசன் சொன்னார்.

இன்னொரு தடவை வணங்கினான் மகி. இந்தக் கிழவர் இன்னும் நடிக்கிறார் என்பதைவிட, காணாமல் போனவர்கள் பட்டியலில் சேராமல் இத்தனை வருடம் கழித்து அவர் நேசனால் கண்டெடுக்கப் பட்டது ஆச்சரியகரமானதாக இருந்தது அவனுக்கு. வனராணி, குமாரராஜா, புனிதாவின் அம்மா. இதெல்லாம் கேள்விப்பட்டதே இல்லை. கூட வசிக்கிற அசிஸ்டெண்ட் டைரக்டர்களுக்குத்

தெரிந்திருக்கும். அவர்களுக்கு அது உத்தியோகம் சம்பந்தமான தகவல். எப்படி அவன் கம்பெனி மருந்துகள், எதிரி கம்பெனி இறக்கும் கண்றாவியான மருந்து மாயம் பெயரெல்லாம் தூக்கத்தில் எழுப்பிக் கேட்டாலும் சொல்வானோ அதுபோல் அறிவுத் தேடல் அவர்களுக்கு இந்த சினிமா சம்பந்தப்பட்ட தகவல்களில் இருக்கக் கூடும்.

“தம்பி யாரு?” ஒரு மடக்கு வென்னீர் குடித்த தெம்பில் குமாரராஜா கேட்க, “இவர்தான் ஹீரோ” என்று மகி சற்றும் எதிர்பார்க்காத தகவலைச் சொன்னார் நேசன். செகண்ட் ஹீரோ என்றாரே வரும்போது?

“இன்னிக்கு இவர் சீன் எடுக்கப் போறீங்களா?”

குமாரராஜா குரலில் விரோதம் தெரிந்ததாக மகிக்குத் தோன்றியது.

நாற்காலிகளை ஒட்டிப் போட்டிருந்த பெஞ்சில் உட்கார்ந்தபடி மகியையும் பக்கத்தில் உட்காரும்படி கைகாட்டினார் நேசன். இன்னும் இரண்டு பேர் அவரையும் மகியையும் மாறி மாறிப் பார்த்தபடி நாற்காலிகளில் சங்கடத்தோடு உட்கார்ந்து கொண்டிருந்தார்கள்.

“அவங்க வனராணி வசனம் எழுதினவங்க. பாட்டும் அவங்க தான். பாலக்காடு பிரதர்ஸ், கொலம்பியா ரெகார்ட் வந்துது. இந்தப் படத்துக்கும் அவங்கதான் எல்லாம்.” வனராணி எத்தனை நாள் ஓடியது என்று கேட்க நினைத்தான் மகி. வேண்டாம், குமாரராஜா கோபித்துக் கொள்ளக் கூடும்.

மகி பாலக்காடு பிரதர்ஸுக்கு வணக்கம் சொன்னான். ரெண்டு முதியவர்களும் நீண்ட திடகாத்திரமான பல்வரிசையோடு இருந்தார்கள்.

“அண்ணே, கதை முடிவு பண்ணிட்டா, எழுதி முடிச்சுடலாம்.” சகோதரர்களில் ஒருவர் சொன்னார். “செய்வோம், செய்வோம்.” என்றார் நேசன். “குமாரராஜா சார், இன்னிக்கு இவர் சீன் எடுக்கலே. நீங்க புனிதாவோட இருக்கற சீன் தான். இவரை உங்க ஜமீனுக்கு வரவேற்கறீங்க. அப்போ மகி ஒரு நிமிசம் உங்க கையைப் பிடிச்சுட்டு நிப்பான். அம்புட்டுதான்.” நைச்சியமாகச் சொன்னார்.

அவர் போகிற வேகத்தில் படம் எடுத்து முடிவதற்குள், மகியே

குமாரராஜா போல அப்பம் தின்று கொண்டிருப்பானோ என்னமோ.

“சரி, அப்ப ஆரம்பிக்கலாம். முடிச்சுட்டு நான் ராமாபுரம் போக வேண்டியிருக்கு” என்றார் குமாரராஜா. உள்ளே இருந்து வந்த பெண் பெட்டியில் வைத்த, சலவை செய்த உடுப்புகளை குமாரராஜாவிடம் கொடுத்தாள் அவர் ஓரமாக நின்று நீளமான அண்டர்வேர் தெரிய வேட்டியைக் களைந்து விட்டு அந்தக் கால்சராயையும் சட்டையையும் அணிந்து வந்தார். நேசன் அவருக்கு ஒரு ஒப்பனைப் பெட்டியில் இருந்து முகத்தில் அடர்த்தியாக மாவு பூசி, மீசையையும் ஒட்ட வைத்தார்.

“மகி, உனக்கு நீ போட்டிருக்கறதுதான் உடுப்பு. அண்ணே, புனிதா சீன் எடுத்துடலாமா?” நேசன் கேட்க, உள்ளே இருந்து வேகமாகத் திரும்பவும் வந்த பெண் அவர் காதில் ஏதோ சொன்னாள்.

“இப்போ ஏன் தூங்க விட்டே? எழுப்பு” சற்றே எரிச்சலோடு சொன்னார் நேசன். அவள் போய்த் திறக்க, கோடவுனில் இருந்து சன்னமாக உறுமல் சத்தம் கேட்டது. முழிச்சிக்கிட்டா என்றார் நேசன். காக்கைகள் நாலைந்து அவசரமாகக் கூக்குரல் எழுப்பிப் பறந்து போக, ஒரு சிறுத்தைப் புலி வெளியே மெல்ல நடந்து வந்து கொண்டிருந்ததைப் பார்க்க மகிக்கு சப்த நாடியும் ஒடுங்கி விட்டது.

இந்த மனுஷர் சொன்ன சிறுத்தையும் நிஜம்தான். ஆனால் போட்டோவுக்கு நிற்பது தவிர அதோடு கூட மகிக்கு வேலை இல்லை. அவன் பலாத்காரம் செய்ய வேண்டிய பெண் எங்கே என்று தெரிந்தால் போதும். வந்திருப்பாளோ.

உள்ளே அப்பளம் பொரிக்கும் எண்ணெய் வாடை வருகிறதைக் கவனித்தான் அவன். அவள் அங்கே இருந்து பொழுது போகாமல் அப்பளம் பொரித்துக் கொண்டிருக்கலாம். அவளுக்கும் புனிதாவுக்கும் பொரித்த அப்பளம் பிடித்தமானதாக இருக்கும். அந்த வாடைக்குத்தான் சிறுத்தை எழுந்திருக்கும்.

சிறுத்தையோடு கூட ஒரு அமானுஷ்யமான நிசப்தம் நடந்து வந்தது. இது வழக்கமான நிகழ்ச்சி என்பது போல் காக்கி பேண்ட்காரரோடு நேசன் ரிப்ளெக்டரை நகர்த்திக் கொண்டிருந்தார். ஒரு தடவை அது நகர்ந்தபோது திண்ணை முழுக்க வெளிச்சம் போட்டுக் காட்டியது. நடந்து வரும் சிறுத்தையும், இரண்டு காலையும்

நாற்காலி மேல் வைத்தபடி அதைப் பார்க்கும் குமாரராஜாவும் ஏதோ ஒரு காலத்தில் செலுலாய்டில் புனிதாவின் அம்மாவோடு அவர் உறைந்த தருணம் இப்படித்தான் இருந்திருக்கும் என்று மகியை நினைக்க வைத்தார்கள். வானம் கருத்துக் கொண்டும் பிரகாசித்தும் மாறிமாறி வர, மேகங்கள் விளையாடிக் கொண்டிருந்தன.

“ரொம்ப மெலிஞ்சிருக்கே. ரெண்டு மாசம் முந்தி நான் அந்தக் காடிகானா வாசல்லே இதோட கட்டிப் புரண்டு விளையாட்டுச் சண்டை போட்டேனே, அப்போ இருந்ததைவிட எலும்பு தெரிய இருக்காப்பல. படத்துலே சட்டுனு வித்தியாசம் தெரியுமே” குமாரராஜா சந்தேகம் கிளப்பினார்.

“பரவாயில்லே அண்ணே. சிறிது காலம் சென்று அப்படீன்னு டைட்டில் கார்ட் போட்டுடலாம்... அங்கேயும் முன்னைக்கிப்போ கொஞ்சம் வயசு கூடுதலாதான் தெரியுது. கண்ணுக்கு கீழே இன்னும் பூசினா அம்சமா இருக்கும்.”

அவர் கடைசியாகச் சொன்னது சிறுத்தைப் புலிக்கான ஒப்பனையா, குமாரராஜாவுக்கானதா என்று மகிக்குத் தெரியவில்லை. சிறுத்தை அவன் பக்கத்தில் வந்து வளர்ப்பு நாய் போல் காலை முகர்ந்து விட்டு, குமாரராஜாவைப் பார்த்து சின்னதாக உறுமியது.

“நல்லா இருக்கீங்களான்னு உங்களைக் கேக்குது அண்ணே” நேசன் மொழிபெயர்த்தார்.

சிறுத்தையைத் தொடர்ந்து காம்பவுண்ட் வெட்டவெளிக்கு குமாரராஜா நடக்க, பெரிய துளிகளாகத் தூறல் விழுந்து நொடியில் மழையானது. உள்ளே அடித்த சாரலில் திண்ணை ஓரம் ஈரம் படர்ந்தது.

சிறுத்தை தன் இருப்பிடத்துக்கு நனைந்தபடி மெல்ல ஓடியது. கையில் பொரித்த அப்பளத்தோடு சிறுபெண் பின்னாலேயே போய்க் கதவை அடைத்துவிட்டு வந்தாள்.

இடி முழக்கி நிதானமாக மழை தொடர்ந்தது. திண்ணையின் ஓரத்துக்குப் போய் நேசன் அண்ணாந்து மேகங்கள் நிலைத்த வானத்தைப் பார்த்தார்.

“இன்னிக்கு ஷூட்டிங் அம்புட்டுதானா” குமாரராஜா அலுப்போடு கேட்டார்.

“திடுதிப்புனு மழை வரும்னு யாரு அண்ணே கண்டாங்க? நசநசன்னு, எளவு ஓயற மாதிரி தெரியலே... இன்னொரு நாள் வச்சுக்கலாமா?” என்றார் நேசன். யாரும் பேசவில்லை. மகி மட்டும் சரி என்று தலையாட்டினான்.

வசனம் சகோதரர்களில் ஒருத்தர் கோடவுன்களைச் சுட்டிக் காட்டி மகியிடம் சொன்னார் “வனராணி எடுத்தபோது இந்த ரெண்டு கோடவுன்லேயும் மேலே கூரை போட்டு ஒரு கரடி, ஒரு மலைப்பாம்பு, புலி, ரெண்டு குரங்கு வச்சிருந்தார் நேசன்.”

“இப்போ அங்கே கண்டாமுண்டாதான் போட்டு வச்சிருக்கேன்.”

நேசன் சொல்லியபடி மகியின் சட்டைப் பையில் இருந்து ஒரு நூறு ரூபாயை எடுத்து குமாரராஜாவிடம் கொடுத்து குருதட்சிணை என்றார். வாசலில் மகி வந்த டாக்சி வந்து நின்றது.

நின்று நிதானமாக சன்னமான மழை பெய்து கொண்டிருக்க, நூறு ரூபாயை மட்டும் கௌரவ சம்பளமாகப் பெற்று குமாரராஜா கம்பெனி டாக்சியில் போய்விட்டார். மகி வணக்கம் சொன்னதைக் கவனிக்கவில்லை அவர்.

வசனம் சகோதரர்கள் வேட்டியை மடித்துக் கட்டியபடி சரி, பிறகு பார்க்கலாம் என்று எழுந்தார்கள். குந்தாணி குந்தாணியாக அவர்கள் தாண்டிப் போக வேண்டியிருக்காது என்று மகி நினைத்தான். மழையில் கரைந்து ஓடும் நரகல் எதிர்ப்படாமல் அவர்கள் சாலையிலேயே நடந்து போகட்டும்.

அவன் நிமிர, “அடுத்த வாரம் வந்துடு, அம்சமா எடுத்துடலாம். இப்படி மழை வரும்னு தெரியாம போயிட்டுது” என்று சொல்லியபடி, நேசன் கேமராவோடு இரண்டாம் கோடவுனுக்குள் போய்க்கொண்டிருந்தார்.

முதல் கோடவுன் கதவு ஒருக்களித்துத் திறந்திருக்க, அந்தச் சிறு பெண் பிளாஸ்டிக் கோப்பையில் தண்ணீர் எடுத்து சிறுத்தைக்குக் குடிக்கக் கொடுத்து முகத்தைத் துடைத்துக் கொண்டிருந்தது கண்ணில் பட்டது அந்த முகம் ஒப்பனை கலைந்து தெரிந்தது. அது ஒரு பூனையின் முகமாக இருந்தது.

புத்தகன்

நாங்கள் போய்ச் சேர்ந்தபோது நூல்நிலைய வாசலில் சிறகுகள் இறைந்து கிடந்தன. நூலகத்தை ஒட்டியிருந்த வீட்டில் ஒரு பெண்குரல் பக்திப் பாடல் ஒன்றை சினிமா மெட்டில் பாட, ஏழெட்டுக் குழந்தைக் குரல்கள் ஒவ்வொரு அடியாகப் பின்தொடர்ந்து கொண்டிருந்தன. நூலகக் கதவு அடைத்திருந்தது.

'நகரசபை உறுப்பினர்கள் வந்து விட்டார்கள்' எங்களைப் பார்த்து வழியோடு போகிற யாரோ சொல்லியபடி பொன் நிறத்திலும் சிவப்பிலும் வண்ணம் பூசிய வான்கோழியை வயிற்றோடு அணைத்துச் சுமந்து போனார்கள்.

நாங்கள் சைக்கிள்களை நிறுத்தியபோது அண்டை வீட்டில் இருந்து வந்த முதுபெண், இதுவும் நடக்குமா என்பது போல கைகளை விரித்துக் காட்டி இறக்கையில் இருந்து சிறகு உதிர நடந்து வந்தாள். அவள் குடும்பம் நூலகத்தை அடுத்த வீட்டில் ஒரு வருடமாக நிற்கிறது. நாங்கள், நகரசபையில் இருக்கப்பட்ட எல்லோரும் சம்மதித்து ஓட்டுப் போட்டுத் தீர்மானம் நிறைவேறித்தான் ஆணும் பெண்ணுமாக அந்த முதியவர்கள் வந்தது. நைந்த லேசாக வாடை பரத்தும் சிறகுகள் கொண்டவர்கள். பறக்க, அதாவது தரைக்கு மேல் ஆறு அடிக்குக் குறைவாக எழுந்து சற்றே மிதந்து இறங்கக் கூடியவர்கள். அருமையாகப் பனை ஓலை கொண்டும், மூங்கில் கொண்டும், தென்னை ஓலை கொண்டும் குடலையும், குடுவையும், கொட்டானும், கூடையும், கடகமும் பின்னக் கூடியவர்கள். சுற்று வட்டாரத்தில் முடையத் தெரிந்த யாரும் இல்லாததால் ஊருக்கு அவர்கள் சேவை வேண்டி இருந்தது.

பறக்கும் குடும்பம் பொதுவான ஊர்ச் சுகாதாரத்துக்குக் கேடு விளைவிக்கும் என்றும் சிறு பிள்ளைகள் நிலாச்சோறு உண்ணும் ராக்காலங்களில் அவர்களை மருட்டி கொழுமோர் காய்ச்சிக் கொடுத்தால் மட்டும் தணியும் பயத்தோடு உட்கார வைக்கக் கூடும் எனவும், தரைக்கு ஆறடிக்கு மேல் பறக்கிறவர்களைக் கீழே இருந்து பார்க்கிறவர்கள் மனதில் அருவருப்பு ஏற்படலாம் என்பதாலும், எல்லாவற்றுக்கும் மேல், மத்திய சர்க்காருடைய லைசன்ஸ் வாங்காமல் யாரும் பறக்க முடியாது என்பது பச்சைக் குழந்தைக்குக் கூடத் தெரிந்த சட்டம் என்பதாலும் அந்தக் குடும்பத்துக்கு ஊரில் வந்து இருக்க அனுமதி தரக்கூடாது என்று பொதுக் கருத்து நிலவியது.

ம-வரிசையில் வரும் சினிமாப் பாடல்களைப் பற்றிய மும்முரமான தர்க்கம் நகரசபைக் கூட்டத்தில் நிகழ்ந்துகொண்டிருந்த ஒரு மழை பெய்த பிற்பகலில், தேநீர் இடைவேளைக்கு ஐந்து நிமிடம் முன்பு, காரமும் சூடும் மிகுந்த வடைகளுக்காக உறுப்பினர்கள் காத்திருந்த போது நேரத்தை வீணாக்காமல், பறக்கும் வயதானவர்களை ஊரில் வசிக்க அனுமதிக்க ஒருமனதாகத் தீர்மானம் நிறைவேறியது. மனிதாபிமானமும் வேணுமன்றோ.

நகரசபை எழுத்தர் இந்தச் சங்கதியால் உற்சாகம் மிகுந்துவர, எழுதிக் கொண்டிருந்த அவருக்கே சரிவரத் தெரியாத கணக்குகளை நிறுத்தி வைத்து வெளியே போய் வந்தார். சிறிது நேரத்தில் ஆணும் பெண்ணுமாக இரண்டு முதியவர்கள் நகரசபையின் அடைத்த கண்ணாடி ஜன்னல்களுக்கு வெளியே தாழப் பறந்தபடி உள்ளே பார்த்துக் கையசைத்து நகரசபை உறுப்பினர்களுக்கு நன்றி சொன்னபோது உறுப்பினர்கள் அதைக் கவனியாது, த-வரிசைப் பாடல்கள் பற்றிய சர்ச்சையில் மூழ்கினார்கள்.

அந்த முதுபெண்தான் இங்கே எங்களைப் பார்த்ததும் கைகளை விரித்தபடி வந்து கொண்டிருந்தது.

'எப்போதிலிருந்து?' எங்கள் நகரசபைத் தலைவர் அவளைக் கேட்டார். 'நேற்று ராத்திரி சாப்பாட்டுக்குப் பிறகு அவர் எழுந்து நடந்தபோது சுவரிலும் கதவிலும் மோதிக் கொண்டார். போக வேண்டாம் என்று சொன்னதைக் கேட்காமல் வெளியே போகும் போது, புத்தகங்கள் காத்திருக்கின்றன என்று முணுமுணுத்தபடி இருந்தார்' முதுபெண் சொன்னாள்.

'அவர் நிறையப் படிக்கக் கூடியவரா?' நகரசபைத் தலைவர் கேட்டார். 'சினிமா பாட்டு புஸ்தகங்கள் எத்தனை அவரிடம் உண்டு?' தலைவர் வீட்டில் பத்தாயிரத்துக்கு மேல் பாட்டுப் புத்தகங்கள் உண்டு.

'என் வீட்டுக்காரர் கூடை முடைவதல்லாமல் வேறு எதுவும் தெரியாதவர். இப்போது நான் சொல்லிச் சொல்லித்தான் ராத்திரிப் பள்ளியில் அரிச்சுவடி கற்றுக்கொள்ள கல் சிலேட்டும் பலப்பமுமாகப் போய் வருகிறார்.'

"நீங்கள் பாடல்களைக் குழந்தைகளுக்குச் சொல்லிக்கொடுப்பீர்கள் தானே?"

"ஆம், ஐம்பது வருடத்துக்கு முற்பட்ட சினிமா பாடல்கள் எல்லாவற்றையும் முறைப்படி கற்றிருக்கிறேன். அவற்றின் மெட்டில் எழுதவும் செய்வேன். இவருக்கு அதில் ஒன்றிரண்டைக் கற்றுக் கொடுக்கப் பல வருடமாக முயற்சி செய்தேன். பல பகல் பொழுது முழுக்க சண்டையிட்டும் இருக்கிறேன். இங்கே நூல் நிலையம் பக்கத்தில் வீடு இருந்தால் புத்தக வாசனை அவரையும் கற்க வைக்குமென்று சமாதிகளிலிருந்து எழுந்து வந்தவர்கள் கருப்பட்டிக் காப்பி கேட்டுக் காத்திருக்கும்போது சொன்னதாலேயே இங்கே வந்தோம்."

நூல்நிலையத்தின் அடைத்திருந்த கதவுகள் மேல் உள்ளிருந்து பலமாக மோதுகிற சத்தம் விட்டு விட்டுக் கேட்டது.

"அவர்தான். உள்ளே இருக்கிறார். ராத்திரி முழுவதும் ஏதேதோ சத்தம் கேட்டது. அவர் புத்தக அலமாரிகளைச் சுற்றிப் பறந்தபடி இருக்கிறார் போல."

கிழவி சொல்லிக்கொண்டிருக்க தலைவர் சுற்றுச் சுவர் மேல் ஏறி நிற்க வாகாக, நூலக வளாகத்துக் குழாயடியில் கவிழ்த்திருந்த பிளாஸ்டிக் வாளியைக் குப்புறக் கவிழ்த்தபடி உடுப்பை வாரிச் செருகிக் கொண்டார்.

'நீங்கள் ராத்திரி அவருக்குக் கொடுத்த சாப்பாடுதான் இந்தக் கூறுகெட்ட தனத்துக்குக் காரணம்' என்று எண்ணெய் வணிகர் தெரு உறுப்பினர் சொன்னார். 'என்ன சாப்பிட்டார்?' என்று கேட்டேன். 'சோளத் தோசை', என்றாள் கிழவி. 'அது காலை உணவு. ராத்திரியில் உண்டது சட்டரீதியாகத் தவறு' என்றார் வணிகர் தெரு

உறுப்பினர். ‘சட்டம் எல்லாம் இப்போது பேச வேண்டாம். உள்ளே இருப்பவரை வெளியே கொண்டு வராவிட்டால் புத்தகங்களும் அலமாரிகளும் கட்டிடமுமே சேதமாகும்’ என்றார் தலைவர்.

அவர் சுவரில் நின்று எவ்விக் கதவின் மேற்பகுதியில் திரும்பத் திரும்ப ஓங்கித் தட்ட கதவு திறந்து கொண்டது. ’நகரசபை உறுப்பினர்கள் மட்டும் உள்ளே போகலாம்’, என்றார் தலைவர். அல்லாதவர் என்று கணக்கு எடுத்தால் அந்தக் கிழவியும், காலைக் கடன் கழிக்கக் கண்மாய்க் கரைக்குப் போய்க்கொண்டிருக்கும் சில ஊர்ப் பெரிசுகளும்தான் மிஞ்சுவார்கள்.

‘நீங்களே போய்ப் பார்த்து அனுபவியுங்கள்’ என்று சொல்லிப் பெரிசுகள் அந்தாண்டை போக, கிழவியை மட்டும் வெளியே நிறுத்தி நாங்கள் உரிமையோடு உள்ளே போனோம். கதவைப் பத்திரமாக மூடினார் தலைவர்.

எதிர்பார்த்ததுபோல் உள்ளே சிறுநீர் வாடையோ வேறே மனிதக் கழிவின் துர்நாற்றமோ இல்லை. மின்விசிறி மேல் உட்கார்ந்திருந்தது கிழவன் இல்லை என்பது தவிர ஆச்சரியப்பட வேறு எதுவும் கட்டிடத்துக்குள் இல்லை.

அங்கே இருந்தவன் பொன் நிற இறகுகளும், கழுகு போன்ற முகமும் கொண்ட ஒரு இளைஞன். தாடை உயர, மெல்லிய குரலில் அவன் பாடிக்கொண்டிருந்தான். நான் புத்தகங்களுக்கான தேவன் என்றான் அவன். நாங்கள் பதிலேதும் சொல்லாமல் கிழவனைத் தேடி உள்ளே போக முற்பட்டோம். அவன் கிடைத்த பிறகு இவனைக் கவனிக்கலாம் என்று ஒருசேர நினைத்தோம். ம-வரிசைப் பாடல்கள் போன்ற தீவிர விவாதங்கள் எங்களைப் பிரித்து வைப்பதில்லை. மேலும் ஐக்கியப்படுத்துகின்றன.

அலமாரி அலமாரியாக நேர்த்தியாக அடுக்கு வைத்த எல்லா மொழி சினிமாப் பாடல் புத்தகங்களின் ஒருமித்த ‘மற்றதை வெள்ளித் திரையில் காணுங்கள்’ என திடீரென்று முடிந்த கதைச் சுருக்கப் பக்கங்கள் தரும் கடும் ஏமாற்றம் அவற்றை விலக்கி நிறுத்த வைத்தது. அடுத்து வரும் பக்கங்களில் வரும் பல கானங்களைப் பாட மெட்டுத் தெரியாத காரணத்தால் நிராசையும் ஏற்படுத்தும் புத்தகத் தொகுப்பு அது. நகரசபையில் நிகழும் அகர வரிசை சினிமாப் பாட்டு விவாதங்களுக்கு அவற்றைப் படித்திருக்க வேண்டியதில்லை. அதற்கான அறிவு

தலைமுறைகள் வழியே தானே வருவது. பயன்படுத்தாவிட்டாலும் பாரம்பரியச் செல்வங்களைப் பராமரிக்க வேண்டும் என்பதை நகரசபை உறுப்பினர்கள் உணர்ந்திருக்கிறார்கள். வெளியிலிருந்து வந்தவர்களுக்கு அது வாய்க்காததால், கிழவன் போல் ஏறுக்கு மாறாக ஏதாவது செய்து வைக்க வாய்ப்பு உண்டு.

கிழவனை நூல்நிலையத்தில் எங்குமே காணவில்லை. புத்தகங்களின் ஒட்டுமொத்தமான வாடையும், தேவதையின் சிறகு வீசும் நறுமணமும் தவிர வேறு வாடை உள்ளே இல்லை.

வெளியே கிழவி அரற்ற ஆரம்பித்திருந்தாள். ‘சிறகுகளைப் பிய்த்து எடுத்துப் போட்டிருக்கலாம் அவர்’ என்றாள் அவள். சிறகு போனதும் சாவும் அடுத்து ஏற்படும் என்றவள், கிழவன் அலமாரிகளுக்குப் பின்னால் இறந்துபோய்க் கிடக்கலாம் என்று சத்தம் போட்டுப் பிரலாபித்தது எங்கள் காதில் விழத்தான்.

“நமக்கு நகரசபை வேலைகள் நிறைய பாக்கி உண்டு. ஆயிரம் பாடல்களையாவது இந்த வாரக் கடைசியில் தொகுத்து முடித்தாக வேண்டும். தேவதைகளும், நூல்நிலையமும், பறக்கத் தெரிந்த முதியவர்களும் நேரத்தைப் பாழ் செய்வதை அனுமதிக்க முடியாது”. ஒற்றை வரிசையில் வீடுகள் அமைந்த தெப்பக்குளத் தெரு உறுப்பினர் சொன்னார். விவாதங்களில் ஈடுபடும்போது இல்லற சுகம் அனுபவிக்கும் கிளர்ச்சி காட்டும் முகமும் உடல்மொழியுமாக அவற்றை அணுகுகிறவர் அவர். அந்த இன்பத்தை மேலும் தள்ளிப்போட முடியாது என்பதால் வரும் பதட்டம் அது.

அவர் அவசரமாகக் கைகாட்ட, மின்விசிறி மேலிருந்து அந்தத் தேவன் கீழே வந்தான். உடனே மின்விசிறி சுழல ஆரம்பித்தது. அவனை அங்கே மறுபடி போகமுடியாமல் செய்த பெருமையோடு வணிகர் தெரு உறுப்பினர் இரண்டு நிமிடங்களில் தான் யாரென்று சொல்லும்படி அவனிடம் கோரினார்.

இம்மாதிரியான கேள்விகளுக்குத் தங்கள் நாட்டு வளம், நகர வளம், குலப் பெருமை எல்லாம் ஆதியோடந்தமாகச் சொல்லித்தான் விஷயத்துக்கு வருவது வழக்கம். எனில், அவசரப்படுத்தியதால், நேற்று இரவில் இங்கே இருந்து சத்தம் கேட்டதால் அனந்தபுரம் நோக்கிப் பறந்துகொண்டிருந்த தான் கீழிறங்கி நூல்நிலையத்துக்குள் நுழைந்ததாகச் சொன்னான் அவன். தன் பெயராக ஒரு பன்னிரண்டு இலக்க எண்ணைச் சொல்லி அது எந்த எண்ணாலும் வகுக்கப்பட

முடியாத தனியன் என்று ஒரு வினாடி பெருமை பாராட்டினாலும், கணிதம் போன்ற கவைக்குதவாத சமாச்சாரங்களை உரையாடலாக நாங்கள் வளர்த்தியெடுக்க இணங்கவில்லை. ஒருசேரத்தான்.

அலமாரிகளைச் சுற்றிச் சுற்றிப் பறந்த கிழவன் நேற்றிரவு தனக்கு அந்தப் புத்தகங்களில் ஒன்றைக்கூடப் படிக்க முடியாத நிராசையைப் பற்றிப் பிரலாபித்தபோது, அவனுக்குப் புதிய சிறகுகளையும், வாசிப்பு அறிவையும் தரத் தான் தயாராக இருப்பதாகச் சொன்னதாகத் தேவன் கூறினான்.

'அந்த அறிவு சினிமாப் பாடல் புத்தகங்களில் அமிழ இல்லை. நூல்நிலைய உள் அறையில் பத்திரமாகப் பூட்டி வைத்திருக்கிற பத்து தலைமுறைக்கு முன் வழக்கொழிந்துபோன எல்லா நூல்களும் தரும் தரிசனம்தான் அது.'

தேவன் சொன்னதை நாங்கள் யாரும் விரும்பவில்லை. இவன் பாட்டுக்கு வந்து அவனுக்குச் சம்பந்தமே இல்லாதவனும், நேர்த்தியாகக் கூடை முடைபவனுமான ஒரு கிழவனுக்கு யாரும் படிக்க எடுக்காத புத்தகங்களில் அறிவு பெற வைத்தால், ஊரில் அவன் பறந்து இன்னும் பத்துப் பேருக்கு அதைப் பற்றிச் சொல்லுவான். நகரசபை நூலகத்தின் உள்ளறைப் புத்தகங்களை வெளியே கொண்டு வருவதின் விளைவுகள் எப்படி இருக்கும் என்று தெரியாது. இறகு உதிர்ந்து, இறந்துபோகும் நிலையில் இருக்கும் கிழவனுக்குப் புதுச் சிறகு தருவதே லைசன்ஸ் இல்லாமல் புவியீர்ப்பு விசையை விட்டு மேலெழும்பும் செயலுக்கான சட்டவிரோதமான ஆதரவு. தேவர்களுக்குச் சட்டம் வேறுபட்டது இல்லை. இம்மாதிரிச் செயல்களை அனுமதிக்கக் கூடாது.

இவனோடு இன்னும் நேரம் வீணடிக்க விரும்பாமல், 'கிழவன் எங்கே போனான், அதை மட்டும் சொல்லு' எனத் தேவனைக் கேட்டோம்.

அவன் பாட்டுப் புத்தகங்கள் நிறைந்த இந்தப் புத்தக அலமாரிகளை இரவு முடிவதற்குள் ஆயிரம் முறை சுற்றி வந்தால் வாசிக்கும் அறிவும் இந்தப் பாட்டுகளை அததற்கான மெட்டில் பாடும் திறமையும் ஏற்படும் என்று நகரத்தில் சூதாட்டக்கடை வைத்திருக்கும் சித்த புருஷர் சொன்னபடி பறந்து சுற்றிவருவதாகக் கூறிய அவன் தேவனை வெளியே போகச் சொன்னான். அவன் வழியை தேவன் பறந்தும் நடந்தும் மறித்தபோது, அறிவும், அருளும் தனக்கு மயிர்

போல என்று தேவனின் முகத்தில் உமிழ்ந்தபடி பறந்தானாம் கிழவன். கதவு காற்றில் மூட, அவனும், தேவனும் வெளியே வர முடியவில்லை.

'பிறகு?' உடுப்பைத் தளர்த்தி, தரையில் பரத்தியிருந்த 1943-ம் வருட திரைப்பாடல்களின் மேல் உட்கார்ந்தபடி நகரசபைத் தலைவர் கேட்டார்.

'அவன் என் பிடிக்கு அகப்படாமல் ஓடி உள்கதவைத் திறந்தான். யாரும் படிக்காத புத்தகங்கள் வைத்திருந்த அலமாரிகளைச் சுற்றி குறுகலான இடைவெளியில் வலம் இடமாக, சாத்தானிய நிகழ்வு போல, பர்ர்ர்ரென்று அபானவாயு உதிர்த்தபடி அவன் ஓடிக் கொண்டிருந்தான்.'

'பிறகு? பிறகு என்ன, அவனை அங்கே ஒரு புத்தகமாக்கினேன். உயிருள்ள, தொட்டால் நகரும், கண்விழித்துப் பார்க்கும் புத்தகம். கைக்கடக்கமாக அலமாரியில் உட்கார்ந்திருக்கும் புத்தகம். ஓரத்தில் மடியாது, முரட்டுத்தனமாக யாரும் வரிகளுக்குக் கீழ் பென்சிலால் கோடு கிழிக்காத புத்தகம். மைவாடை உலராது தேவதைகளின் இறக்கையும் குனேகா செண்டும் கலந்த ரம்மியமான வாடை அடிக்கும் புத்தகம். பெர்மாவின் கடைசி தியரத்துக்குச் சுலபமான நிரூபணமும், சிந்து சமவெளி முத்திரைகளுக்கு விளக்கமும், இறந்து போன காப்பியத்தின் அனைத்துப் பகுதிகளும் கொண்டதாகவும், அணுத்துகளியலும் கடவுள் துகள் பற்றிய இயற்பியலுமாக ஒவ்வொரு தடவை எடுத்துப் புரட்டும்போதும் ஒவ்வொரு துறை பற்றியதாகத் திகழும் ஒப்பற்ற புத்தகமானான் கிழவன்.'

நான் உள்கதவைத் திறந்து பார்த்தேன். அறையின் அந்தக் கோடியில் இருந்து ஒரு புத்தகம் மெல்ல என்னை நோக்கி ஊர்ந்து வந்து கொண்டிருந்தது. அதன் கண்களில், போகாதே என்று என்னைக் கெஞ்சும் பரிதவிப்பு தெரிந்தது.

நான் உள்கதவை அடைத்து விட்டு வெளியே வந்தேன். 'அங்கே ஆயிரம் புத்தகங்கள் செம்மையாக அடுக்கப்பட்டு உறக்கத்தில் உள்ளன. கிழவனோ வாலிபனோ சிறுவனோ யாரும் அங்கே இல்லை' பொதுவாகச் சொன்னேன்.

தேவன் காற்றில் குணேகா செண்ட் வாடையைப் பரத்தியபடி தெருமுனைக்கு நடந்து போனான். பின் பறந்தான். நாங்கள்

வாசலுக்குப் போக, கிழவி தன் வீட்டு வாசலில் கூடை முடைந்தபடி இருந்ததைக் கண்டோம்.

த-வரிசைப் பாடல்களைப் பட்டியலிடும்போது நேரம் கிடைத்தால் அவளுக்கு மாதாந்திர உதவித் தொகை அளிக்க மசோதா நிறைவேற்ற வேண்டும். ஒருமனதாக அது நிறைவேறும் என்பதில் ஐயமில்லை.

ரதி

கோவில் இருந்த பக்கம் போயிருக்கவே கூடாது. இதைச் சொல்வதற்காக எங்கேயாவது போட்டுக் கொடுத்து யாராவது என்னை அடிக்கக் கிளம்பி வருவதற்குள் நான் தெரிவித்துக் கொள்ள விரும்புவது இரண்டு விஷயம். முதலாவது நான் தற்போது ஸ்காட்லாந்துக்குத் திரும்பியாகிவிட்டது. ஆனாலும் பரவாயில்லை என்று அநாவசியச் செலவு செய்து ஜம்போ ஜெட் ஏறி அடிக்க வந்துசேர முடிவெடுத்தால், அடுத்த விஷயம் - முதல் வரியில் வந்த கோவில் குடியிருந்த கோவில், கும்பாபிஷேகமான கோவில் எல்லாம் இல்லை. என் மேலதிகாரி சிவராம் நாகர்கோவில் என்ற எஸ்.என்.கோவில்.

எடின்பரோவிலிருந்து புறப்பட்டு வந்து நிம்மதியாக ரத்னாகபே சாம்பார் இட்லி, உதயம் தியேட்டரில் எத்தனையாவது தடவையாகவோ சிவாஜி, டெலிவிஷனில் கவர்ச்சியான ஹோண்டா பனியனும் பக்கத்தில் இளவயசு கமலுமாக கலைஞர் டிவிக்கு முன்னோட்டமாகப் படகில் போய்க்கொண்டிருக்கும் கடந்த, இந்த நூற்றாண்டுகளின் ஒரே பேரழகியான ஸ்ரீதேவி... இப்படி வாழ்க்கை போய்க்கொண்டிருக்கும்போது ஆபீசில் எப்படியோ எஸ்.என்.கோவில் கண்ணில் பட்டுத் தொலைத்தேன். கிரகச் சேர்க்கை போல, மூலவர் கோவிலுடன் உற்சவரும் அடுத்த நிலை மேலதிகாரியுமான அஸ்வகோஷ் என்ற அஷ் கூடவே இருந்த நேரம்.

“எடின்பரோவிலே திரும்ப ஒரு முக்கியமான வேலை காத்திட்டு இருக்குப்பா. முடிச்சுட்டு ஜஸ்ட் ஒரு வருஷத்துலே திரும்பி

வந்துடலாம். வெறும் ட்வெல்வ் மன்த்ஸ்தான். பிராஜக்ட் இயக்குனராப் புரமோஷன் வேறே" கோவில் நைச்சியமாகச் சொல்ல, "உன் கில்ட் கூடத் தச்சு ரெடியா இருக்கும்போல இருக்கே அங்கே. கொடுத்த பணத்தை வேஸ்ட் பண்ணலாமா?" என்று கரிசனமாக விசாரித்தார் அஷ். நண்டுமரத்தைப் பற்றி ஊரெல்லாம் சொன்னது இவருக்கும் எட்டும் என்று தெரியாது.

"சபரிமலை போயிருக்கிறீங்களா?" என்று இரண்டு தெய்வங்களையும் கேட்டேன்.

"அங்கெல்லாம் நாம ப்ராஜக்ட் பண்றோமா என்ன?"

"இல்லைதான். அங்கே தரிசனத்துக்கு இருமுடி கட்டிக்கிட்டுப் போய், பம்பையிலே தாவளம் அடிச்சுத் தங்கி, மலையேறணும். வழியிலே பந்தளம் மகாராஜான்னு எழுதிவச்சுக்கிட்டு, முத்துக்குடைக்குக் கீழே தலைப்பாகை, மேலங்கியோடு ஒருத்தர் உக்காந்திருப்பார். இருமுடியோட வர்ற ஐயப்பசாமிங்க எல்லாரும் ஆளாளுக்கு ஒரு ரூபா, ரெண்டு ரூபா தட்டுலே தட்சணை போடறபோது கிண்ணத்திலேயிருந்து திருநீறு கொடுக்கற அவர் மகாராஜா எல்லாம் இல்லேன்னு பார்த்தாலே தெரியும். ராஜகுடும்பத்திலேயே எதுக்கும் பிரயோஜனமில்லாமச் சுத்திட்டுக் கிடக்கிற ஒருத்தரைப் பிடிச்சு இப்படி சில்லறை வசூல் பண்ண தலைப்பாகட்டி அனுப்பற மாதிரி" என்னை முடிக்கவிடவில்லை எஸ்.என்.கோவில். "எடின்பரோவிலே ஒரு ரூபா, ரெண்டு ரூபா எல்லாம் கிடையாது. ஆயிரம் பவுண்ட், ரெண்டாயிரம் பவுண்டுன்னுதான் மீட்டர் ஓடும். கிளம்பு. அடுத்த பிளைட் நாளைக்குக் காலையிலே."

ஆக, அதே எடின்பரோ. அதே ஆபீஸ். குடியிருக்க வீடு தேடித்தர அதே அழுமூஞ்சி மஞ்சள் டை புரோக்கர். குடியிருக்க வீடு கிடைத்தது அதே தோப்புத் தெருவில். ஞாயிற்றுக்கிழமை தெருவில் இறங்கி நடக்க, கண்ணில் பட்ட முதல் ஆத்மா, அதே அதே சபாபதே. நண்பர் நண்டுமரம்தான். அதாவது மிஸ்டர் டேவ் க்ராப்ட்ரீ.

"மேட், திரும்ப வந்துட்டியா? ஒண்டர்புல். குடித்தனம் எங்கே? பியர்க்கடைப் பக்கம் வெள்ளிக்கிழமை ராத்திரி ஜனம் முச்சூடும் வந்து வாசல்லே ஒண்ணுக்கடிச்சுட்டுப் போகுமே, அதே வீடுதானே?"

நான் அதற்கு நேர் எதிர்த்த வீட்டைக் கைகாட்டினேன்.

"அட, நம்ம மேகி வீடு. ராத்திரி குடுகுடுன்னு ஓடுறாளா? நான் கேட்டேன்னு சொல்லு. எத்தினி வாட்டி பால் சப்ளை செய்யறதை சாக்கா வச்சுட்டு விடிகாலையிலே பசக் பசக்குன்னு முத்தம் கொடுத்திருக்கேன் அந்தக் காலத்திலே" நண்டுமரம் உதடுகளை நாக்கால் நனைத்துக்கொண்டு உற்சாகமாக என்னைப் பார்த்தார்.

வீட்டில் நான் தனியாகத்தான் குடித்தனம் வந்திருக்கிறேன் என்பதையும், குடும்பத்தைக் கூட்டிவர உத்தேசமில்லை என்பதையும் அழுத்தந்திருத்தமாகச் சொன்னேன். என்ன கருமாந்திர ஊர் இது. காலை பாலோடு இலவசமாக முத்தமும் கொடுத்துவிட்டுப் போகிற பால்காரர்கள். ஆமா, இங்கே பால்காரிகள் உண்டோ?

"மேட், நீ குடும்பத்தோட வரல்லேங்கறதுலே நிசமாகவே வருத்தம்தான். பயப்படாதே. நம்ம முத்தக்காட்சி எல்லாம் ஐம்பது வருஷம் முந்திய பிளாக் அண்ட் ஒயிட் சினிமா. மேகி அப்பவே கேவா கலர்லே தளதளன்னு இருப்பா. எனக்கு கேர்ள் பிரண்ட். ஷான் கானரிக்கும் கூடத்தான். வேணும்னா கலிபோர்னியாவுக்குப் போன் அடிச்சுக் கேட்டுப்பாரு. நம்பர் தர்றேன். ஜேம்ஸ் பாண்ட் படத்துலே நடிச்சு அலுத்துப்போய், பவுண்டன்பிரிட்ஜ் பிலிம்ஸ்னு சினிமாக் கம்பெனி வச்சு இந்த வயசிலும் இளசு இளசா அமெரிக்கப் பொண்ணுங்களை பிரண்டு பிடிச்சுட்டுச் சுத்தறான். மேகி மட்டும் அவனுக்கு வசப்படலே. முழுக்க நம்மாளு தெரியுமில்லே. 1954-லே தீ விபத்துலே சாகாம இருந்தா இன்னமும் என் கேர்ள் பிரண்டாவே கூடவே இருந்திருப்பா."

ஆக, நண்டுமரம் வாடிக்கையாகப் பால் சப்ளை செய்த பெண்ணுக்குப் பாலூற்றி ஏகப்பட்ட வருடமாகி விட்டது. அப்புறம் ஏன் ராத்திரி ஓடுகிறதாகச் சொன்னாராம்?

"பின்னே இல்லியா? வீட்டுலே தீவிபத்துலே மூச்சு முட்டி ஆயுசு முடிஞ்ச அப்புறமும் அங்கேதானே ராத்திரியிலே ஆவியாத் திரிஞ்சுட்டுக் கிடக்கா. உனக்கு முந்தி அங்கே குடியிருந்தானே ஆலன் ஓரெய்லி. அதான்பா, அயர்லாந்துக்காரன். நடுராத்திரியிலே அவன் நெஞ்சிலே ஏறி உக்காந்துக்கிட்டு மேகி ஓபரா பாட்டு எல்லாம் பாடுவாளாம். சும்மாவா பழமொழி சொல்றான் *It's not over until the fat lady sings* அப்படீன்னு. கொழுக் மொழுக்குனு மேகிப் பொண்ணு இன்னிக்கும் பாடிக்கிட்டு ஆடிக்கிட்டு ஓடிக்கிட்டுக் கிடக்கா உன் வீட்டுக்குள்ளே. ஓயவே மாட்டா

அவ. பியர்க்கடையிலே வச்சுக் கதைகதையா சொன்னான்'பா ஐரிஷ்காரன்… எப்பவும் ஆன் தி ராக் ஆக விஸ்கிதான் குடிப்பான் பையன்."

நண்டுமரம் சொல்லிக்கொண்டே போக எனக்குப் பின்னங்கழுத்தில் மயிர்க்கூச்செறிந்தது. அது மெல்ல முதுகுத் தண்டுக்குள் பரவி ஷட்டரை இறக்கி, மைக்ரோ சுனாமியாக ரத்த அழுத்தத்தைக் கனவேகமாக உயர்த்த, ஸ்காட்லாந்து குளிரிலும் உடம்பெல்லாம் தொப்பல் தொப்பலாக நனைய வைத்த வியர்வை.

"என்ன ஆச்சுப்பா உனக்கு? பயந்துட்டியா? என்னத்துக்கு? நான் இருக்கேன் இல்லே. இந்தா கையைப் பிடிச்சுக்கோ."

நண்டுமரம் ஆதரவாகக் கைகொடுக்க, அடுத்த பத்தாவது நிமிடம் நாங்கள் இருந்தது டால்ரி தெரு மதுக்கடையில். இந்தப் பட்டணத்தில் எந்தச் சந்துபொந்தில் எந்த நேரத்தில் எந்த மதுக்கடை திறந்திருக்கும், அங்கே என்ன ஸ்பெஷல் சரக்கு என்பதெல்லாம் நண்டுமரத்துக்கு அத்துப்படி. அவர் கட்டை விரலுக்கும் ஆள்காட்டி விரலுக்கும் நடுவே ஒரு நறுக்கு உப்பை இடுக்கிக் கொண்டு அரை இருட்டில் கிளாஸ் கிளாஸாக டெக்விலா விழுங்கிக் கொண்டிருக்க, நான் பக்கத்தில் உட்கார்ந்து ஜிஞ்சர்பியர் குடித்து ஏப்பம் விட்டபடி சியர்ஸ் சொன்னேன். மேகியின் பிசாசு இறங்கி ஓடுகிறது போல் வயிறு இரண்டு நாளாகக் கடமுடத்துக்கொண்டிருந்ததே காரணம்.

"இந்த வீட்டுக்குக் குடிவந்து நாலு ராத்திரியாச்சு. இன்னுமா நீ மேகியைப் பார்க்கலே?" பக்கத்து பிளாட்டில் வளர்க்கும் சயாமியப் பூனைக்குட்டியைப் பற்றி விசாரிப்பதுபோல் சகஜமான குரலில் தன் பிசாசுத் தோழி பற்றிக் கேட்டார் நண்டுமரம். இல்லேங்கிறேனே பெரிசு, சொன்னா நம்பணும். மாகி யாரு?

"இசை நாடகம் என்கிற ஓபரா பார்த்திருக்கியா? குறைஞ்ச பட்சம் கேட்டிருக்கியா? உச்சக் குரல்லே பாடிக்கிட்டே நடிக்கற சமாச்சாரம். அதுலே திவா, அதாம்பா, இசையரசியா, கதாநாயகியா வரதுக்காக மாகி இங்கேதான் கிரோவ்னர் தெரு இசைக் கல்லூரியிலே பயிற்சி எடுத்திட்டு இருந்தா. லோதியன் வீதியிலே அஷர் தியேட்டர் இருக்கு பாரு, அங்கே நாலஞ்சு தடவை ஓபராவிலே சின்ன வேஷத்துலே வந்து ரெண்டு வரி பாடியிருக்கா. நானும் ஷான் கானரியும் சேர்ந்துதான் அவளைக் கணக்குப் பண்ணினது. சொன்னேனே, அப்ப எல்லாம் அதிர்ஷ்டம் என் பக்கம் தான்"

நண்டுமரம் பழைய நினைவில் மூழ்கியபடி மேஜை மேல் உப்புக்கிண்ணத்திலிருந்து இன்னொரு சிட்டிகை விரல் நுனியில் அடக்கிக் கொண்டார். நேரம் ஊர்ந்து கொண்டிருந்தது. நண்டுமரம் குடிப்பதற்காக கிரடிட் அட்டையை மதுக்கடை பாயிண்ட் ஆஃப் சேல் டெர்மினலில் தேய்த்து பாஸ்வேர்ட் அழுத்தி அழுத்தி விரலே வலிக்கத் தொடங்கியிருந்தது. கடையில் இதுதான் கடைசி பாட்டில் ஜிஞ்சர்பியர்.

"ஆர் யூ ஷ்யூர்? நீ மேகியைப் பார்க்கலே?" ஒரு கல்ப், ஒரு விக்கல். ரெண்டுக்கும் நடுவில் நண்டுமரம் திரும்ப விசாரித்தார். ஐந்து நிமிடம் இடைவெளி கொடுத்து, ரொம்ப யோசித்தபின், இல்லை என்று அவர் கையில் அடித்துச் சத்தியம் செய்தேன். மெத்தென்று இருந்தது. நண்டுமரத்தின் கையில்லை அது.

திடுமென்று சிகரெட் லைட்டர் ஒளி. "பொது இடத்தில் புகைப்பது ஸ்காட்லாந்தில் தடை செய்யப்பட்டுள்ளது. தயவு செய்து வெளியே பாதுகாப்புக் கூண்டுக்குள் போய் புகையை ஊதிவிட்டு வரவும்" கடை வாசல் பக்கம் இருந்து யாரோ கனத்த குரலில் சொல்ல, என் பக்கத்தில் ஸ்ரீதேவி உட்கார்ந்திருப்பதைக் கவனித்தேன். ஹோண்டா பனியனோ வேறு எந்த மேல்சட்டையோ இல்லாத அழகான வெள்ளைக்கார ஸ்ரீதேவி. மன்னிக்கவும், இருட்டில் தப்பாகப் பார்த்து தப்பாகச் சொல்லிவிட்டேன். மேல் தோல் நிறத்தில் இறுக்கமான ஸ்வெட்டர் போட்ட புஷ்டியான பெண் அவள். எதிரில் ஒரு பெருந்தடியன் பியர் குடித்தபடி என்னை முறைக்கிறதும் கண்ணில் பட்டது.

"உனக்கு ஓவியம் தெரியுமா? நவீன, பழையகால ஓவியம்?"

அவன் என்னைக் கேட்டான். அபத்தமான கனவு மாதிரி இருந்தது எல்லாம். வயிற்றில் அஜீர்ணம். அரை இருட்டு. மதுக்கடை. பக்கத்தில் அழகான வெள்ளைக்காரி. அவளுக்குக் கம்பெனி கொடுக்கிற ஆறடி சொச்சம் உயரமும் நூறு பிளஸ் கிலோ எடையுமான தடியன். காண்டம்பரரி, கிளாசிக்கல் ஆர்ட் பற்றி அவன் என்னிடம் விசாரிக்கிறான். எதிரே திடீரென்று நண்டுமரம் திரும்பப் பிரத்தியட்சமானார்.

"டாய்லெட்டுக்குப் போய்ட்டு வரதுக்குள்ளே இடம் பறிபோயிடுத்து. பரவாயில்லே, புதுசா பிரண்ட் பிடிச்சுட்டே போலிருக்கு? என்று என் தோளில் தட்டினார். கையில் காலிக்குவளை கண்ணில்

பட்டது. இதையும் எடுத்துக்கொண்டா பாத்ரூம் போனார்?

“ஓவியம் தானே, ரபேல், எடுவர்ட் மோனே, வேன்கோ, சால்வடோர் டாலி, செசான், பிக்காசோ... தெரியாம என்ன? நல்லாவே தெரியும்” நான் தடியனுக்குப் பதிலாக நீட்டிக் கொண்டே போக, “வெரி ஸ்மார்ட்” என்று அந்தப் பெண் என் கன்னத்தில் செல்லமாகத் தட்டினாள். நண்டுமரம் பாத்ரூம் போயிருக்காவிட்டால் எனக்குக் கிட்டியிருக்காத அதிர்ஷ்டம் அது.

“பழைய சினிமா தெரியுமா?” தடியன் அடுத்த கேள்வியை வீசினான். இவன் பழைய இங்கிலீஷ் சினிமா பற்றிக் கேட்கிறான். இரால் பிளைன், சுறாமீன் வறுத்தது இப்படியான பெயர்களை அடுக்குவார்களே, அது. நான் இங்கிலீஷ் சினிமா பார்க்க ஆரம்பித்தபோது ஷான் கானரியே ரிட்டயர் ஆகி, அடுத்த ஜேம்ஸ் பாண்ட் வந்து, என் பக்கத்தில் இருக்கப்பட்டவள் போன்ற அழகான பரஸ்திரீகளோடு சதா சல்லாபம் செய்துகொண்டு, ஒழிந்த நேரத்தில் வில்லன்களை வேட்டையாடிய நேரம்.

“பழைய படமா? என்ன வேணும் சொல்லு. சார்லி சாப்ளினோட டிராம்ப் சைலண்ட் மூவி, கவிஞர் டபிள்யூ எச் ஆடன் எழுதி பேசில் ரைட் இயக்கின நைட் மெயில், டோனி ரிச்சர்ட்சன் எடுத்த லோன்லினெஸ் ஆப் தி லாங் டிஸ்டன்ஸ் ரன்னர், இந்தப் பையன் மாதிரி இந்தியாக்காரன் சாபு கதாநாயகனாக நடிச்ச பாக்தாத் திருடன்...”

சுதி ஏறி இருந்தும் நிதானம் தவறாமல் நண்டுமரம் வரிசையாக எடுத்துவிட, தடியன் அவர் கையை இறுக்கப் பற்றிக் கொண்டான். “பெரிசு, எங்களோடவே உக்காரு. பப் க்விஸ் ஆரம்பமாகப் போறது. இன்னிக்கு டாபிக் ஓவியம், சினிமா. ரெண்டிலேயும் நான் வீக். புட்பால், ரக்பின்னா சொல்லு, பூந்து விளையாடுவேன். போகுது. இப்ப நான், ஸ்டெல்லா, நீ, சாபுவோ ஏதோ பெயர் சொன்னியே, இந்த இந்தியாக்காரன். நாலு பேர் டீம். ஜெயிச்சுக் காட்டறோம்” அவன் உற்சாகம் என்னையும் தொற்றிக் கொண்டது. ஆமா, பப் க்விஸ் என்றால் என்ன?

போன பாராவில் பெயர் சொல்லப்பட்ட யுவதியிடம் விசாரித்தேன். வினாடி வினாவாம். மதுக்கடை வாடிக்கையாளர்களான குடிமக்களிடம் கேள்வி கேட்டு பதில் பெற்று எந்த மேஜையில் இருக்கப்பட்ட குழு அதிக மதிப்பெண் பெற்றதோ அதற்குப்

பரிசு தருவார்களாம். என்னவாக்கும் பரிசு? போத்தலில் அடைத்து ஒயின், விஸ்கி, ரம் என்று சகலவிதமான பெயர்களும் தாங்கிய திரவ பதார்த்தங்கள். நண்டுமரத்தின் முகம் மேகிக்கு அரை லிட்டர் பாலும், ஒரு டஜன் முத்தமும் கொடுத்துவிட்டு வந்தவர்போல் ஒளிர்ந்ததால், அந்த வெளிச்சத்தில் பக்கத்து சீட் பெண்ணை இன்னும் ஒருதடவை பார்த்தேன். ஏற்கனவே சொல்லப்பட்டதைவிட ரொம்பவே அழகிதான்.

“உன் சிநேகிதன் விளையாட்டிலே சகலமும் தெரிஞ்சவன்கிறான். நீ எதுலே ஸ்பெஷல்?” அவளை விசாரித்தேன். ★★★ என்றாள் ரத்தினச் சுருக்கமாக.

கையில் பிடித்த மைக்கோடு சோனியான ஆசாமி ஒருத்தர் மேஜைகளுக்கு நடுவே சுற்றி வந்தார். அவருடைய லாப்டாப் கம்ப்யூட்டரை நடுநாயகமாக மேஜையில் வைத்து புரஜக்டரில் இணைக்க, மதுக்கடைச் சுவரில் ஒரு படம். காதைப் பொத்திக் கொண்டு ஜன்னல் வழியாகச் சத்தம் போடுகிற இங்கிலீஷ்காரன். ஜன்னலுக்கு வெளியே கடைத் தெரு. அதில் நண்டும் சிண்டுமாகக் குழந்தைகள், பெண்கள்.

“யார் வரைந்த படம்? தலைப்பு என்ன? எந்த இடம் இது?”

க்விஸ் மாஸ்டரின் கேள்வி முடிக்கும் முன்னால் நான் குரல் கொடுத்தேன். “வில்லியம் ஹோகர்த் வரைந்த படம். படத்தின் பெயர் கோபப்பட்ட இசைக்கலைஞன். லண்டன் கோவண்ட் தோட்டத்துச் சூழலைச் சித்தரிக்கிற ஓவியம்.”

என் சரியான பதிலால் திருப்தியடைந்த அந்த வத்தல்காச்சி மனிதர் அடுத்த கேள்விக்குத் தாவி, ஒரு பழைய திரைப்படத் துணுக்கை ஓடவிட்டார். படம் பெயர், வெளியான விவரம், நடிகர்? சாய்ஸில் விட்டுவிடலாம் என்று நினைப்பதற்குள் நண்டுமரம் இன்னொரு கல்ப் அடித்தபடி ஓங்கிக் குரல் கொடுத்தார்.

“தி கேபினட் ஆப் டாக்டர் கலிகாரி. ஜெர்மன் படம். வெளியான வருடம் 1920. நடிகர் கான்ராட் வெய்ட். இது முடிச்ச அப்புறம் ஹிட்லர் கிட்டேயிருந்து தப்பிச்சு அமெரிக்கா போய் அங்கே பெரிய ஹாலிவுட் நடிகர் ஆயிட்டார்.”

மிகச் சரியான விடைகளின் அணிவகுப்பு ஆரம்பமானது. ஓவியத்தை நானும், சினிமாவை நண்டுமரமும் கவனித்துக்கொள்ள, ரெட்டை

மேளம் போல் போட்டுத் தாக்கினோம். நான் சரியான பதில் சொல்லும்போதெல்லாம் பக்கத்து ஸ்ரீதேவியிடம் இருந்து செல்லத் தட்டு, கையை அன்போடு ஓர் அழுத்தல் என்று போனஸ் வேறு.

ஒரு மணி நேரம் கழித்து பப் க்விஸ் முடிந்தபோது என் கிரடிட் கார்டில் இன்னொரு நூறு பவுண்ட் நண்டுமரம், ஸ்ரீதேவி, சிநேகிதன் வகையில் செலவாகியிருந்தது. அந்த ஆறரை அடி சிநேகிதன் மேஜைக்குக் குறுக்கே பாதி விழுந்து என் கையைப் பற்றிக் குலுக்கிவிட்டு ஸ்டெல்லாவை அணைத்துக்கொள்ள முயன்றான். முதல் காரியம் மட்டும் வெற்றிகரமாக முடிய, மதுக்கடை விளக்குகள் எல்லாம் பளீரென ஒளிர்ந்தன. வென்ற அணியை அறிவித்துப் பரிசு வழங்கப்படும் நேரம். யார் என்று எல்லோருக்கும் ஏற்கனவே தெரிந்திருந்ததால், எல்லா மேஜைகளிலிருந்தும் எங்களைப் பார்த்துக் கைதட்ட ஆரம்பித்தார்கள். நண்டுமரம் அங்கீகரித்துக் கையசைத்தபடி இருந்தார்.

“நான்கு பாட்டில் ஷாம்பேன், இரண்டு புட்டி விஸ்கி, ஒரு ரம், ஒரு டஜன் தகரக் குவளை இந்தியத் தயாரிப்பான ஸ்நேக் பியர், ஒரு க்ரேட் சோடா.”

தடி சிநேகிதனை எங்கள் பிரதிநிதியாக ஏகமனதாகத் தேர்ந்தெடுத்துப் பரிசு வாங்கிவர முன்னால் அனுப்பினோம். அவன் மதுக்கடை உள் அறைக்குள் அழைத்துச் செல்லப்பட, நாங்கள் எல்லோரும் கூட்டமாக எழுந்து கடை வாசலுக்கு வந்தோம். வெளியே இதமான குளிரும் நிலவுமாக நகரம் நீள விரிந்து கிடந்தது.

நண்டுமரம் சுவரில் சாய்ந்து நிற்க, நான் வீட்டுக்குக் கிளம்பினேன். ஸ்டெல்லா உரக்கச் சிரித்தபடி எதிர்ப்பட்டாள். நால்வர் அணிக்குக் கிடைத்த பம்பர் பரிசில் என் பங்கையும் சேர்த்து நண்டுமரத்திடம் கொடுக்கும்படி அவளிடம் தணிந்த குரலில் சொன்னேன்.

“ஸோ ஸ்வீட். யூ ஆர் ஸோ ஸ்வீட்.”

ஸ்டெல்லா உதட்டைக் குவித்துக்கொண்டு என்னை நெருங்கினாள். அவள் கண்கள் போதையில் கிறுகிறுத்திருக்க ஈரமான உதடுகள் மெல்லத் துடித்தன. அங்கேயே இருக்கச் சொல்லி என் ஒரு மனசும், ஓடச் சொல்லி மற்றதும் கட்டளையிட்டன.

சட்டென்று ஸ்டெல்லா நகர்ந்து என் பக்கத்தில் சுவரில் சாய்ந்து நின்ற நண்டுமரத்தின் கன்னத்தில் முத்தம் கொடுத்தாள். அந்தக்

கிழவர் கண்ணை விரித்துப் பார்த்துவிட்டு அவள் தலைமுடியைத் தடவியபடி அவளைப் பதிலுக்கு முத்தமிட்டார். தாத்தா தன் பிரியமான பேத்தியைக் கொஞ்சுகிற கள்ளம் களங்கமில்லாத மனசு அந்தக் கண்களில் தெரிந்தது.

வீட்டுக்குப் போகவேண்டும். ராத்திரி மேகி பாட்டுப் பாடிக்கொண்டு எதிர்ப்பட்டால் அவளிடம் தெருக்கோடியில் நண்டுமரம் வீட்டு விலாசத்தைக் கொடுத்து அங்கே போகச் சொல்லவேண்டும். எனக்கு ஓபரா புரியாத விஷயம். அது மட்டும்தானா?

தீவு

“இறங்கலாம்” விமான உபசரிணிப்பெண் அபியைத் தோளில் தட்டி எழுப்பினாள். அவன் கண் விழித்தபோது விமானத்துக்குள் ஜன்னல்கள் மூடி, எல்லா விளக்குகளும் அணைத்து வைக்கப்பட்டிருந்ததைக் கண்டான். அவனை இறக்கிவிட அவசரம் காட்டிய உபசரிணியோடு நின்ற வெள்ளைத் தொப்பி அணிந்த மத்திய வயசுக்காரனும் ‘எழுந்திருங்கள்’ என்று அபிக்குப் புரிய வைக்கக் கையை உயர்த்திக் காட்டினான். விமானியாக இருக்கும்.

“இது எந்த ஏர்போர்ட்? நான் ஜகார்த்தாவுக்குப் போகிற பயணி. லண்டனிலிருந்து வருகிறவன்”, அபி தூக்கக் கலக்கத்தோடு சொல்லியபடி கோட் பாக்கெட்டில் போர்டிங் கார்டைத் தேடினான்.

“இது நீங்கள் மட்டுமில்லை, எல்லோருமே இறங்க வேண்டிய இடம்”, புன்னகை மாறாமல் உபசரிணி சொன்னாள். விமானத்தில் இவர்களைத் தவிர வேறு யாரும் இல்லை என்பதை அபி கவனிக்கத் தவறவில்லை.

“இறங்கிவிட்டு சுகமாக இளைப்பாறிக்கொண்டு சாவகாசமாக எல்லாம் பேசலாமே? நீங்கள் வெளியேறியதும், நாங்கள் விமானத்தைக் கொண்டு போய் ஒப்படைத்து விட்டுப் போக வேண்டும். சீக்கிரம் ஆகட்டும், ப்ளீஸ்.”

உபசரிணி அபியை ஆதரவாக அணைத்துப் பிடித்து அவனுடைய கேபின் பேகேஜ் ஆன கான்வாஸ் சாக்கை உருட்டியபடி குறுகிய படிகளில் அவனோடு இறங்கி வந்தாள். நேரம் பிற்பகலாக இருப்பதைக் கவனித்தான் அபி.

“இது என்ன ஊர்?” அவன் தரையில் கால் வைத்துப் பின்னால் திரும்பிக் கேட்க, உபசரிணி வெகு வேகமாக அந்தப் படிகளில் ஏறி விமானத்துக்குள் நுழைந்துகொண்டிருப்பதைக் கண்டான். படிகள் நகர, அவள் தன் கைக்குட்டையை அபிக்கு எடுத்து வீசி, “நல்ல பிள்ளையா இருக்கணும். வந்துடுவேன்” என்றபடி விமானக் கதவுகளை விசையை இயக்கி அடைக்க விமானம் நகர்ந்தது.

வெயிலில் கிடந்த அந்த வெளியைப் பார்த்தான் அபி. அலையடிக்கும் கடல் நாலு பக்கமும் சூழ்ந்த சிறு தீவு என்று அனுமானம் செய்யச் சிரமப்பட வேண்டியிருக்கவில்லை. ஒரு பெரிய விமானம் இங்கு வந்து திரும்பப் போயிருக்கிறது. ஆனால் ஆள் நடமாட்டமே இல்லாத விமானத்தளமாக இருக்கிறது என்பது ஆச்சரியத்தை உண்டாக்கியது. விமானம் ஓட்டி ஓட்டி அந்த விமானி சிறந்த அனுபவசாலியாக இருப்பான் என்பதால் இப்படி ஒற்றையனாக மெனக்கெட அவனுக்கு இயன்றிருக்கிறது என்று ஊகித்தான் அபி. அவ்வளவு திறமையுள்ளவன் அபியை இறக்கிவிட்டுப் போனபோது எங்கே இருக்கிறோம், வானிலை நிலவரம் என்ன, உள்ளூர் நேரம் என்ன என்றெல்லாம் அன்போடு அறிவித்திருக்கலாம். அபியை இப்படி விழிக்க விட்டிருக்க வேண்டாம். உபசரிணியும்தான். இன்னும் கொஞ்சம் அனுசரணையாக இருந்திருக்கலாம் அவள். நாளை ஜகார்த்தா போய்ச் சேர்ந்ததும் அந்த விமானக் கம்பெனிக்கும் கார்டியன் பத்திரிகைக்கும் இதை ஒரு குறையாக எடுத்துச் சொல்லி விளக்கமாக எழுதுவான் அபி. அதற்கு முன் நல்லபடிக்கு ஊர் திரும்ப வேண்டும். ஏதோ பெயர் தெரியாத விமான நிலையத்தில் எந்த நாடு என்று கூட தெரியாமல் நிற்பது அபாயகரமானது.

பாஸ்போர்ட்டை கோட் பாக்கெட்டில் உள்ளே தள்ளி வைத்துக் கொண்டான். லக்கேஜை கரகரவென்று அதன் சக்கரங்களை நீட்டி வைத்து இழுத்தபடி அவன் நடக்க, கடல் சத்தம் நாலு புறத்திலும் இருந்து சூழ்ந்தது. ஒற்றை நாரை வானத்தில் இருந்தபடியே என்ன சமாச்சாரம் என்று விசாரித்துப் போனது. பிரம்மாண்டமான கடல் ஆமை ஒன்று விமான நிலையம் நோக்கி ஊர்ந்து போனது. பழைய துணிகள் குவியல் மேல் ஒரு வான்கோழி அமர்ந்திருந்தது.

விமானநிலையக் கதவுகள் தானே திறக்காமல் தடையாக நின்றன. அழுத்தத் திறக்க வேண்டி வந்தது அவற்றை. ஒன்றிரண்டு விளக்குகள்

மட்டும் எரிந்த நிலையம் அது. "வருகை" என்ற பலகை தொங்கும் இருண்ட வழியில் மெல்ல நடந்தான் அபி. அது முடிந்த இடத்தில் வங்கிக் கிளை போல வளைந்து செல்வதாக மரத்தில் அமைந்த விசாரிப்பு மற்றும் கொடுக்கல் வாங்கல் நடத்தும் கவுண்டர். நாற்காலிகள் ஒன்றிலும் யாரையும் காணோம்.

கோட்டுக்குள் கைவிட்டு ஒரு பவுண்ட் நாணயம் ஒன்றை எடுத்து கவுண்டரில் வைத்துத் தட்டியபடி ஹலோ என்றான் அபி. உள்ளே வரிசையாகத் தெரிந்த அறைகளில் இருந்து யாராவது வருவதை எதிர்பார்த்தான் அவன். வரவில்லை. குரலை உயர்த்தியும், கவுண்டரில் பலமாகத் தட்டிச் சத்தம் எழுப்பியும் அவன் களைத்துப் போகும் நேரத்தில் உள்ளே இருந்து முதியவராகத் தெரிந்த ஒரு அதிகாரி வந்து நின்றார்.

"வணக்கம், நான் விமோஏர் விமானத்தில் லண்டனில் இருந்து ஜகார்த்தா போகும் பயணி. இங்கே இறக்கி விட்டார்கள். ஊர் பெயர் கூட சொல்லவில்லை..." அவன் புகார் சொல்லியபடி போர்டிங் கார்டை பாஸ்போர்ட்டில் வைத்து நீட்ட, அவர் அதெல்லாம் வேண்டாம் என்று சொல்லிவிட்டார். "இதுக்கெல்லாம் அவசியம் இல்லை" என்றும் ஆதரவாகக் கூறினார்.

"விமோஏர் பயணியா? ஆச்சரியம்தான்" அவர் ஒரு இருமலுக்குப் பின் சொல்ல, ஆர்வத்தோடு ஆம் என்றான் அபி. இவர் பேசும்போதே எங்கே வந்திருக்கிறேன் என்பதையும் தெரிந்து கொள்ள வேண்டும். எந்தத் தீவு இது?

"அந்த விமானக் கம்பெனி நஷ்டத்தில் மூழ்கி இல்லாமல் போய் விட்டது. முந்தாநாள் நடந்த அசம்பாவிதம் அது. எந்த ரூட்டிலும் விமான சேவை அளிக்காமல் நிறுத்தி வைத்து விமானங்களையும் வந்த விலைக்கு விற்றுக்கொண்டிருக்கிறார்கள் என்று கேள்வி. உங்களை எப்படி தங்கள் விமானத்தில் இங்கே கூட்டி வந்தார்கள் என்பது புரியாத புதிராக இருக்கிறது."

"விமானியே வலுக்கட்டாயமாக உபசரிணியுடன் சேர்ந்து என்னைக் கழுத்தைப் பிடித்துத் தள்ளாத குறையாக விமானத்திலிருந்து வெளியேற்றினார், இப்போது அவர்கள் பயணி இல்லாத விமானத்தை எங்கோ பறப்பித்துக் கொண்டு போகிறார்கள்," அபி புகார் சொல்லும் தொனியில் சொன்னான். "இது என்ன ஊர்?" மெல்லக் கேட்டான்.

“இதுவா? நிறையப் பெயர் உண்டு. எனக்குப் பிடித்த பெயர் செரண்டிப். நீங்களும் அப்படியே சொல்லலாம். இங்கே பேச்சுக்கு அதெல்லாம் தேவைப்படாது” அந்த வயசர் அபியை உள்ளே வந்து ஒரு நாற்காலியில் உட்காரச் சொன்னார். “நிறைய பேக்கேஜ் கொண்டு வந்தீர்களா என்ன?”

“இல்லை, இது மட்டும்தான். சுங்கச் சோதனை கிடையாதென்றால் நான் போகலாமா? இங்கே ஏதாவது விமானக் கம்பெனியில் ஜகார்த்தா போக பயணச்சீட்டுக்கு ஏற்பாடு செய்ய வேண்டும். தேவையில்லாத செலவு.”

அபி கிளம்ப அவசரம் காட்ட, “ஏன் பதட்டமடைகிறீர்கள்? இந்தக் கட்டடத்தின் வெளியேயோ அண்டையில் சுற்றி வரும் வீதிகளிலோ விமானக் கம்பெனி எதுவும் இல்லை” என்றார் வயசர். “ஒன்று கூட இல்லையா? அப்புறம் நீங்கள் எப்படிப் பயணம் போவீர்கள்?” வியப்பு மாறாமல் கேட்டான் அபி.

“எங்கே போகணும்? ஏன்?” முணுமுணுத்தபடி உள்ளே போனார். அவர் திரும்பி வருவார் என்று ஒரு நிமிடம் நின்று பார்த்து, வராமல் போகவே லக்கேஜை உருட்டிக்கொண்டு விமான நிலையத்துக்கு வெளியே வந்தான் அபி. அங்கே இரண்டு ஈமுக்கள் ஓடிக்கொண்டிருந்தன. பெரிய கடல் ஆமை ஒன்று நகர்ந்து போனது. அபி ஏற்கனவே பார்த்ததாக இருக்காது இது.

வாகனப் போக்குவரத்தோ, மக்கள் கூட்டமோ இல்லாமல் வெறிச்சோடிக் கிடந்தது வீதி. தலைவர் யாராவது இறந்து திடீர் விடுமுறை அறிவித்திருக்கலாம். அல்லது கலவரம் ஏற்பட்டு தடை உத்தரவும், கண்டால் சுட்டுத் தள்ள அரசாணையும் பிறப்பிக்கப் பட்டிருக்கலாம்.

“சவ அடக்கம் குறைந்த செலவில் இங்கே நடத்தித் தரப்படும்” என்று இரண்டு விளம்பரப் பலகைகள் நிறுத்திய கடையின் உள்ளே மனுஷ நடமாட்டம் தெரிய படி ஏறினான் அபி. அங்கே திறந்து வைக்கப்பட்ட சவப்பெட்டிகளுக்குள்ளே கடை ஊழியர்கள் உட்கார்ந்து சாப்பிட்டுக்கொண்டிருந்தார்கள். இவன் வாசலிலும் இல்லாமல் வெளியேயும் இல்லாமல் நின்று “ஒரு உதவி வேண்டியிருக்கு. கொஞ்சம் வர முடியுமா?” என்று மரியாதையோடு கேட்டான். உள்ளே வரச்சொல்லி அவர்கள் கைகாட்டினார்கள். “சாப்பிடும்போது தொந்தரவு செய்கிறேன்”

என்று குற்றபோதத்தோடு சொன்னான் அபி. "அது தவறில்லை. நீங்கள் அவரிடம் கேட்டால் உடனே உதவி கிடைக்குமே" என்று அந்த ஊழியர்கள் கைகாட்டியது அறை ஓரமாகத் திறந்திருந்த இன்னொரு சவப்பெட்டியை. அதற்குள்ளே நின்றபடி உதட்டில் சாயம் புரட்டிக் கொண்டிருந்தாள் ஓர் அழகான இளம் பெண்.

அவளுக்கு சாயந்திர நேரத்துக்கான வாழ்த்துச் சொல்லிக் கைகூப்பினான் அபி. "நன்றி, ஆனால் இன்னும் பிற்பகல்தான்" என்றாள் அவள் உதட்டைத் துருத்தியபடி. அதுவும் பார்க்க ஓர் அழகாகத்தான் இருந்தது.

"நான் இங்கிருந்து எப்படி வெளியே போவது?" சுருக்கமாக விசாரித்தான் கறுப்பு உடையணிந்த அவளிடம். "ஏன், என்ன சிரமம்? வந்தபடிக்கு அப்படியே திரும்பிப் போனால் போகிறது. இங்கே இருப்பது ஒரே ஒரு வாசல்தானே?" அவள் சிரிக்க, மற்றப் பெட்டிகள் உள்ளிருந்தும் பலமான சிரிப்பு.

"அதில்லை, நான் இந்த ஊரிலிருந்து வெளியேற விமானம் எப்போது கிடைக்கும்?" அபியும் சிரித்தபடி கேட்டான். அழகான பெண்கள் அபத்தமாக நகைச்சுவை பகிர்ந்தபடி சவப்பெட்டி உள்ளே நின்றாலும் கூடச் சேர்ந்து சிரிப்பதே மரியாதை. ரத்தச் சிவப்பில் உதட்டுச் சாயம் தீட்டிக் கொள்கிறவள். அபி அலுவலகத்தில் இப்படிக் குறும்பான ஓர் இளம்பெண் உண்டு.

"இந்த ஊரிலிருந்து வெளியே போக எல்லாவிதமான போக்குவரத்தும் கிடைக்கும். ஆனால் எது என்றைக்கு வரும், எப்போது வரும் என்று தெரியாது. இதைப் பற்றி நாங்கள் யாரும் கவலைப்படுவதில்லை. இங்கே வந்தால் எங்களைப் போல், எங்களோடு நீங்களும் மகிழ்ச்சியாக இருக்க வேண்டும் என்று மட்டும் எதிர்பார்க்கிறோம். சாப்பிடுகிறீர்களா?" அவள் கேட்டாள்.

அவள் குனிந்து சவப்பெட்டிக்குள் ஒரு நேர்த்தியான மரக் கிண்ணத்தில் நிறைத்து வைத்திருந்த எதையோ எடுத்து அன்போடு அபிக்குக் கொடுத்தாள். பூ மொட்டு மாதிரி, வாழைக் குருத்து மாதிரி இருந்த அதை விரலால் அழுத்த, பிளந்து உள்ளே இருவசமும் மடிந்து சிவந்த இதழ்கள் தென்பட்டன.

"இது..." அபி தயக்கத்தோடு கேட்க, "இல்லை, பார்க்க அப்படி இல்லை. உங்களுக்குத் தோன்றுகிறதோ என்னமோ" என்று

நாணத்தோடு சிவப்புச் சாயம் பூசிய உதட்டைக் கடித்துக்கொண்டு தலை தாழ்த்தினாள் அவள்.

காமம் தகிக்க ஆரம்பித்தால் வேலை கெட்டுவிடும் என்று போதமாக, அபி அவள் கொடுத்ததை கோட் பையில் போட்டபடி வெளியேறினான். “சாப்பிடுங்கள்” என்று பின்னால் சவப்பெட்டிகள் உள்ளிருந்து ஒரே குரலாக வந்தது. அதில் பெண் குரல் சேரவில்லை என்பதைக் கவனித்தான் அபி.

அந்தக் குருத்தை உண்ண துவர்ப்பு தட்டுப்பட்டது நாவில். இதை ஏன் தின்று தொலைத்தேன் என்று தன் மேலேயே வெறுப்பு. சவப்பெட்டிப் பெண் கொடுக்காமல் இருந்திருக்கலாம். அவளைப் பார்க்காமலேயே இருந்திருக்கலாம். இது என்ன ஊரோ, இங்கிருந்து வெளியேற வேண்டியதுதான் முதல் வேலை. அதை விட்டுவிட்டு என்னென்னமோ செய்து கொண்டிருக்கிறோமே என்று மனம் கண்டித்தது. அவன் முக்கிய வீதியிலிருந்து பிரியும் குறுகிய தெரு ஒன்றைத் தேர்ந்தெடுத்து அதில் நடக்கத் தொடங்கினான். விமானக் கம்பெனி இல்லாவிட்டால் டாக்சி வாடகைக்குத் தரும் நிறுவனம் அல்லது பஸ் போக்குவரத்து சேவை என்று ஏதாவது இருக்கக் கூடும். கேட்டால் சொல்லாமலா போய்விடுவார்கள்?

அந்தத் தெருவில் ஒரே மாதிரி வீடுகள் இருந்தன. உயர்ந்த நாலு படிகள் முடிந்த இடத்தில் கரகரவென்று சிமிட்டி போட்ட திண்ணைகள் ஓடும் மேலே கூரையும் வேயப்பட்டிருந்தன. எல்லா வீட்டு வாசல்களிலும் பெண்கள் உட்கார்ந்து தலை வாரிக் கொண்டிருந்தார்கள். திண்ணைகளிலும் பெண்கள் தான். பிற்பகலில் எல்லாப் பெண்களும் தலைவார வேண்டும் என்று ஏதாவது ஊர்க் கட்டுப்பாடு இருக்குமோ என்று சிந்தித்தபடி அவன் நடந்து போனான்.

தலைவாரி முடித்த பெண்கள் தலையிலிருந்து அகற்றிய உதிர்ந்த முடியையும் சிக்கான மயிரையும் சிறு குப்பையாகக் குவித்து அருகே வைத்திருந்தார்கள். அவர்கள் பேசியபடி அபியைப் பார்த்துக்கொண்டே அந்த மயிர்க் கற்றைகளை வாசலில் ஓரமாக இட்டுவிட்டு இன்றைய காரியம் முடிந்த திருப்தியோடு கதவடைத்து உள்ளே போனார்கள். இவர்களுக்கு இது தவிர வேறு பொழுதுபோக்கில்லை என்று அபிக்குப் பட்டது.

தெருக்கோடி வீட்டு வாசலில் முடிக் கற்றையை எறிந்து

கொண்டிருந்த இளம் பெண்ணிடம் “டிராவல் நிறுவனம் ஏதும் உண்டா?” என்று விசாரித்தான் அபி. அவள் பக்கத்து வீட்டுக்குள் கூர்ந்து பார்த்துவிட்டு தன் உதட்டில் விரல் வைத்து, ‘பேசாதே’ என்றாள். முடிக் கற்றையை முழுக்க எறிந்து விடாமல் பாதுகாப்பாக அதனுள் விரல் புதைத்தபடி தெருவின் அந்தக் கோடி வரை கூர்ந்து நோக்கியபின் அபியிடம் சொன்னாள் “இருட்டியதும் வா. சாப்பிட எதுவும் கொண்டு வராதே. நான் வேறு தினுசாகத் தின்னத் தருகிறேன். சேர்ந்து சாப்பிடலாம்.”

“நன்றி, வருகிறேன். போக்குவரத்து பற்றிக் கேட்டேனே?” அபி இப்படி எல்லாம் தொடர்ந்து நச்சரிக்கிறவன் இல்லைதான். என்றாலும் அங்கே இருந்து வெளியேறுவதுதான் பெண் சுகத்தையும் நாவிலும் வயிற்றிலும் சுவையான உணவு நிறையும் திருப்தியையும் விட மிக முக்கியமானது என உணர்ந்தான்.

“போக்குவரத்து? என்னையும் கூட்டிப் போகிறாயா?” அவள் முடிக் கற்றையை அவனுடைய சட்டைப் பைக்குள் விளையாட்டாகத் திணித்தபடி கேட்டாள். நெருங்கி அவளை முத்தமிட்டு விட்டு, இந்தத் தெருவின் பெயர் என்ன என்று கேட்டான் அபி. “இது கடைசித் தெரு. முதல் தெரு என்றும் பெயர் உண்டு” என்றாள். “விமான நிலையத்தில் இருந்து வரும்போது கடைசி தெரு. அப்படித்தானே?” அவன் தனக்குத் தெளிவு ஏற்படுத்திக் கொள்ள அதிகமான தகவல் சேர்த்துக் கேட்டான். விமான நிலையமே இங்கே இல்லை என்றபடி அவள் அபியை விழுங்கி விடுவது போல் பார்த்து உள்ளே போனாள்.

நீண்ட பிற்பகல் முடியும்போது தூறலோடு அந்தி வந்தது. அவன் திரும்ப முக்கிய வீதிக்கு லக்கேஜை உருட்டியபடி வந்தான். தெருவில் திரிந்துகொண்டிருந்த நாய்கள் அவனைத் தொடாமல், வழி விட்டு ஒதுங்கி ஓடின. ராப்பறவை ஏதோ தலையை ஒட்டி எச்சம் இட்டபடி பறந்து சென்றது.

மதுக்கடை என்ற அறிவிப்பு தொங்கிய இடத்தில் படி ஏறினான் அபி. குருத்து மணம் அடிக்கும் மதுவை அங்கே ஆண்களும் பெண்களுமாக கோப்பைகளில் வாங்கி வாங்கிக் குடித்து விட்டு உயர முக்காலிகளில் ஏதும் பேசாமல் சற்று நேரம் உட்கார்ந்து, வெளியேறிக்கொண்டிருந்தார்கள். அருவருப்பாக ஏப்பம் விட்டார்கள் அவர்கள் எல்லாரும்.

"கடைசித் தெரு கடைசி வீட்டு விருந்தா?" மதுவருந்திக் கொண்டிருந்த ஒரு கிழவி அபியைச் சுட்டிக்காட்டி பக்கத்தில் இருந்த இளம் பெண்ணிடம் கேட்டபடி கிண்ணத்தில் மதுவை உறிஞ்சினாள். "ஆமா, இன்னிக்கு அவள்தான் சாதிக்கணும். நேத்திலேருந்து தூங்கவே இல்லேன்னா. ரொம்ப உணர்ச்சி வசப்பட்டிருக்கா. பரபரன்னு தலைவாரி அவசரமா உள்ளே போயிட்டா". இளம்பெண் சொல்லியபடி அபியைப் பார்த்து கலகலவென்று சிரித்தாள். "விமானம் எப்போ வருதாம்?" ஒரு வழுக்கைத் தலையர் அவனை விசாரித்தபடி மதுவை கிண்ணத்தில் இருந்து சிறு கண்ணாடிக் குப்பியில் கவிழ்த்துக் கொண்டு அவனைக் கேட்டார். அபிக்குக் கோபம் திடீரென்று தலைக்கேறியது. லக்கேஜை அவனுடைய காலுக்கு முன்னால் நகர்த்தி வழுக்கைத் தலையரை விழுத்தாட்டினான். அவரைக் காலால் மிதித்து, "சொல்லுடா, எப்படி இந்தக் கழிப்பறையிலேருந்து வெளியே போகணும்?". அவர் சகஜமாக எழுந்து இன்னும் குடித்துக்கொண்டிருந்த கிழவியையும், அவளோடிருந்த இளம்பெண்ணையும் அழைத்துக் கொண்டு வெளியே நடந்தார். அந்த இளம்பெண் கூர்மையான பற்களுள்ள சிடுக்குவாரிச் சீப்பொன்றை அலங்காரமாகக் கூந்தலில் செருகியிருந்ததை அபி பார்த்தான்.

"சாப்பிட ஏதாவது கிடைக்குமா?" மதுக்கடைக்காரனிடம் அபி விசாரித்தான். சாப்பிட ஏராளம் உண்டு. என்றான் கடைக்காரன். சாப்பாட்டு ஓட்டல் ஏதும் அருகில் உண்டா என்று அடுத்து கேட்டான் அபி. சாப்பிட என்று தனி இடம் எங்கும் இல்லை என்று தெளிவுபடுத்தினான் மதுக்கடைக்காரன். குருத்து மது அருந்தும்போது சற்றே உண்பதும் நடக்கும் என்று பெருமையோடு குறிப்பிட்டான் அவன். வேறு எந்த வகை மதுவும் யாரும் குடிக்க மாட்டார்கள் என்றும் கண்டிப்பாகச் சொன்னான் அவன். குழந்தைகளும் அப்படித்தானாம்.

"மது அருந்தாமல் ஏதும் உண்ண முடியுமா?" அபி கேட்க, அப்படி விற்க அனுமதி இல்லை என்றான் கடைக்காரன். சரி, ஒரு கிண்ணம் குருத்து மதுவும், சாப்பிட ஏதாவது இருந்தால் அதுவும்."

"வேகவைத்த மொச்சை, ஓட்ஸ் பாயசம், பன்றி மாமிசம் உருட்டிப் பொரித்த சாஸஜ்கள், ஆம்லெட், ரொட்டி, ஆரஞ்சு மர்மலெட், ஜாம், நீராவியில் வேகவைத்த அரிசியும் உளுந்தும் அரைத்துக்

கலந்த தட்டுகள் எல்லாம் உண்டு" என்றான் அவன். அதெல்லாம் காலை உணவு இல்லையா என்று கேட்டான் அபி. இங்கே அப்படித்தான் என்று சொல்லியபடி அடுத்த வாடிக்கையாளனுக்குத் தாராளமாக மது வார்த்தான் கடைக்காரன்.

நின்றபடி கொறித்து விட்டு கோட் பாக்கெட்டில் இருந்து ஒரு பிரிட்டிஷ் பவுண்ட் நாணயத்தை அபி கொடுக்க, 'பரவாயில்லை' என்று பெருந்தன்மையோடு மறுத்து விட்டான் கடைக்காரன். "மதுவை அப்படியே வைத்து விட்டீர்களே?" என்றபடி அவன் அந்தக் கோப்பையைத் தளும்பாமல் மேலே ஒரு மெல்லிய காகிதம் போட்டு மூடி இறுக்கக் கட்டி நீட்டினான். "முதல் தெரு முதல் வீட்டுப் பெண்ணுக்கு நான் கொடுத்ததாகச் சொல்லுங்கள். அவள் உச்சியில் இருக்கும்போது மிக இனிமையாக நாகநாதப்புள் போல் கூவுவாள். கேட்க மறக்காதீர்கள்" என்றான்.

அபி அந்த வீட்டுக்கு நடந்தபோது, அவனுக்குப் பழக்கமான, இன்றைய இரவை அவனோடு பங்கு போட்டுக் கொள்ளப் போகிறவள் வாசலுக்கு தலை சீவியபடி வந்தாள். முடிக் கற்றை இல்லாமல் வெறுங்கையை வீசிக் குப்பையை எறியும் பாவனையில் காட்டி விட்டு அபியைப் பார்த்தாள்.

"இந்த மது வேண்டாம். இதை ஓரமாக வை. அல்லது கழிவறையில் ஊற்றிவிட்டுவா" என்றபடி அவனுடைய இடுப்பை அணைத்து உள்ளே கூட்டிப் போனாள். ஒரு பெட்டியில் இருந்து கேக்குகளை அவனுக்கு ஊட்டினாள். "நானே செய்த வாழைப்பழ கேக் இது" என்றாள். உப்பு பிஸ்கட்களையும் புளித்த காடி தடவிய ரொட்டித் துண்டுகளையும் அடுத்து உண்டார்கள்.

"சவப்பெட்டி விற்கும் கடையில் வேலை செய்யும், உன் சாயலில் ஒரு பெண்ணைச் சந்தித்தேன்" என்று பேச்சையும் அவளோடு சரசத்தையும் ஆரம்பித்தான் அபி. முடிந்தபிறகு விமானம் வகையறா பற்றி விசாரிக்கலாம்.

"காசு?" அபி கேட்டான். "என்னத்துக்கு?" என்றபடி உறையைப் படுக்கை அடியிலிருந்து, படுத்தபடி எடுத்துக் கொடுத்தாள். அவர்கள் முயங்க, கூடலின் இடையே அவள் தலையில் வைத்திருந்த சீப்பை அவனிடம் கொடுத்து தனக்குத் தலை சீவி விடச் சொன்னாள். "இப்போ.. நான்" அபி தடுமாற, 'உன்னால் முடியும்' என்றாள். முயன்று பார்க்கச் சொன்னாள்.

அவளுக்குத் தலைவாரியபடி “போகம் முந்தாமல் இருக்கவா?” என அபி கேட்டான். “போகமே இதுதான்” என்றாள், அவன் தோளில் சீப்பின் பல் பதித்து.

இயங்கி முடியும் நேரத்தில் சட்டென்று கதவு திறக்க அரை இருளில் நின்றவளை அபி உடனே அடையாளம் கண்டு கொண்டான். சவப்பெட்டி விற்கும் பெண். “மன்னிக்கவும்” என்றாள் அவள் வாசலில் நின்றபடி

“என் இளைய சகோதரிதான் இவள்” அபியின் முகத்தைத் தன்னை நோக்கித் திருப்பிக் கொண்டு, அவன் உதடுகளில் முத்தமிட்டுச் சொன்னாள் அந்தக் கடைசித் தெரு முதல் வீட்டுக்காரி. வாசலில் இருந்து மெல்லிய குரல் கேட்டது.

“இன்னும் ஒரு மணி நேரத்தில் உங்கள் போக்குவரத்து நீங்கள் வந்திறங்கிய இடத்துக்கு வந்து சேரும். சீக்கிரம் போங்கள். அக்கா, எனக்கு பசி பிராணன் போகிறது. கேக்கும். பிஸ்கோத்தும் வேண்டாம். சாப்பிட வேறு ஏதாவது?” தமக்கையைக் கேட்டபடி கதவை அறைந்து சார்த்திப் போனாள் வந்தவள்.

“போகணுமா? எதுக்கு? சவத்தைத் தள்ளு. அவள் அள்ளி சவப்பெட்டியில் போட்டுக் கொள்ளட்டும். வா இன்னொரு முறை சீப்பை எடுத்துக்கொள்”. இன்னும் திருப்தியடையாதவள் அவனைத் தன்னோடு அணைத்து இழுத்தாள்.

அவளுக்கு நன்றி சொல்லிவிட்டு எழுந்தான் அபி. அவள் தலையில் இருந்து சீப்பை எடுத்து உடுப்பில் துடைத்துவிட்டு அவனிடம் கொடுத்தாள். “உன் ஆபீஸ் சகாவுக்குக் கொடு. சிவப்பு லிப்ஸ்டிக்கை விட பவள நிறம் நன்றாக இருக்கும் என்று அவளுக்குச் சொல்” அவள் படுத்து உறங்கத் துவங்கினாள்.

ஓட்டமும் நடையுமாக அபி விமான நிலையத்துக்கு வந்தபோது அங்கே ஜகஜ்ஜோதியாக விளக்குகள் எரிந்தன. ஆனால் விமானம் ஏதும் இல்லை. பக்கத்தில் இரையும் கடலில் பெரிய விசைப் படகு அல்லது சிறு கப்பல் ஒன்று நங்கூரமிட்டு நின்றது. கப்பலிலோ நிலையத்திலோ யாரும் தென்படவில்லை.

கவுண்டருக்கு உள்ளே இருட்டான அறையில் இருந்து வந்தவன் அபி முதலில் சந்தித்த வயசன் அதிகாரி. “உன் கப்பல்தான். போய் ஏறிக் கொள்” அவன் அவசரமாகக் கையசைத்து அபியை

முன்னால் ஓட வைத்தான். இரும்புச் சங்கிலிகள் விலக கப்பல் நகர ஆரம்பித்தபோது அபி சுற்றும் பார்த்தான். யாரும் இல்லாத கப்பல் அது. எஞ்சின் இயக்கம் பலமாகக் கேட்டபடி இருக்க, தலைக்கு மேலே பெரிய சத்தம். கப்பல் கடலுக்குள் விரைந்தபோது வானில் விமானம் தட்டுப்பட்டது. அது செரண்டிப் தீவில் இறங்கிக் கொண்டிருந்தது.

தலையில் சீப்போடு பெண்களோ குருத்து மதுவோ கிடைக்குமா என்று கப்பலில் நடந்து தேட ஆரம்பித்தான் அபி.

தேங்காய் ரம்

முன்பனிக்கால சனிக்கிழமை சுகமான வெயிலோடு விடிந்தது. நடு ராத்திரிக்கு அப்புறம் தூங்கியது போதுமானதாக இல்லை என்று உடம்பு புகார் செய்தது.

நேற்று தாகசாந்தி கொஞ்சம் அதிகம். அருணன் வருவதாக உறுதியளித்து, கடைசி நேரத்தில் போன் செய்து வருவதற்கில்லை என்று சொல்லிவிட்டான். அவனுக்காக வாங்கி வைத்த தேங்காய் ரம் என்ற வினோதமான திரவத்தை முழுக்க அருந்த நான் மட்டும் தான் இருந்தேன். அப்புறம்தான் கஸ்டமர் நாதமுனி வந்து சேர்ந்து கொண்டான்.

தெருவோடு போனவன் நாதமுனி. வெள்ளிக்கிழமை சாயந்திரம் லுங்கி உடுத்திக் கொண்டு சமயாசமயத்தில் அதையும் மடித்துக் கட்டிக்கொண்டு, இங்கிலாந்து யார்க்ஷையர் பிரதேச கால்டர்டேல் நகரத்தில் லாந்திக் கொண்டிருப்பதில் அவனுக்கு அலாதி மகிழ்ச்சி. எப்போதாவது வெள்ளைக்காரன் யாராவது கேலியாக சிரித்தபடி எதிர்ப்பட்டுப் போவான். காரில் புளிமூட்டை போல ஏழெட்டு பாகிஸ்தானிகள் அடைந்து போகும் குழுவில் யாராவது கண்ணாடியை இறக்கி, 'இந்தியா போடா நாயே' என்று சத்தமிட, பதிலுக்குக் கெட்ட வார்த்தை சொல்லி காலைத் தரையில் தேய்த்து உமிழ்வதும் நாதமுனிக்குப் பிடித்த நடவடிக்கை தான்.

"சாயந்திரம் வீட்டிலே லைட் எரியுதேன்னு வந்தேன். இதென்ன தனியா உக்கார்ந்து குடிச்சுட்டிருக்கே?" அவன் கேட்டபடி உள்ளே வந்தபோது உட்காரச் சொல்லி தேங்காய் ரம் விளம்பினேன்.

டெஸ்கோ சூப்பர் மார்க்கெட்டில் அந்தக் கிரகசாரத்தை வாங்கும்போதே நான் ஜாக்கிரதையாக இருந்திருக்க வேண்டும். தேங்காயை எங்கள் பிரதேசத்துச் சாப்பாட்டில் சகல இனத்திலும் சேர்ப்பார்கள் திருப்பணித்துறை பேக்கரி பன்னில் போடுவார்கள். மிட்டாயில் கலப்பார்கள். பிஸ்கட்டில் சேர்த்து நறநறவென்று சாப்பிடத் தருவார்கள். வேலை மெனக்கெட்டு அதை ரம்மில் சேர்ப்பார்களா?

சேர்த்திருக்கிறார்களே இந்தப் புத்திசாலிகள். மாலிபு என்று அமெரிக்கப் பெயர் வேறே. இங்கிலாந்தில் அமெரிக்கப் பெயர் சொல்லி ஒரு குண்டூசி கூட விற்க முடியாது என்ற மார்க்கெட்டிங் அடிப்படை தெரியாத மண்ணாந்தைகள்.

அவர்கள் மேல் இவ்வளவு கோபம் வந்திருக்காது. தேங்காய் ரம் ஏற்படுத்திய வயிற்றுப் பிரட்டலும் அதையும் தாண்டி ஏறும் கிறுகிறுப்புமே எரிச்சலின் காரணம் என்று சொல்ல நினைத்தேன் கஸ்டமர் நாதமுனியிடம்.

அவனைக் கஸ்டமர் நாதமுனி என்று விளிக்கக் காரணம் என்னைப் போல, அருணன் போல இந்தியாவில் கடைபோட்டிருக்கும் கம்ப்யூட்டர் கம்பெனி ஊழியன் இல்லை நாதமுனி. என்னை இங்கே ஒரு பெரிய வங்கியில் தொழில்நுட்பம் சம்பந்தப்பட்டு அவர்கள் காலால் ஏவும் எந்த வேலையையும் தலையால் செய்ய நேர்ந்து விட்டிருக்கிறது எங்கள் கம்பெனி. நாதமுனி காலால் வேலை இடும் கஸ்டமர். பேங்கில் வேலை பார்க்கிறவன்.

நாதமுனி உதாரிலும் வீம்பிலும் எப்படியோ, குடியில், வாழ்க்கையிலேயே முதன்முதலாக மதுக்கடைக்குப் போனவனை விடவும் மோசம். தேங்காய் ரம் ஒரு மனுஷன் தலைக்கு ஏறி அவனை நெடுஞ்சாண்கிடையாக வாசலில் கிடத்தியது இதுதான் சரித்திரத்திலேயே முதல் நிகழ்ச்சியாக இருக்கும்.

என் இருப்பிடம் மேடும் பள்ளமும் விரவி இருக்கும் கால்டர்டேலில் ஒரு மேட்டுப் பிரதேசத்தில் அமைந்தது. போதையோடு இந்த லுங்கிக்காரன் வாசல் படியில் விழ, உருண்டு உருண்டு கீழே மெடிக்கல் ஷாப்பை நோக்கிப் பயணப்பட்டுக் கொண்டிருந்தவனைப் பாதையில் வரும் கார் நசுக்காமல் இழுத்து வருவது என் கடமையாகப் போனது. பின்னாலேயே ஓடி அவனை இழுக்கும்போதுதான் சொன்னான் நாளைக்கு ஆபீஸ் பக்கம்

பழைய பொருள் விற்பனை... போக மறக்காதே.

ஏதோ உயிரை விடும்முன் சொல்கிற கடைசி வாக்கியம் போல் இதைச் சொல்லிவிட்டு அவன் கண்ணை மூட, வந்த ஒரு டாக்சியில் அவனை அடைத்து அனுப்பினேன். அப்புறம் நிம்மதியாக, வேறே என்ன, மிச்சம் தேங்காய் ரம் குடித்துக் கொண்டிருந்தேன். எப்போது உறங்கினேனோ தெரியாது. காலை விழித்துக் கொண்டபோது உத்தேசம் மணி எட்டு.

ஓட்ஸ் தூளையும் சர்க்கரையையும் சேர்த்துப் பால் இட்டுக் காய்ச்சிப் பாயசமும் சுட்ட ரொட்டிகளும் ஆரஞ்ச் மர்மலேடுமாகப் பசியாறியபோது இன்னும் கொஞ்சம் ரம் அருந்தலாம் என்று தோன்றியது. அப்போதுதான் இன்னொரு விஷயமும் புரிய வந்தது. இத்தனை வசவோடும் திட்டோடும், நானும் அந்த மாலிபு தேங்காய் ரம்மின் சுவையில் மானசீகமாக ஈடுபட்டிருக்கிறேன்.

நிமிஷத்துக்கு நிமிஷம் தேங்காய் ரம் குடிக்க வேணும் என்று புத்தி ஆணையிட மனதில் ஆவலும் சந்தோஷமும் இனம் புரியாதபடிக்கு முட்டி மோதியது. ‘டெஸ்கோ சூப்பர் மார்க்கெட் இன்னும் திறந்திருக்காது, ரம் கிடைக்காது’ என்று மூளையைச் சலவைக்குப் போட அது சிலிர்த்தெழுந்து, ‘ஊரில் ஒரே ஒரு டிபார்ட்மெண்டல் ஸ்டோர்தானா? அருகே செயின்ஸ்பரி சூப்பர் மார்க்கெட் இருபத்து நாலு மணி நேரமும் அடைக்காமல் இருப்பதல்லவா’ என்று கேட்டது.

மனம் ஆட்டுவிக்க, பைஜாமாவும் டீஷர்டும் மேலே ஸ்வெட்டருமாக வெளியே வந்து கதவைப் பூட்டி விட்டு நடக்க ஆரம்பித்தேன். செயின்ஸ்பரி மினி சூப்பர் மார்க்கெட் வாசலைக் கடக்கும்போது மனம் கிடந்து தேங்காய் ரம் என்று அடித்துக் கொள்ளத் தொடங்கியது.

உள்ளே போய்க் கை உதற அந்த மதுபானப் பாட்டில் எங்கே என்று தேடினேன். காணவே இல்லை. என்ன வேணும் என்றாள் ஒடிசல் தேகப் பெண். வந்த காரியத்தைச் சொன்னேன். இருக்கு ஆனால் இல்லே என்று எக்சிஸ்டென்ஷியலிசம் பேசினாள்.

“கோடவுனில் இருந்து எடுத்து வரணும். ஒரு அஞ்சு நிமிஷம் அங்கே இங்கே எங்கேயாவது அலைந்துவிட்டு வந்தால் தருகிறேன்” என்றாள் அவள்.

வெளியே வந்தேன். இடப்புறம் மார்க்கெட், நகராட்சிக் கட்டிடம் என்று ஊர் தாழ்ந்த தரை நோக்கி விரிந்துகொண்டிருந்தது. பத்து அடி அங்கே நடந்து திரும்பிப் பார்த்தால் நான் நிற்குமிடம் குன்றின் உச்சி போல் தெரியும்.

வலது புறம் பார்க்க, மேலே மேலே உயர்ந்துகொண்டு போன இடத்தில் நான் வேலை பார்க்கும் வங்கியும் பின்னாலேயே சாக்லெட் தொழிற்சாலையும் நடுவில் பரந்த புல்வெளியும் மேட்டில் ஒய்யாரமாகக் காட்சியளித்தன.

புல்வெளியில் பத்து கார்களும் நான்கு வேன்களும் ஒரு மினி ட்ரக்கும் நின்றுகொண்டிருந்தன. எல்லா கார்களின் பின்பகுதியும் திறந்து அதுவும் இதுவுமாகப் பழைய பொருட்கள். அட்டவணை வேண்டுமென்றால் இதோ இண்டக்ஷன் ஸ்டவ், ஈரத் தலை காயவைக்க யந்திரம், எலக்ட்ரிக் அரிசி குக்கர், முட்டை அடிக்கிற சிறு எலக்ட்ரிக் மத்து, ஓரமாக கோக்கோ கோலாவோ எதுவோ விழுந்து கறைபட்ட புத்தம்புது மெத்தை, தலையணை, நாலு டப்பா பல சைஸ் ஸ்க்ரூ ஆணிகள், காமிக்ஸ் புத்தகக் கட்டு, பெரிய முரசு, கிளாரினெட், அழகான பழைய டெலிவிஷன் பெட்டி, வால்வ் ரேடியோ...

நான் டெலிவிஷன் பெட்டி இருந்த காரை அடுத்து போனேன். இருப்பதிலேயே நீளம் குறைந்த நிஜார் உடுத்திய ஒரு கிழவர் பைப் பற்ற வைத்தபடி எஸ் என்றார். நான் எதற்கும் இருக்கட்டும் என்று, காலை வணக்கம் சொல்லிக் கையசைத்தேன். பிலிப்பைன்ஸ் நாட்டிலிருந்து வருகிறாயா என்று கேட்டார் அவர். இந்தியா. அவர் மேலப்பரம்பில் தாமோதரன் நம்பூதிரி தெரியுமா என்பது மாதிரி ஒரு பெயர் சொன்னார். விலாசம் கொடுத்தால் பரிச்சயமுண்டாக்கிக் கொள்வேன் என்றேன். ”வேண்டாம், அவரை அறிமுகப்படுத்திக் கொண்டபிறகுதான் நான் மிடாக் குடியனானேன்”, என்று எனக்குச் சம்பந்தமில்லாத சமாச்சாரம் சொன்னார்.

அந்த டெலிவிஷன் பெட்டி? கிட்டத்தட்ட முப்பது வருடம் முன்னால் வாங்கியதாம். கறுப்பு வெள்ளைதான். படம் துல்லியம். சத்தம் அசாத்தியமாக கணீர். என்ன, சத்தம் இருந்தால் படம் வராது. படம் இருந்தால் சத்தம் வராது. அப்போதெல்லாம் என்ன செய்யணும்?

இரண்டு மரக் குச்சிகளை எடுத்து நீட்டினார். தவில் வாசிக்கிற

மாதிரி அவற்றால் இரண்டு பக்கமும் பெட்டியை அடித்தால் சரியாக வாய்ப்பு இருக்கிறது. இல்லை என்றால்? டி.வியோடு ரேடியோவும் இலவசமாக அளிக்கப்படுகிறது. இரண்டாம் உலகப் போர் காலத்து வானொலி. டிவியில் படம் தெரிய, ரேடியோவில் எப்போதும் சிம்ஃபனி ஆர்கெஸ்ட்ரா ஒலிபரப்பாக, இரண்டும் ஒன்றோடு ஒன்று இசைந்தே வருமாம். சரி, எவ்வளவு தரணும் சார்?

பனிரெண்டு பவுண்ட் என்றார். நான் ஒரு பத்து பவுண்ட், ஒரு ஐந்து பவுண்ட் கரன்சி நோட்டுமாக எடுத்துக் கொடுத்தேன். அவரிடமோ என்னிடமோ சில்லறை இல்லை.

வா, உன்னை வீட்டில் கொண்டு விடுகிறேன் என்றபடி அவருடைய விற்பனையை மூடி வைத்து விட்டுக் கிளம்பினார். போகும் வழியில் ஒரு வினாடி நிற்கச் சொல்லி தேங்காய் ரம் வாங்க செயின்ஸ்பரிக்குள் போனேன். அவரும் கூடவே வந்தார். மூன்று பவுண்ட் ரம் விலைக்கு அவருடைய டெபிட் கார்டை தேய்க்கக் கொடுத்தார்.

கணக்குத் தீர்ந்த நிம்மதியில் வீட்டில் என்னையும் நான் வாங்கிய தளவாடங்களையும் இறக்கிவிட்டுக் கிளம்பினார். நான் டிவியை ப்ளக் பொருத்தி இயக்கினேன். உஸ் என்று சத்தம். படம் எதுவும் இல்லை. ரேடியோவைத் தட்டியதும் மொஸார்ட் 'ஜி.மேஜர்' ஆதார ஸ்வரத்தில் சிட்டைப்படுத்திய பத்தாவது சிம்ஃபனியை லண்டன் இசைக்குழு இசைக்க, படுக்கையறைக்குப் போனேன். மேலே பறந்த கரப்பான் பூச்சிகளை மருந்தடித்து ஓட்டிவிட்டுப் படுக்கையில் சாய்ந்தேன். பசி என்றது வயிறு.

ப்ரிட்ஜில் வைத்த பர்கர், கோழி பக்கோடா, அரை பிட்ஸா சாப்பிட்டு சோர்வு அகல, வாங்கிய தேங்காய் ரம் பாட்டிலைத் திறந்தேன். கொஞ்சம் கோவா பக்க முந்திரிப்பழ ஃபென்னி வாசனை, நல்ல கள் வாசனை, சற்றே ரம் வாசனை, அக்குளில் அடித்துக்கொள்ளும் செண்ட் வாசனை என்று கலவையாக அது கந்தம் உருவாக்கி அழைத்தது. பெரிய தாத்தா தேங்காய் உடைத்ததும் எவர்சில்வர் டம்ளரில் தரும் தேங்காய்த் தண்ணீர் வாடையும், லேசான இனிப்புமாக அந்தத் திரவம் உள்ளே புக, நான் யாரோ ஆனேன்,

தேங்காய் ரம் மாந்திய கிறுகிறுப்பு தலைகுப்புறப் புரட்டிப் படுக்கப்

போட்டது. பகல் தூக்கம், பின் மாலை, ராத்திரி உறக்கமாக நீட்சி கொண்டது. வீடு முழுக்க இருளோ என்று கிடக்க விழித்துக் கொண்டேன்.

தலை கனக்க முன்னறைக்கு வந்தேன். கடியாரம் ராத்திரி பனிரெண்டு மணி பத்து நிமிடம் என்றது. ஏதோ சத்தம். வெளிச்சம். குழம்பிப் போய்ப் பார்த்தேன் பழம்பொருள் விற்பனையில் வாங்கிய டெலிவிஷன் பெட்டியில் வெயில் காயும் பாலைவனம் கண்ணுக்கெட்டிய தூரம்வரை தெரிந்தது.

எகிப்திய மன்னனின் சவ ஊர்வலம் அங்கே. அரசன் டுடங்கமுனின் பதப்படுத்தப்பட்ட உடல் ஆடி ஆடி முன்னால் போனது. அந்த இருளும் வெளிச்சமும் சேர்ந்த நிலவறைகளில் யார்யாரோ ஓடி நடந்துகொண்டிருந்தார்கள். எகிப்துக்காரர்களில் சிலர் நீள மூக்கோடு நான் பிரியாணி வாங்குகிற ஆப்கான் கடைக்காரர் போல் டை கட்டி நின்றார்கள். ஆராவமுது வாத்தியார் சாயலில் ஒருவரோ அவரோ புளியோதரை கிண்டிக் கொண்டு என்னை உற்றுப் பார்த்தார். படுத்தபடி போன டுடங்கமுன் என்னைப் பார்த்து "பழைய தேங்காய் ரம் வேணுமா?" எனக் கேட்டான். நான் வேணும் என்று சொல்வதற்குள் டெலிவிஷன் பெட்டிக்குள் தலைகுப்புற விழுந்தேன். டுடங்கமுன் பக்கத்தில் உயரமான கோப்பைகளில் திரவம் நிறைத்திருந்தது. "தேங்காய் ரம்தானே?" என்று மன்னனைக் கேட்டேன். அவன் பதில் சொல்லவில்லை. நாதமுனி குரலில், பழைய டெலிவிஷன் விற்றவர் குடிக்கச் சொன்னார். அந்தப் பாத்திரத்திலிருந்து நான் குடிக்கும்போது முகத்தில் டுடங்கமுன் போல் சவத்திரை கவிந்தது. அது பொன்னால் வேய்ந்த திரை என்றாலும் இறுகக் கவ்வி வலியை ஏற்படுத்தியது. ரேடியோ சத்தம் உச்சத்தில் கேட்க, வின்ஸ்டன் சர்ச்சில் குரல் "நாம் அவர்களோடு கடற்கரையில் போரிடுவோம். தெருக்களில் போரிடுவோம்". இரண்டாம் உலகப் போர் நடந்து கொண்டிருக்கும் நேரம் அது. தாக்கிப் பறக்கும் ஜெர்மன் விமானங்களின் சத்தம் நாராசமாகச் சூழ இன்னும் கொஞ்சம் தேங்காய் மது பருகினேன். ஆராவமுது புளியோதரை கிண்டி இறக்கி வடாம் பொரித்துக் கொண்டிருக்க நடுவே புகுந்து பாத்ரூமுக்குப் போனேன். வந்து வடாம் தின்னு என்றார் அவர். அவர் பக்கமாக வராமல், ஊர்வலம் போன திசையில் தலை வைத்து உறங்கிப் போனேன்.

இது ஞாயிறு காலை. முன்னறைத் தரையில் படுத்திருந்த நான் விழித்துக் கொண்டேன். அறை முழுக்க தேங்காய் ரம் வாடை. மின்சார இணைப்பில் இல்லாத பழைய டெலிவிஷன் பெட்டியும் ரேடியோவும் பிரம்மாண்டமாக அந்த வாடையைக் கிளப்பியபடி நின்றன. உள்ளே போய் ப்ரிட்ஜில் பார்த்தேன். நேற்று வாங்கிய தேங்காய் ரம் போத்தல் திறக்கப்படாமல் பத்திரமாக உள்ளே இருந்தது. கூடவே இருந்த உயரமான, மூக்கு நீண்ட பாத்திரத்தையும் அதன் உள்ளே காடிபோல் வாடையடித்து இருந்த திரவத்தையும் பார்க்கவில்லை என்று சொல்லிக்கொண்டேன். ஞாயிற்றுக்கிழமை நான் குடிப்பதில்லை.

அழகுப் பிள்ளை

அழகுப் பிள்ளை நின்று கொண்டிருந்ததே ஹெட்மாஸ்டர் கண்ணில் படவில்லை. இரண்டடி மட்டும் உயரமானவர் அழகுப் பிள்ளை. ஹெட் மாஸ்டரின் மேஜைக் கால்கள் அவரைவிட உயரமாக இருந்ததால் மேஜைக்குக் கீழே அந்தக் கால்களுக்கு நடுவே இவர் நின்றதை ஹெட் மாஸ்டர் கவனித்திருக்கவில்லை.

நாட்பட படிந்துபோன பழக்கமாக இரண்டு தொடைகளையும் மேஜைக்குக் கீழ் வைத்து உயர்த்தி, மேஜையோடு மெல்ல ஆட்டுவது அவருக்குப் பிடித்தமான காரியமாகும். அந்த மேஜையைத் தாங்குவது போல மாரப்பா ஹையர் செகண்டரி பள்ளிக்கூடத்தை, ஏன் இந்த ஊரையே அவரால் தாங்கவும், தன் விருப்பப்படி அசைந்தாடச் செய்யவும் முடியும் என்று வலுவான நம்பிக்கை அவருக்கு உண்டு. முக்கியமாக எல்லோரும் அவரை ஹெட் மாஸ்டர் என்று முழுப் பதவிப் பெயர் சொல்லிக் கூப்பிடுவார்கள். எச்செம் என்று சுருக்கமாக விளிக்க மாட்டார்கள். அவருக்கு நேரம் கிடைத்தால் அதைச் சாதித்திருப்பார். இனியும் காலம் உண்டுதான்.

எச்செம் மேஜையைக் கீழிருந்து நெம்பி ஆட்ட முனைகிறார். ஆச்சரியம், அது நகருவேனா என்று பிடிவாதமாக அப்படியே அந்தரத்தில் நிற்கிறது. யட்சினி வேலையா? அவருக்குத் தெரியாது அழகுப் பிள்ளையின் கைவேலை இது என்று.

அழகுப் பிள்ளைக்கு இது ஒரு பூகம்பம் போன்ற நேரம். அவர் மேஜைக்குக்கீழே நிற்கும்போது மேஜை அதிர்கிறது. அடுத்து தரை

ஆடும். அதற்கடுத்து பள்ளிக்கூடக் கட்டிடம் ஆடும். ஊரும் மரமும் செடியுமெல்லாம் ஆடும். ஊருணியும் அலைவீசிச் சாய்ந்தாடும். அழகுப் பிள்ளைக்கு இன்றைய வருமானமான ஐந்து அல்லது பத்து ருபாய் வராமல் போய்விடும். ஆளுக்குப் பத்து பைசா வீதம் ஐம்பது பிள்ளைகள் கொடுத்திருந்தால் அது ஐந்து ரூபாயாக இருக்கும். அதற்கும் குறைவானவர்களின் நன்கொடை என்றால் இரண்டு ரூபாய் கூட இருக்கலாம். பூகம்பம் வந்து இரண்டு ரூபாய் வருமானமும் போனால் சாப்பாடு இல்லை.

அழகுப் பிள்ளை மேஜை ஆடாமல் இன்னும் கெட்டியாகக் கைகளால் பற்றிக் கொண்டார். அந்த மேஜையின் ஆட்டத்தை நிறுத்துவதில்தான் அவர் இன்றைக்குச் சாயந்திரம் சம்மானமாக ஐந்து ரூபாயாவது வாங்கிப்போவது இருக்கும்.

எல்லாப் பள்ளிகளையும் எல்லா ஊர்களிலும் அவர் பதினைந்து வருடமாகச் சுற்றி வருகிறார். முதல் தடவை அப்படி எந்தப் பள்ளிக்குப் போனாலும் அப்போது பள்ளிக்கூடமே, வாத்தியார்கள், பிள்ளைகள் அடக்கம் அவரைப் பார்க்கக் கூடிவிடும்.

“ஐயா எட் மாஸ்டர் சாரைப் பாக்கணும்.”

“என்ன விஷயமா?”

“ஒரு நிகழ்ச்சி கொடுக்கணும்.”

“என்ன மாதிரி?”

“நான், இன்னும் ரெண்டு பேர் என்னோட சேர்ந்து நடிச்சவங்க எல்லோரும் பாட்டு, ஆட்டம், மேஜிக் ஷோ நடத்தப்போறோம்... ஒரு பத்து இருபது ரூபா கிடைச்சா நல்லா இருக்கும்.”

“உங்களை பாதாள உலகம் சினிமாவிலே பார்த்திருக்கோம்.”

“அந்த சினிமாவிலே போட்ட வினோதமான டிரஸ்ஸை போட்டுக்கிட்டுத்தான் ஆடப் போறோம். பாடப் போறோம்... அதை எல்லாம் பத்திரமா வாங்கி வச்சிருக்கோம். இருபது ரூபா ஆளுக்கு ஒரு இருபது காசு போட்டா... நூறு பேர் வந்தா...”

“அய்யோடா, இருபது காசு அத்தனை எங்கே கிடைக்குதாம்? எல்லா வீட்டிலும் அதைத் தாம்பாளத்திலே மஞ்சத் தண்ணியிலே மிதக்க வச்சு பூஜையிலே வச்சுட்டாங்க...”

"அப்போ பத்து பத்து பைசாவா ஒரு இருநூறு பேர்..."

"ஆளுக்கு பத்து பைசா கூட பசங்களுக்கு வீட்டுலே கொடுத்து விட மாட்டாங்க இது கிராமமும் இல்லை டவுனும் இல்லையாச்சே... இருநூறு பேர் எங்கே இருக்காங்க காசு செலவழிக்க? இருபது பசங்க மேஷிக் ஷோ பார்க்க வந்தாலே பெரிசு. ரெண்டு ரூபா கிடைக்கும்..."

அப்போதெல்லாம் ரெண்டு ரூபாய்க்கு மூணு பேர் வயிறு நிறையச் சாப்பிட்டு வெற்றிலை பாக்கும் போட்டுக் கொண்டு போக முடியும்.

ஆனாலும் அப்போதெல்லாம் ஒரு ஆட்டத்துக்குப் பத்து ரூபாயாவது வந்துவிடும் அழகுப் பிள்ளைக்கும் குழுவுக்கும். வாத்தியார்கள், டீச்சரம்மாக்கள் மட்டுமில்லை, பக்கத்துக் கடைக்காரர்கள், பள்ளிக்கு அடுத்த வீடுகளில் ரிடையராகி ஓய்வெடுத்துக் கொண்டிருக்கும் பென்ஷன்காரர்கள் என்று பலபேர் விஷயம் தெரிந்து பள்ளிக்குள் வந்து ஆட்ட பாட்டம் பார்ப்பதோடு ஆளுக்குக் குறைந்தது ஐம்பது பைசாவாவது கொடுத்துப் போவார்கள். எல்லாம் சேர்ந்து பத்து ரூபாய், நாலு பேர் ஒரு வாரம் நிம்மதியாகச் சாப்பிட பத்து வருஷம் முன் அது போதுமாயிருந்தது.

சில தடவை பீர்க்கங்காய், சுரைக்காய், பூசணிக்காய் இப்படி ஏதாவது கூட அன்பளிப்பாக வந்ததுண்டு. ஒரு கூழைப் பலாப்பழத்தை இப்படித்தான் அன்பளிப்பாக வாங்கி எடுத்துப்போய் அறுத்துப் பார்த்தால் அத்தனையும் சொத்தை. யார் கொடுத்தாரோ அவரைத் தேடிப்போய்ச் சண்டையா போட முடியும்? அத்தனை குப்பையையும் மாட்டுக்குப் போட அள்ளிப்போகும்போது கீழடுக்கில் நாலு பலாச்சுளை கண்ணில் பட்டது. எடுத்து உரித்து சாப்பிட, அழகுப் பிள்ளை ஆயுசிலேயே அதுபோல் சாப்பிட்டது இல்லை. அத்தன இனிப்பு, அத்தனை வாசனை.

"மேஜைக்குக் கீழே யார் நிக்கறது?"

ஹெட் மாஸ்டர் குரல் இடிபோல வந்ததும் அழகுப் பிள்ளை நடுநடுங்கி வெளியே வந்து நின்று சலாம் வைத்தார். தன் மேஜைக்குக் கீழே தனக்கே தெரியாமல் இந்த ஆள் புகுந்து கொண்டது எப்படி என்ற கோபத்தோடு நோக்கிய எச்செம் ஊருக்குப் புதுசு, ஏன் இந்தப் பிராந்தியத்துக்கே புதுசு.

"எந்த கிளாஸ்டா நீ?"

அவர் மூக்குக் கண்ணாடியைத் தேடியபடி அழகுப் பிள்ளையைக் கோபமாகக் கேட்டார். நிலைமை பிடிபட்டது அழகுப் பிள்ளைக்கு. ஆக, அவரைப் பள்ளிக்கூடப் பையன் என்று நினைத்திருக்கிறார் ஹெட் மாஸ்டர்.

“சார், நான் பையனில்லீங்க. ஆக்டர்...”

“ஆக்டர்னா?”

“நடிகன்.. சினிமாவிலே ஆக்ட் கொடுத்திருக்கேன்...”

“என்ன உளற்றே... சினிமா நடிகன்னா என் டேபிள் அடியிலே என்ன பண்றே?”

அழகுப் பிள்ளை இடம் வாகாக இருக்கிறதா என்று ஒரு வினாடி மனதில் கணக்குப்போட்டுப் பார்த்து, ஒரு அந்தர் பல்டி அடித்தார். ஹெட்மாஸ்டர் அறை வாசலுக்குப் போய் அங்கே இருந்து இன்னொரு குட்டிக்கரணம். நேரே ஹெட்மாஸ்டர் முன் நின்று இன்னொரு சல்யூட். அந்த மனுஷர் அசந்து போய்ப் பார்த்துக் கொண்டிருந்தார்.

நிஜமாகவே சர்க்கஸ்காரன்.. கோமாளியாக இருக்கலாம். சினிமா என்று சும்மா சொல்லியிருப்பான்.

“இல்லீங்க... நான் பாதாள உலகம் சினிமாவிலே குறும்படை தலைவன். என்னைப் போல ஐம்பது குள்ளர்களைப் படை சேர்த்துத் தலைமை வகித்து பாதாள உலகத்துக்குக் கூட்டிப் போறவன்...”

“ஆமாய்யா நீர்தானா அது... நான் பாத்து இருக்கேனே அந்தப் படத்தை...”

எச்செம் உற்சாகமாகச் சொன்னார். ரொம்ப் தேங்க்ஸ் சார் என்று இங்க்லீஷில் விட்டார் அழகு.

“அது சரி இங்கே என்ன செய்யறீர்? பள்ளிக்கூடத்துலே ஷூட்டிங்கா? சொன்னாக் கேளும்.. வேண்டாம்.. இன்னிக்கு கரஸ்பாண்டெண்ட் வேறே வரேன்னிருக்கார்.”

“ஐயோ உங்களுக்குத் தெரியாம ஷூட்டிங்கெலாம் வச்சுடுவாங்களா என்ன?”

“அப்போ பக்கத்துலே ஊருணிக்கரையிலே ஷூட்டிங்கா?”

“ஷூட்டிங்கே இல்லே சார்.. பசங்களுக்காக ஆடிப்பாடி அவங்களை சந்தோஷப்படுத்தி, மேஜிக் செஞ்சு காமிக்க வந்திருக்கேன்...”

எச்செம் ஆச்சரியத்தோடு அழகுப் பிள்ளையைப் பார்த்தார். அவர் இங்கே தலைமை ஆசிரியராக இடம் மாறி வந்து ஒரு வாரம் தான் ஆகிறது. புறநகர்ப் பள்ளிக் கூடத்தில் இருந்து நகரமா கிராமமா என்று இன்னும் யாருக்கும் தெளிவாகத் தெரியாத இந்த ஊருக்கு வந்தவர். புறநகரில் சினிமா குள்ளர்கள் ஆட்டம், மேஜிக் எல்லாம் பார்க்க யாருக்கும் நேரம் இருப்பதில்லை. ஒரு மணி நேரம் கிடைத்தால் அவசர அவசரமாக பஸ் பிடித்து, மின்சார ரயில் பிடித்து வீட்டுக்கு ஓடுவது பசங்களுக்கு மட்டுமில்லை, ஆசிரியர்கள், ஆசிரியைகளுக்கும் பழக்கமான ஒன்று அங்கே. இங்கே வாழ்க்கையில் இதற்கெல்லாம் நேரம் உண்டு போல.

அறை வாசலில் நிழலாடியது. நெசவு நெய்யவும், பேப்பரில் கிண்ணமும், பழக்கூடையும், ரோஜாப் பூங்கொத்தும் செய்யவும் கற்பிக்கும் வாத்தியார் நின்று கொண்டிருந்தார். கையில் சாக்பீஸ் அடைத்து வரும் சிறு மர டப்பா.

“அட, நீங்க அதுக்குள்ளே வந்தாச்சா... சாயந்திரம் நாலு மணிக்குத் தானே பாதாள உலகம்? இப்போதானே ஸ்கூல் தொடங்கப் போவுது?”

நெசவு வாத்தியார் சிரித்துக்கொண்டே அழகுப் பிள்ளையைக் கேட்டார். ஒன்பது மணிக்கு மணியடித்து பிரேயர் பாடி ஆரம்பிக்கும் பள்ளிக்கூடம் இது. ஒன்பதே காலுக்குத் தாமதமாக வந்த மாணவர்கள் பள்ளிக்கூடத்தை ஒட்டிய பொட்டல் காட்டைச் சுற்றி ஓடிக் கொண்டிருப்பார்கள். இரண்டு சுற்று ஓடி இனி நான் நேரத்தோடு பள்ளிக்கூடம் வருவேன் என்று உறுதிமொழி எடுத்துக்கொண்டு அவர்கள் வகுப்புக்குப் போவதை மேல் பார்வை பார்க்க வேண்டிய பொறுப்பும் நெசவு வாத்தியாருக்கு உண்டு.

இன்னும் இருபது நிமிடத்தில் அசெம்பளி பிரேயர் தொடங்கி விடும். அப்போதே கண்குத்திப் பாம்பாக வாசலில் வழி மேல் விழி வைத்துப் பார்க்கத் தொடங்கி விடுவார் அவர். சரியாகக் கண்காணிக்கா விட்டால் தாமதமாக வந்து ஓசைப்படாமல் பிரேயருக்கு வகுப்பு வாரியாக வரிசையாக நிற்கும் மாணவர்களோடு லேட்டாக வந்தவர்களும் கலந்து போய் விடலாம்.

“சார், அசெம்ப்ளியிலே ஒரு தடவை அழகுப் பிள்ளை ஷோ பத்தி சொல்லுவோம். காலையிலே பத்துப் பைசா கொண்டு வர மறந்து போனா, லஞ்ச்லே போய் எடுத்து வரலாமேன்னுதான்...”

நெசவு வாத்தியார் சொன்னபோது எச்.எம்.முக்கு ஆச்சரியம். காலையில் வரும்போதே எல்லோரும் மதியச் சாப்பாடு கொண்டு வந்து அதை இங்கேயே சாப்பிடறவங்க இல்லையோ.

“பாதிப் பேர் பக்கத்துலே, அடுத்த தெரு, ஊர்க்கோடி இப்படித்தான் இருக்கப்பட்டவங்க.. மதியம் பைக்கட்டை கிளாஸ்லேயே வச்சுட்டு வீட்டுக்குப் பூஞ்சிட்டா பறிஞ்சு போய் சோறு தின்னுட்டு வந்துடுவாங்க...”

இந்த மாதிரி ஊர்களில் குடும்பத்தோடு இருக்கக் கொடுத்து வைக்கவில்லை எச்செம்முக்கு. அவர் மனைவியும் ஒரு பள்ளிக்கூடத்தில் எச்செம் என்பதால் அவர் மனைவியால் இங்கே உத்தியோகம் மாற்றிக்கொண்டு வரமுடியவில்லை. இனி பணி ஓய்வு பெறும்போது இரண்டு பேரும் ஒரே இடத்தில் இருக்க முடியலாம் என்று தோன்ற விரக்தியாகச் சிரித்தார் எச்செம்.

“சரிய்யா, சாயந்திரம் மூணு மணிக்கு வந்துடும்” என்று அழகுப் பிள்ளையைப் பார்த்துச் சொல்லி நடந்தார் எச்செம். அழகு இன்னொரு அந்தர் பல்டி அடித்து அறை வாசலில் நின்று “சார், பசிக்குது ரெண்டு ரூபா இருந்தா கொடுங்க.. மதியம் வர்ற பணத்திலே குறைச்சுக்குங்க” என்று மன்றாடும் தொனியில் சொன்னார்.

“மூணு பேர் சார், இன்னும் ரெண்டு ஆட்டக்காரங்க ஊருணிக் கரையிலே உக்காந்திருக்காங்க.. நான் போய்த்தான் ஏதாச்சும் சாப்பிடத் தந்து ஆட இட்டு வரணும்” பல்டிகளுக்கு நடுவே அவர் சொன்ன கூடுதல் தகவல் இது.

“அட நீ வேறே.. வெறும் காலி பாக்கெட் சட்டை இது...”

ஹெட் மாஸ்டர் சட்டைப்பையை வெளியே எடுத்துக் காட்டினாலும் சிரித்தபடி மேஜைக்கு உள்ளே இருந்து ரெண்டு அரை ரூபாய் காசுகளை எடுத்து அழகுப் பிள்ளையிடம் கொடுத்தார். மூன்று பேர் ஒரு ரூபாயில் என்ன சாப்பிட்டு வந்து குட்டிக்கரணம் அடிப்பார்கள்? பக்கத்தில் பன் வாங்கக் கடை எதுவும் கிடையாதே.

பரிதாபப்பட்டு, இன்னொரு தடவை மேஜைக்குள் பார்த்து ஒரு பழைய இரண்டு ரூபாய் நோட்டை எடுத்து அழகுப் பிள்ளையிடம் கொடுத்தார்.

“வச்சுக்கய்யா. இது கணக்குலே வராது” என்று அசெம்பளி பிரேயருக்குப் புறப்பட்டுப் போனவரை வணங்கி நின்றார் அழகுப் பிள்ளை.

எல்லை இல்லா எங்கும் நிறை ஏக பரம்பொருளே என்று நூறு இளம் குரல்கள் பிரார்த்தித்துப் பாடும் இசை சூழ்ந்திருக்க பள்ளிக்கூடத்துக்குப் பின்னால் நல்ல தண்ணீர் ஊருணிக்கரைக்கு நடந்தார் அழகுப் பிள்ளை. பழைய பாளையக்காரர்கள், அவர்களின் மனைவி, கூத்தியார் என்று பல வட்டமாகப் புதைத்து நிறுத்திய சமாதிகள் அடைந்த பகுதி அது. கடைசி சமாதி கதவும் ஜன்னலும் வைத்துப் படியேறி உள்ளே போகும்படியான சௌகரியத்தோடு இருந்தது. பாளையக்கார ஜமீந்தார் அந்திம ஓய்வு கொள்ளும் இடம் அது என்று அழகுப் பிள்ளை ஊகித்திருந்தார். அங்கே தான் அவருடைய இரண்டு ஆட்டக்கார குழுவினர்கள் தங்கி இருக்கிறார்கள்.

உள்ளே இரண்டு கீரிப் பிள்ளைகள் கல் பாவிய சமாதிக்குப் பின்னால் உறவில் ஈடுபட்டிருந்தன. அவருடைய குழுவினர், நெட்டையனும் குறளியும்தான் அவர்கள்.

பாதாள உலகம் படத்தில் தொடக்கத்தில் வரும் ஒரு காட்சியில் குள்ளர்களுக்கு ஒரு முனிவர் நினைத்தபடி உருவம் மாறும் சக்தியை அளிப்பார். அதை வைத்துக்கொண்டு அழகுப் பிள்ளையும் மற்றவர்களும் கதைப் போக்குப்படி உருமாறிக்கொண்டே இருந்து சுவாரசியமாக சினிமா நகர வழி செய்வார்கள். படம் முடியும் முன் ஒரு காட்சியில் அந்த முனிவர் இவர்கள் எல்லோரையும் சாதாரண ஜனங்களாக மறுபடி ஆக்கி, உருமாறும் ஆற்றலைத் திரும்ப வாங்கிக் கொள்வார். அந்தக் காட்சி, ரிலீஸ் ஆன படத்தில் நீளம் அதிகம் என்பதால் வெட்டப்பட, அழகுப்பிள்ளையிடம் உருமாறும் திறமை தொடர்ந்து நிலைத்துவிட்டது. மற்ற ஆக்டர்களுக்கும் கூடத்தான். திரையைத் தாண்டி நீண்ட அபூர்வ ஆற்றல் அது. மொத்தம் இருபது பேர் இருந்தார்கள் அப்படி.

எனினும் அழகுப்பிள்ளையின் ஆட்டக் குழுவில் அவர்களில் இரண்டே பேர்தான் உண்டு. மற்றவர்கள் என்ன ஆனார்கள் என்று

அழகுப்பிள்ளை எவ்வளவோ முயன்று தேடினாலும் அவர்கள் கிடைக்கவில்லை. அவர்கள் வேறு ஏதோ உயிரினம் ஆக உருமாறி திரும்ப மனித உருவெடுக்க முயன்றது தோல்வியில் முடிந்ததால் இருக்கலாம். அழகுப்பிள்ளை தெருவில் ஆடு, மாடு, நாய் என்று சகல விலங்குகளையும் கண்ணில் பார்த்து நடப்பது தன் பழைய சகபாடிகளைத் தேடித்தான்.

அழகுப்பிள்ளையின் குழுவில் இருக்கும் இரண்டு பேரில் ஒரு ஆண், மற்றது பெண். உருமாறும் உத்தி அவர்களுக்கு அவ்வப்போது உடம்பு சுகம் அனுபவிக்கத்தான் பயன்படுகிறது. கண்டும் காணாமல் போக வேண்டிய கட்டாயம் அழகுப் பிள்ளைக்கு. மூன்றே பேர் இருக்கும் குழுவில் அவர்கள் மட்டும் விலகி இன்னொரு குழு ஆரம்பித்து விடலாம். ஆனால் பேசும், பாட்டு கட்டும் திறமை அவர்களிடம் போதாது. அது அழகுப் பிள்ளையின் ஏகபோகம்.

கீரிகள் உறவு கொள்வதில் மும்முரமாக இருந்தன. உருமாறும் நாகரிகப்படி, உருமாறுகிறவர்கள் தங்கள் இயல்பான உயிரினமாக மாறிய பிறகே அடுத்தவர்களோடு பேச்சு மற்ற தொடர்பு ஏற்படுத்திக் கொள்ளலாம். அதாவது இரண்டு மனிதர்கள் முயலாக மாறினால், அவர்கள் மறுபடி மனிதர்களான பின் தான் மற்ற மனிதர்களுடன் பேச்சுவார்த்தை வைத்துக் கொள்ளலாம். அழகுப் பிள்ளையால் கடைப்பிடிக்க முடியாத நாகரிகம் அது. வயிறுதான் நாகரிகத்தைத் தீர்மானிக்கிறது அவருக்கும் அவருடைய குழுவுக்கும்.

கீரிகள் உறவு முடியும் வரை வேறு திசையில் திரும்பியபடி காத்திருந்தார் அழகு. சமாதியில் புதையுண்டவராக மாற முடியும் என்றால், அழகுப் பிள்ளை அப்படி உருமாறி மற்ற சமாதிவாசிகளுக்குத் தன் வயிறே சகலமும் என்றாகிப் போன வாழ்க்கைத் துயரத்தைச் சொல்ல முடிந்திருக்கும். ஆனால் உருவம் மாறுவது உயிர் இருக்கும் ஒன்றிலிருந்து உயிருள்ள மற்றதுக்குத் தானே.

தடதடவென்று சத்தம். கீரிகள் உருமாறும் சத்தம் அது. இரண்டு கீரிகளும் சமாதியைச் சுற்றி ஓடின. அது முடியும்போது அவை திரும்ப நிஜ உருவம் கொள்ளும்.

ஓடி.நின்றார்கள். உருவம் மாறியதில் ஏதும் பிரச்சினையா? திரும்பாமலே கேட்டார். ஆமாம் என்றார்கள். உருமாற முடியவில்லையாம்.

"பதட்டப்படாதீங்க. இன்னொரு முறை முயன்று பாருங்க" என்றார் அழகுப் பிள்ளை.

சமாதிக்குள் இருக்கும் சேனாதிபதியோ ராணியம்மாவோ தடுக்கிறதால் இப்படி பிரச்சினை ஏற்படுகிறதா? அழகுப் பிள்ளை கைகுவித்து முகம் அறியாத யாரையோ வணங்கினார்.

"சரியாயிடுச்சு."

ஆணும் பெண்ணுமாக குரல்கள் ஒலித்தன. அழகுப் பிள்ளை திரும்பிப் பார்த்தார்.

ஒரு நக்னமாக குள்ளர். உயரமான ஒரு பெண். கீரியாக இருந்து பழையபடி உருமாறிய அவர்கள் தடதடவென்று சமாதிப் பரப்பில் ஓடி சமாதிக்குப் பின்னால் அவசரமாகப் போய் நின்றார்கள், ஓடியதால் கீழே அடக்கமாகி இருந்தவர்கள் உறக்கம் கலைந்து இருக்கலாம் என அழகுப்பிள்ளை பயந்து போனார்.

குறளியும், நெட்டையனும் சமாதிக்குப் பின் நின்றபடி அழகுப் பிள்ளையைப் பார்த்தார்கள். என்னாச்சுபா இன்னும் பிரச்சினையா? அவர் கேட்க பேசாமல் தலையசைத்தார்கள் இருவரும்.

அவர்களுடைய இப்போதைய பிரச்சினை அவருக்கு உறைத்தது.

எங்கே போனது அவர்களுடைய தினசரி உடுப்பும், ஆடும்போது அணியும் ஜரிகை உடுப்புமெல்லாம்? அது இருந்தால்தான் நடமாட முடியும். நடனமாட முடியும். மாலைக்காட்சி மேஜிக் ஷோவும் பாதாள உலகமும் நடத்த முடியும். அது இருக்கட்டும், மனுஷனாக மாறினால் அணிந்துகொள்ளக் குறைந்த பட்சம் ஒரு டிராயராவது வேண்டாமா? எங்கே போனது எல்லாம்? பெண்ணுக்கோ ஓடியாட சௌகரியமாக இந்திக்கார பைஜாமாவும் நீளமான அங்கி போன்ற மேலுடுப்பும் கட்டாயம் வேண்டும். ஆண்பிள்ளை அணிவது போல பேண்ட் என்றாலும் சரிதான்.

சமாதியில் சுருட்டி வைத்ததை யாரோ எடுத்துக் கொண்டு போய் விட்டார்கள். கூடவே ஆட்டத்துக்கான உடுப்புகளும் இல்லை இப்போது. அந்தப் பெட்டியையும் கிளப்பிக்கொண்டு போயிருக்கிறார்கள். நல்லவேளை அழகுப் பிள்ளை எப்போதுமே அவற்றை அணிந்திருப்பதால் அவருக்கு உடுப்பு எதுவும் களவு போகவில்லை.

இலுப்பை எண்ணெய்ச் செக்கின் பின்னால் இருக்கும் அழகான பளிங்குக் கல் பதித்த சமாதியில் தான் கீழடுக்கில் கல் பாளத்துக்கு அடியில் பத்திரப்படுத்தி வைத்து விட்டு கீரிகளாக உறவு கொள்ளப் போயிருந்தார்களாம் அவர்கள் இருவரும். அப்போது தான் உடுப்பு களவு போயிருக்கிறது.

வேட்டியைத் திருட வந்தவர்களாக இருக்காது அவர்கள். ஜரிகை குப்பாயம், பைஜாமா இப்படியான சினிமா மோஸ்தர் உடுப்பு களவாட வந்தவர்கள் அவர்கள். அவற்றை வைத்து சினிமாவில் புகுந்து கொள்ள முயற்சி செய்யக் கூடியவர்களாக இருக்கலாம். சினிமாவில் சேர எப்படி வேண்டுமானாலும் பிரயத்தனம் செய்யலாம். ஆனால் மந்திர தந்திர சினிமா இன்னுமா எடுக்கிறார்கள்? அழகுப் பிள்ளைக்குத் தெரியாது.

அழகுப் பிள்ளைக்கு சினிமா வாய்ப்பு அவருடைய குள்ளமான உருவத்தால் வந்தது. அவர் குழுவினர் ஆன நெட்டையனுக்கும் கூட. நெட்டையன் மகா குட்டையாக ரெண்டடி உயரம்தான் இருப்பான். குறளி நல்ல உயரமாக ஏழடி இருப்பாள் நிமிர்ந்து நின்றால். இவர்கள் மேடையில் சேர்ந்து ஆடுவதோடு இங்கேயும் ஆடுகிறார்கள் இயற்கை விதித்தபடி என்பதில் அழகுப் பிள்ளைக்குப் புகார் ஏதுமில்லை. அவர் வயதுக்கு ஆடக் கால் முன்னால் வருவதே அதிசயம். வயிறு அவர் காலை ஆட்டுகிறது.

கீரியாகவோ, தவளைகளாகவோ காதல் செய்யும்போது உயரம் பற்றிய சிந்தனைகளே ஏற்படாது என்பதால் உருமாறி அவர்கள் உறவு கொள்ள ஈடுபாடு காட்டுகின்றனர் போல. ஈடுபாடு இடுப்புத் துணியைப் பறிகொடுக்கவா வைக்கும்?

“என்னப்பா இப்போ போய்த் துணியைத் தொலைச்சுட்டு நிக்கறீங்க. நாலரை மணிக்கு ஆட்டம் இருக்கு... நான் தனியா எப்படிச் செய்ய முடியும் சொல்லுங்க.”

அவர்கள் சமாதிக்குப் பின்னால் இருந்து எட்டிப் பார்த்துவிட்டு இரண்டு புறாக்களாக உருமாறினார்கள்.

இப்போ எதுக்கு இது? அழகுப் பிள்ளை சலித்துக் கொண்டார். தவிட்டு நிறத்தில் நீளமான கழுத்தோடு உள்ள புறா குறளி. கறுப்பும் சாம்பலுமாக நிறத்தில் குண்டுப் புறா நெட்டையன். அழகுப் பிள்ளை மனதில் குறித்துக்கொண்டார்.

"மேஜிக்லே டப்பாவுக்குள்ளே காகிதத்தைத் தீக் கொளுத்திப் போட்டதும் உள்ளே இருந்து ஒண்ணுக்கு ரெண்டு புறாவா பறக்கட்டுமே" என்றான் நெட்டையன்.

சரி, அதுவும் ரெண்டு நிமிஷத்துலே முடிஞ்சுடும். மீதி நேரம் நான் தனியா குதிக்கட்டுமா அழகுப் பிள்ளை கேட்டார். வேறே என்ன வழி என்றாள் குறளி.

வேறே உருவமா கூடுவிட்டுக் கூடு பாயலாமா? நெட்டையன் திடீரென்று நினைவு வந்தது போல் யோசனை சொன்னான்.

அதுக்கு நமக்கு அனுமதி இல்லை. சித்தர்களுக்கு மட்டும்தான் அது நடக்கும் என்று அழகுப் பிள்ளை அதைத் தள்ளினார். உயிரை இடம் மாற்றும் சிக்கலான விஷயமில்லை உருமாற்றம்.

அவர் சொன்னால் மற்ற இரண்டு பேரும் கேட்க வேண்டும் என்பது அந்தக் குழுவில் எழுதாத சட்டம் என்பதால் மறுப்பு ஏதும் எழவில்லை.

டால்டா டப்பாவில் உட்கார்ந்த இரண்டு புறாக்களோடு தனியாக ராஜபார்ட் வேஷம் கட்டிப் புறப்பட்டார் அழகுப் பிள்ளை. புறாக்கள் டப்பாவில் இருந்து பறந்ததும் வெளியே மரத்தின் கிளையில் இருக்க வேண்டும் என்று ஏற்பாடு. இன்னும் இரண்டு மணி நேரத்தில் நிகழ்ச்சி முடித்துப் பணம் வாங்கி கடைவீதியில் கைத்தறிச் சேலை, வேட்டி வாங்கி ஓடிவருவார் அழகுப் பிள்ளை. பணம் பற்றாவிட்டால் நாலு பேரிடம் கையேந்தவும் தயங்க மாட்டார் அவர். அப்புறம், மூன்று பேருக்கு ரெண்டு நாளாவது சாப்பிட வழி ஏற்பட வேண்டும். அழகுப் பிள்ளை தலையில்தான் எல்லாப் பொறுப்பும்.

அவர் பள்ளிக்கூடத்துக்குப் போனபோது மத்தவங்க எங்கே என்று ஹெட்மாஸ்டர் கேட்டார். மேலுக்கு முடியாம போயிட்டாங்க என்றார் அழகு. ஹெட்மாஸ்டர் முகத்தில் நிராசை.

"கரஸ்பான்டெண்ட் வந்திருந்தார்... இப்போதான் போறார்... போன தடவை நீங்க வந்தபோது சொல்லியிருந்தாராமே. பேண்ட், சட்டை தரேன்னு. வீட்டுக்கு ஆள் அனுப்பி எடுத்து வரச் சொன்னார். அதோ இருக்கு பாருங்க மிலிட்டரி காக்கி பேண்ட், சட்டை. உயரமான ஆளுங்க போட ஒரு ஜோடி, குள்ளமான ஆளுங்களுக்காக மடிச்சுத் தையல் பண்ணின ரெண்டு சராசரி உயர ஜோடி பேண்ட்,

சட்டை. அதுவும் சொல்லியிருந்தீங்களாமே. ஆர்மியிலே போட்டுப் பழசாக்கினது. தெருவிலே டெய்லர் கிட்டே உடனே கொடுத்து துணி மடிச்சுத் தச்சு வாங்கி அமர்க்களம் பண்ணியிருக்காரு. உங்களுக்குச் சரியா இருக்கும்.”

அழகுப் பிள்ளைக்கு வயிற்றில் பால் வார்த்ததுபோல் இருந்தது. டால்டா டப்பா தோளில் ஊசலாட இரு கரம் கூப்பி கரஸ்பாண்டெண்ட் சாருக்கும் எச்செம் சாருக்கும் நன்றி சொல்லி வணங்கினார். பிறகு, இது கரஸ்பாண்டெண்டுக்கு என்று ஒரு குட்டிக்கரணம் அடித்தார். தொடர்ந்து, ஹெட்மாஸ்டருக்கு இன்னொரு பல்டி.

இதோ வந்துடறேன் சார் என்று வெளியே கைகாட்டியபடி டால்டா டப்பாவுக்குள் வாஞ்சையோடு நோக்கினார் அழகுப் பிள்ளை. புறா இரண்டும் எங்கே?

ஊருணிக் கரைக்கு டால்டா டப்பாவோடு வந்தபோது யாரோ அவற்றை டப்பாவில் இருந்து எடுத்திருக்க வேண்டும். அவற்றை எடுத்து என்ன ஆகப் போகிறது. அப்படி எடுத்திருந்தால், அவர்கள் உடனே ஆண், பெண்ணாக உருமாறி இருக்கலாம்.

டால்டா டப்பாவுக்குள் இரண்டு புறாக்கள் மனிதர்களாக இட நெரிசலைச் சகித்துக் கொண்டு காத்திருக்க வேண்டும். அது முடியாமல் திரும்பிப் போய்விட்டார்களா?

அழகுப் பிள்ளை காலி டால்டா டப்பாவை ஓரமாக வைத்து விட்டு வெளியே ஓடினார். அவர்கள் தன்னிச்சையாகப் பறந்து போயிருப்பார்களோ என்று எதிரே மரத்தை நிமிர்ந்து பார்த்தார். அங்கே தொடர்ந்து துளைத்துக்கொண்டிருந்த மரங்கொத்தி தவிர வேறு எந்தப் பறவையும் இல்லை.

ஊருணிக் கரையும் வெறுமையாகத்தான் இருந்தது. சமாதிக்குள் தேனீக்கள் ஒன்றிரண்டாகப் பறந்துகொண்டிருந்தன. கொட்டும் என்ற பயம் காரணமாக உள்ளே போகாமல் திரும்பினார் அழகுப் பிள்ளை.

அவர் பள்ளிக்குள் போகும்போது இரண்டு புறாக்களும் டால்டா டப்பாவுக்குள் இருந்தன. எங்கே போனீங்க? குறளி வெட்கத்தோடு சொன்னாள்.

“வழியிலே ஒரு வீட்டு வாசல்லே ஒரு கிழவியம்மா கருவாடு உலர்த்திக்கிட்டிருந்தா. அவள் உள்ளே போனபோது ஆளுக்கு ரெண்டு எடுத்துப் போய் சாப்பிட்டு வந்துட்டோம்” என்றாள் மெதுவாக. டால்டா டப்பாவில் கருவாடு வாடை அடித்ததை ஆசையோடு முகர்ந்தார் அழகுப் பிள்ளை.

“காக்காதான் திருடிக்கிட்டு போகும்.. புறாவுமில்லே இந்தக் காலத்துலே கருவாடு களவாடுது... என்று அங்கலாய்த்துக்கொண்டு கிழவி துடைப்பத்தைத் தூக்கி எறிஞ்சா... நெட்டையன் கால்லே பட்டு, அதான் நொண்டறான்” என்றாள் அவள்.

“பசித்த வயிறு... கால் உடஞ்சாலும் பரவாயில்லேன்னு மனசுலே வந்தது” என்றான் நெட்டையன் குற்றம் செய்த முகபாவத்தோடு.

“ஆமா, சந்தோஷமா இருக்க வயித்திலே சோறு வேணும். இல்லாட்டி சந்தோஷமா இருந்தப்புறம் ஏதாவது வயத்துலே போடணும்” என்றாள் குறளி.

வாஸ்தவம்தான் என்று தலையை ஆட்டியபடி அழகுப் பிள்ளை உள்ளே போனார்.

ஒருவர் இருவராக பிள்ளைகள் வந்து உட்கார்ந்தார்கள். எத்தனை நேரம்தான் அந்தர்பல்டி அடிப்பது? அழகுப் பிள்ளைக்குக் களைத்துவிட்டது. ஹெட்மாஸ்டர் வந்ததும் ஆரம்பித்துவிட வேண்டியதுதான் என்றார் நெசவு ஆசிரியர். எச்செம் தான் வரும் வழியாகக் காணோம்.

அவர் மூன்றாம் வகுப்பு எடுக்கும் வாத்தியாரம்மாளோடு ஏதோ நீளமாகப் பேசிக்கொண்டே இருந்தார். அந்தம்மாவும் பேச்சை வளர்த்துக்கொண்டே போனார். தென்மேற்குப் பருவக்காற்று, வெட்டுக்கிளிகள், உரு மாறும் உயிரினங்கள் என்று அவள் ஹெட்மாஸ்டரைத் தலைக்குப் பின் ஒளி வட்டத்தோடு அறிவுடை யாராக்கிக் கொண்டிருந்தாள்.

ஒருவழியாக, முன்பனிக் காலம் என்று வாத்தியாரம்மாள் ஆரம்பிக்க இன்னொரு நாள் பார்க்கலாம் என்று சமாதானமாகி எச்செம் எழுந்திருந்தார். மேஜிக் பார்க்க வரல்லியா என்று அன்போடு மூன்றாம் வகுப்பு வாத்தியாரம்மாவை அழைத்தார். “இல்லே சார், வீட்டுலே இட்லிக்கு ஊறப்போட்டு வச்சிருக்கேன். மாவு ஆட்டி வேவிக்கணும். அவர் விரதத்துலே இருக்கார், வாறேன் சார்.”

பல்டி அடித்துப் போனபோது அழகுப் பிள்ளைக்கு எச்செம் அறையிலிருந்து காதில் விழுந்தது. நிகழ்ச்சி முடிந்தாவது ஓட்டல் இட்லி ரெண்டு சாப்பிட வேண்டும் என்று தீர்மானப்படுத்திக் கொண்டார் அவர். எச்செம் கொடுத்திருந்த ரெண்டு ரூபாய்ப் பணம் இன்னும் பத்திரமாக சட்டைக்குள் ஏகமாக மடங்கி இருக்கும். அதை நேராக்கி இட்லி சாப்பிட வைத்துக்கொள்ள நினைத்தார் அவர்.

சட்டைக்குள் அந்தப் பணத்தை எடுத்துப் பார்த்தார். நுண்ணிய காகிதக் குழல் போல இருந்த அந்தப் பண நோட்டின் ஓர் ஓரத்தில் இருந்து பார்க்க, மறுமுனையில் எல்லா வர்ணங்களோடும் உலகம் விரிந்துகொண்டிருந்தது.

“வரீங்களா அழகுப் பிள்ளை?”

நெசவு ஆசிரியர் அழைக்க, பணத்தைத் திரும்ப உள்ளே வைத்தபடி அந்தர்பல்டி அடித்து அறையின் பின்பகுதியில் சற்றே உயரமாகக் கட்டி இருந்த மேடைக்குப் போனார் அவர். பையன்களின் கைதட்டல் அதிகமாக இருந்தது.

முதலிலேயே காகிதம் கொளுத்தி டால்டா டப்பாவில் போட்டு புறா வரும் மேஜிக். இரண்டு புறாக்களும் விசேஷமாக கொல்லன் வடிவமைத்த அந்த ஒட்டுப்போட்ட டால்டா டப்பாவின் கீழ் ரகசிய அறையில் மூச்சு முட்டியபடி இருந்தன. நெட்டையன் அந்த நிலையில் குறளியோடு இன்பம் துய்க்க ஆரம்பித்து விடாமல் இருக்க வேணுமே என்று அழகுப் பிள்ளைக்குக் கவலை ஏற்பட்டது. என்னதான் மனுஷ ஜோடி என்றாலும் புறா தர்மத்தில்தானே அந்த உடல்கள் இயங்கும்?

நல்ல வேளை. அழகு காகிதத்தைக் கொளுத்தி டப்பாவில் போட்டு விட்டு இடது கை ஆள்காட்டி விரல் நுனியால் டால்டா டப்பாவின் கீழ்ப் பகுதியை நெம்பித் திறக்க இரண்டு புறாக்களும் ஒன்றன்பின் ஒன்றாக வெளிப்பட்டுப் பறந்தன. எச்செம் அதிகமாக கைதட்டி, “புறாக்கள் அருமையான பறவைகள். சமாதானத்தின் சின்னம் இவை. நம் ஜனாதிபதிக்கு மிகவும் பிடித்த பறவைகள்” என்று கௌரவமாகப் பேச, புறாக்களை விட அவருக்கு ஆசிரியர்களின் கைதட்டு ஆரவாரம் அதிகமாக இருந்தது.

ஐந்து நிமிடம் கழித்து அறை வாசலில் நிழலாடியது. மந்திரக்குச்சியை

அசைத்து அந்தப் புறாக்களை என்ன செய்தேன் தெரியுமா என்று அழகுப் பிள்ளை கேட்டபடி வாசல் பக்கம் குனிந்து வணங்கி நின்றார். புறாக்கள் போல் குக்கும் குக்கும் என்று சத்தமிட்டபடி குறளியும் அவள் பின்னால் நெட்டையனுமாக ராணுவ உடையணிந்து அணிவகுத்து உள்ளே நுழைய மிக அதிகக் கைதட்டு கிட்டியது அவர்களுக்கு. இப்படி உள்ளே நுழைய அழகுப் பிள்ளை தான் பயிற்சி கொடுத்திருக்கிறார் மற்ற இருவருக்கும்.

"நாங்க மூணு பேரும் பிசாசு ராஜா அவையில் பாதாள உலகம் சினிமாவில் இப்படித்தான் ஆடிக்கிட்டே வருவோம்."

அழகுப் பிள்ளை சொன்னபடி டால்டா டப்பாவைத் தட்ட, கையில் இன்னும் புறா பறந்த அக்னிச்சூடு அடங்காமல் சுட்டது. குறளி சுழன்று சுழன்று ஆட, அவளை மேலும் கீழுமாகக் குதிக்க வேணாம் என்று ஆடியபடியே உதடசைத்து அவள் கண்ணில் படச் சொன்னார் அழகுப் பிள்ளை. மின்சார விசிறிக்குச் சற்றே தான் கீழே இருந்த அவள் தலையில் அடிபட வாய்ப்பு இருந்ததால் அந்த மாதிரியான ஆட்ட அசைவுகளைத் தவிர்க்க வேண்டிவரும் என்பது குறளிக்குத் தெரியும்.

ஆடி முடித்ததும் அழகுப் பிள்ளை அந்தக் காட்சியை எப்படி ஒரு ராத்திரி முழுக்கப் படமாக்கினார்கள் என்று விவரமாகச் சொல்ல ஆரம்பித்தார். ஹெட்மாஸ்டரும் சில ஆசிரியர்களும் சுவாரசியமாகக் கேட்டார்கள். ஆரிப்ளக்ஸ் கேமரா, லைட்டிங், பூம் மைக் என்று வினோதமான சினிமா சம்பந்தப்பட்ட வார்த்தைகள் தூவிய அந்தப் பேச்சிலும், தேவாலயத்தில் ஞாயிற்றுக்கிழமை பாடுவது போல் குழுவாகப் பாடும் மன்னர் வாழ்த்துப் பாடலிலும் பிள்ளைகளில் சிலர் தவிர மற்றவர்களுக்கு ஈடுபாடு இல்லை. பதினைந்து வருடம் முந்தைய குழந்தைகள் பாதாள உலகம் சினிமா பார்த்தவை. அவர்கள் இப்போது கல்லூரி மாணவர்கள். இந்தக் குழந்தைகளுக்குத் தெரியாத பிசாசு உலகத்தை இவர்களுக்கு அறிமுகப்படுத்துவதால் என்ன பயன்?

"நீங்க படிச்சு பரீட்சை எழுத நாலடியார் மனப்பாடம் செய்யக் கஷ்டப்பட வேண்டாம். இதோ ஈசியான வழி. பாட்டாகப் பாடி நினைவு வச்சிக்கலாம்."

அழகுப் பிள்ளை சொல்லி முடிக்கும் முன் சுமாரான குரல்களில் நாலடியார் பாடியபடி குறளியும், நெட்டையனும் மயில்கள் ஆகி

விட்டார்கள். மனிதக் குரலில் பாடி மெல்ல அசையும் மயில்கள் அந்தச் சாயந்திரத்தை அழகாக்கின. உற்சாகமாக மயிலிரண்டும் ஆட, நட்டுவன் போல் அவற்றைச் சுற்றி நடந்து கூடவே ஆடினார் அழகுப் பிள்ளையும்.

அந்த மயிலாட்டமும் பாடலும் பெருவாரியாக ரசிக்கப்பட, ஹெட் மாஸ்டர் எழுந்து சொன்னார் "இந்த அழகான பறவைகள் தோகை விரித்து மறுபடி ஆட முடியுமா? அந்த நாலடியார் பாடலுக்கு நான் உரை சொல்கிறேன். நானும் கூடவே ஆடுகிறேன்."

அவர் ஆட ஆரம்பித்து 'குஞ்சி யழகும் கொடுந்தானைக் கோட்டழகும் மஞ்சள் அழகும் அழகல்ல' என்று அவருடைய குரலில் அஜீர்ணம் கண்ட பகாசுரன் போல் பாடினார். தலைமுடியை வாரி முடிப்பதால் ஏற்படும் அழகும், உடுத்த துணி அழகும், மஞ்சள் பூசிக் குளித்து ஏற்படும் அழகும் உண்மையில் அழகு இல்லை என்று தொடங்கும் நாலடியார் உரையைச் சொன்னார்.

மயில்கள் ஒயிலாக ஆட, அவர் அழகுப் பிள்ளையோடு சேர்ந்து ஆடி மயில்களைச் சுற்றிச் சுற்றி வந்தார். நாலடியார் பாடல் முழுக்கத் தெரிந்த இரண்டாம், ஐந்தாம் வகுப்பு ஆசிரியைகளும் நெசவு ஆசிரியரும் ஆளுக்கொரு ராகத்தில் குஞ்சி அழகும் கொடுந்தானை கோட்டழகும் பாட, இது கவுண்டர் பாயிண்ட் என்று இசையில் சொல்லப்படும் என விளக்கினார் எச்செம். எல்லாம் தெரிந்த ஹெட் மாஸ்டரை அந்தப் பள்ளிக்கு அளித்த கடவுளை வாழ்த்தி அன்னப் பறவையானார் அழகுப் பிள்ளை. மயில்கள் அதற்குள் நெட்டையனும், குறளியுமாக பழையபடி ஆகியிருந்தன.

குறளி பாதாள உலகம் சினிமாவில் எப்படிக் குள்ளன் அன்னப் பறவையாகி அந்த அன்னப் பறவை கதாநாயகனுக்குக் கதாநாயகி அனுப்பிய ரகசியச் செய்தியைக் கொண்டு போனது என்பதை அதற்கான பதினைந்து வருடம் முன் பிரபலமாகி இருந்த பாட்டைப் பாடி விளக்கினாள். அன்னப் பறவை அறைக்குள் மின்விசிறி மேல் படாமல் கீழாக மெதுவாகச் சிறகடித்துப் பறந்தது. 'ஓ என் மணவாளனே, மன்னன் என் நேசனே' என்று குறளி பாட, டீச்சரம்மாக்கள் கைதட்ட வாத்தியார்கள் புன்சிரிப்போடு அங்கீகரித்தது போல் பார்த்திருந்தார்கள்.

ஒன்பது, பத்தாம் வகுப்புகள் பள்ளியில் வரும்போது நளவெண்பா

பாடமாகலாம். அப்போது இந்த உரு மாறுதல் மற்றும் திரைப்படப் பாடல் மூலம் முழு சிலபஸ்ஸையும் மனப்பாடம் செய்ய வைக்கலாம் என்றார் ஹெட்மாஸ்டர். அது நடக்க இன்னும் பத்தாண்டுகளாவது ஆகலாம் என்றார் நெசவு ஆசிரியர். நான் ரிடையர் ஆகியிருப்பேனே என்றார் ஹெட் மாஸ்டர். சற்று நிறுத்தி, நான் அப்போது உயிரோடு இருப்பேனோ என்னமோ என்றார் முகத்தில் சோகம் ததும்ப.

அது துக்ககரமானது என்று எல்லா ஆசிரியர்களும் எழுந்து நின்று கருத்துத் தெரிவித்தார்கள். அன்னம் போன்ற தூய்மையைக் குறிக்கும் பறவைகள் இருக்கும் இடத்தில் இறப்பு பற்றி அதுவும் ஹெட் மாஸ்டர் போன்ற நல்லவர்களின் வாயால் அவர்களுடைய இறுதி பற்றிப் பேசுவது வேண்டாமே என்று ஹெட் மாஸ்டரைக் கெஞ்சினார்கள்.

அன்னப் பறவையும் இரண்டு மனிதர்களும் சந்தோஷம் தரும் இசையமைப்பில் 'வசந்தம் வந்ததே ஆனந்த வசந்தம் வந்ததே' என்று பாடி நிற்க ஆசிரியர்கள் அனைவரும் ஹெட் மாஸ்டரைப் பார்த்து அதே வரிகளை மீண்டும் பாடி இருக்கும் இடத்திலேயே சிக்கனமாக நடனமாடினார்கள்.

புன்சிரிப்போடு அவர்களுடைய அன்பையும் பரிவையும் அங்கீகரித்து ஏற்று வாங்கிய எச்செம் கைக்கடியாரத்தைப் பார்த்தார். ஐந்தரை ஆகப் போறதே... நாம் ஒரேயடியா மேஜிக்லே இருந்து இருட்டிடுச்சுன்னா பசங்க வீட்டுக்குப் போறது சிரமமாயிடுமே...

அழகுப்பிள்ளை சுயரூபம் அடைந்திருந்தார் அப்போது. அடுத்த நீதிநெறி வெண்பா பாட்டுக்காக 'கொம்புளதற்கு ஐந்து முழம் குதிரைக்குப் பத்து முழம்' என்று குறளியும் நெட்டையனும் பாடியபடி மாடுகளாக உரு மாறத் தொடங்கியபோது, வேண்டாம் என்று நிறுத்திவிட்டார் அழகுப் பிள்ளை.

பசங்கள் எல்லோரும் ஏதோ கஷ்டம் தீர்ந்த நிம்மதியோடு ஒரே நேரத்தில் வெளியேறி பின் கதவின் அருகே கழிப்பறை வாசலிலே ஒரே நேரத்தில் குந்தி சிறுநீர் கழித்தார்கள். "டேய் உள்ளே போய்ப் போங்கடா" என்று சத்தமிட்டபடி நெசவு ஆசிரியர் தானும் வெளியில் மூத்திரம் போனபடி தலையைத் தூக்கி வானத்தில் எதையோ மும்முரமாகத் தேடிக் கொண்டிருந்தார். சிவப்பு பூசி சூரியன் மறைந்து கொண்டிருக்கும் அந்திப் பொழுது என்று

கவிதை சொல்ல அவருக்கு ஆசை. நீர் சரியாகப் பிரிந்தால் கவிதை என்ன காவியமே எழுதுவார் அவர். கைத்தறியில் துண்டு தவிர புடவை கூட அவர் நெய்வார். சந்தர்ப்பமும் நூலும் சொன்னது கேட்கும் கிட்னியும்தான் வாய்க்கவில்லை அவருக்கு.

ஹெட் மாஸ்டர் தன் அறையில் இருந்து வெளிப்பட்டு, அழகுப் பிள்ளையை உள்ளே வரச் சொன்னார். “இந்தாருமய்யா, மொத்த வசூல் ஆறு ரூபாய் ஐம்பது நயாபைசா, ஆசிரியர், ஆசிரியைகள் அன்பளிப்பு எட்டு ரூபாய் எழுபத்தைந்து நயாபைசா, ஆக மொத்த வசூல் பதினஞ்சு ரூபா, இருபத்தைந்து நயாபைசா. இந்த ரசீதில் கையெழுத்துப் போட்டுக் கொடும் அழகுப் பிள்ளை சந்தோஷமாக கையெழுத்துப் போட்டுக் கொடுத்தார். சைக்கிள்களின் அணிவகுப்பாக ஆசிரியர்கள் வெளியேற, குடைகளோடு வாத்தியாரம்மாக்கள் சாப்பாட்டுப் பாத்திரம் வைத்த ப்ளாஸ்டிக் ஒயர் பின்னல் பெட்டிகளோடு அடுத்து வெளியே நடந்தார்கள். வாட்ச்மேனிடம் அழகுப் பிள்ளை நன்றி சொல்லி சட்டைப் பையில் கை வைத்தபடி பார்த்தார்.

“பரவாயில்லே அழகு, போய்ட்டு வா. இந்தப் பணம் ஒரு வாரம் வருமா உனக்கு? நான் அதையும் பிடுங்கக் கூடாது. நல்லா சாப்பிட்டுத் தூங்கி ரெஸ்ட் எடு. நல்லா இன்னொரு ஸ்கூல்லே ஆடிட்டு வா. வயிறை வாட விட்டுடாதே. உனக்கு மட்டுமில்லே, அந்த ரெண்டு ஜீவனுக்கும் கூட அதேதான்.”

அழகுப் பிள்ளை அவனுக்குக் கைகூப்பி வணங்கி, போதாது என்று பட வாட்ச்மேனுக்காக நாலு அந்தர்பல்டி சுறுசுறுவென்று அடித்து, நெட்டையனோடும், குறளியோடும் ஊருணிக்கரைக்கு வந்தார்.

“போய்த் துணி திரும்பி வந்துடுச்சான்னு பாருங்க, சமாதி பிரதேசத்திலே சமயா சமயம் அதிசயம் எல்லாம் நடக்கும்” என்றபடி ஒரு சமாதியில் உட்கார்ந்து சட்டைப் பைக்குள் இருந்து பீடி எடுத்துப் பற்ற வைத்தார். அடித்த பல்டிக்கு பீடி பிய்ந்து போயிருக்க வேண்டும். ஆனால் அது வாங்கியபடிக்கே இருந்ததில் ஆறுதல் அழகுப் பிள்ளைக்கு.

இதென்ன கோராமை என்றாள் குறளி கையை முன்னுக்கு நீட்டி எதையோ காட்டி.

துணி இருக்கு என்று சொல்லியபடி, சமாதி உள் அறையில் இருந்து இன்னொரு ஜோடி குறளியும், நெட்டையனும் வந்து கொண்டிருந்தார்கள். அந்தக் குறளி இரண்டு அடி உயரமும், நெட்டையன் ஏழடிக்கு ஓங்கு தாங்காகவும் இருந்தார்கள்.

ஐந்து பேர் பதினேழு ரூபாயில் எத்தனை நாள் பசியாற முடியும்? ஹெட் மாஸ்டரிடம் கேட்டிருக்க வேண்டும்.

எல்லாரும் கீரிப்பிள்ளை ஆகிவிடலாம் என்றார் அழகுப் பிள்ளை. இருட்ட ஆரம்பித்தது.

சகஜமாக ஒரு கதை

“தூங்கிட்டு இருப்பீங்க. சரியா?”

ராத்திரி பன்னிரண்டு மணிக்கு எழுப்பி மொபைலில் யாரோ விசாரித்தார்கள். என்ன பதில் சொல்ல என்று எரிச்சலோடு யோசித்தான் கோபி.

“இந்தோனேஷியாவிலே இருக்கீங்களா?” அடுத்த கேள்வி. தாய்லாந்தில் இருக்கேன் என்று சுருக்கமாகச் சொன்னான்.

“அங்கே நேரம் என்ன?” அவர் கேட்டார்.

“நடுராத்திரி சார்” சீக்கிரம் இந்த உரையாடலை முடிவுக்குக் கொண்டு வர வேண்டும் என்ற உத்தேசத்தோடு மெல்லச் சொன்னான்.

“இங்கே ராத்திரி பத்தரைதான் ஆகுது.”

புதுசாகக் கண்டுபிடித்த மாதிரி அவர் சொல்ல, யாருங்க பேசறது என்று பொறுமை இழந்து கேட்டான் கோபி.

“நான் பத்திரிகையிலே இருந்து பேசறேனுங்க. சப் எடிட்டர்.”

பெயர் சொன்னார். கோபிக்குப் பரிச்சயமில்லாதவர். பத்திரிகை தெரியும்.

“தினப் பத்திரிகையிலே இருந்து வாரப் பதிப்புக்கு என்னை மாத்தியிருக்காங்க சார். இப்போ ஒரு மாசமாத்தான்.”

அந்தப் பத்திரிகையில் கோபி எப்போதாவது எழுதுவான். கதை

கட்டுரை என்று வாரப் பதிப்பில் அல்லது சிறப்பிதழில் எழுதச் சொல்லிக் கேட்பதாக அங்கிருந்து வரும் தொலைபேசி அழைப்பு அமைந்திருக்கும். இது மொபைல் போனில் வாட்ஸ் அப் அழைப்பு.

பத்திரிகை அழைப்பு எல்லாம் இந்தியா நேரம் சாயந்திரம், மிஞ்சிப் போனால் ஆறரை மணியோடு ஓய்ந்து போகும். அங்கே ராத்திரி பத்தரைக்குக் கூப்பிட என்ன காரணம்?

"எடிட்டர் காலையிலேயே சொல்லியிருந்தாருங்க உடனே உங்களுக்கு போன் செஞ்சா... நாளைக்கு ஞாயித்துக் கிழமையா இருந்தாலும்... அங்கே?"

ஞாயிறு தான் என்றான் கோபி படுக்கையில் எழுந்து உட்கார்ந்தபடி. இனி உறங்க முடியாது என்று விதித்த இரவு.

"காலையிலே எடிட்டர் சொன்னாருங்க, நீங்க எங்கே என்ன வேலையா இருந்தாலும் எழுதணும்னு போன்லே பிடிச்சுக் கேட்டா உடனே அடுத்த நாள் விடியறதுக்குள்ளே எழுதி அனுப்பிடுவீங்களாம். எனக்கு நாளைக்கு மறுநாள் சாயந்திரம் அஞ்சு மணிக்கு, டே ஆஃப்டர் டுமாரோ ஃபைவ் ஓ க்ளாக் சார், ஃபாரம் க்ளோஸ் பண்ணி ஆகணும். நாளைக்கு ஞாயித்துக்கிழமையா இல்லேன்னா நாளைக்கே க்ளோஸ் செய்ய வேண்டி வரும். தப்பிச்சேன். போகுது. சார் கதை வேணுமே."

கோபி வேகமாகப் பேச ஆரம்பிப்பதற்கு முன் அவர் ரெண்டு தடவை "ப்ளீஸ் சார், தயவு செய்து..." என்றது கோபியின் உள்ளத்தை உருக்குவதாக இருந்தது. இவரிடம் என்ன கோபித்துக்கொள்ள?

"சார், போன வாட்டி தேவதை, பிசாசுல்லாம் வர்ற மாதிரி அதென்ன கதை..."

அவர் பதிலுக்காகக் காத்திருப்பது உறைக்க, மேஜிக்கல் ரியலிசம் என்றான் கோபி.

"இல்லே சார், அது மாதிரி வேறே சொல்லுங்க."

"போஸ்ட் மார்டனிசம்."

"இல்லே சார், தபால்காரரர் கூப்பிடற மாதிரி இருக்கு."

"சர்ரியலிசமா?"

"ஆமா, அதான் சொன்னார் எடிட்டர். அது படிக்க நல்லா

இருக்குதுதான். ஆனா நம்ம வாசகர்களுக்கு அது போய்ச் சேருமான்னு சந்தேகம்னாரு. உள்வாங்க சிரமப்படுவாங்களாம்."

"அதுனாலே?" கோபியும் அவரோடு சகஜமாக உரையாட ஆரம்பித்திருந்தான்.

"அதுனாலே, எனக்குச் சொல்ல வரமாட்டேங்குது... என்னன்னு சொல்ல? சகஜமா எழுதிப் பெருவாரியாப் படிக்கற கதையா நம்ம பத்திரிகைக்கு ஏத்தபடி ஒண்ணு அனுப்பித் தாங்க ப்ளீஸ். நாளைக்கே ஈமெயில்லே அனுப்பினீங்கன்னா ரொம்ப தயவா இருக்கும்."

சகஜமா எழுதிப் பெருவாரியாப் படிக்கற கதை அப்படின்னா? கோபி கேட்க, அவர் கொஞ்சம் உற்சாகம் தெறிக்கும் குரலில் சொன்னார்...

"கேட்பீங்கன்னு எதிர்பார்த்தேன் சார்... நீங்க நீலக்கலர் டீ ஷர்ட் போட்டுக்கிட்டு மூக்குக் கண்ணாடியை மடியில் வச்சுக்கிட்டுப் பேசிட்டிருக்கீங்க. சரியா?"

கோபி பார்த்துக்கொண்டான். ஆச்சரியகரமாக எல்லாம் சரியாக இருந்தது.

"உங்களுக்கு எப்படித் தெரியும் இதெல்லாம்?"

"பாருங்க... எப்படியோ ஆருடம் நமக்கு, எனக்கு அப்பப்ப ஓர்க் அவுட் ஆவுதுங்க. ஒரு மாசமாத்தான் இப்படி. நான் போன்லே யார் கூடயாவது இப்போ பேசறோமே அதுபோல ஏதாவது பேசுவேன்னு வச்சுக்குங்க... பேச்சுக்கு நடுவிலே ஏதாவது வார்த்தை, அரைகுறையா, இல்லே முழுசா ஒரு வாக்கியம் இப்படிச் சொல்லுவேனா. நீங்களும் அதையே உடனே சொன்னா எனக்கு உங்களைக் கொஞ்ச நேரம் பார்க்க முடியும். இது மாதிரி... என்ன சத்தம் சார் பின்னாலே?"

"ஏர் கான்... ஏர் கண்டிஷனர்."

"ஓ அதானே பார்த்தேன்... சீலிங் ஃபேன் சத்தம் மாதிரி இல்லியேன்னு... நான் இப்போ உங்களைப் பார்க்க முடியலே."

கோபி அவசரமாகப் போர்வையைப் போர்த்திக்கொண்டு கட்டிலில் விழுந்தான். நடுராத்திரிக்கு இப்படியான ஆட்களோடு பேசாமல் துண்டிப்பதே உசிதமானது என்று மனம் சொல்ல மொபைலை

அணைத்து ஓரமாக வைத்தான். பத்து நிமிடம் கூட ஆகவில்லை. போன் ஒளிர்ந்தது.

"சார், அஞ்சு நிமிஷம்தான்... அதுக்கு மேலே பேச வேணாம்."

"சுருக்கமா சொல்லுங்க."

ஒரு தேங்க்ஸ் அந்தப் பக்கத்தில் இருந்து அவசரமாக வந்தது.

"ஏன் எனக்கு மட்டும் இதெல்லாம் வருது சார்?" அவர் கேட்டார்.

"அது சமயத்துலே அப்படி எல்லோருக்கும் ஆகறது உண்டுங்க... களைப்பு, சரிவரத் தூங்காதது இப்படிப் பல காரணம்... டாக்டர் கிட்டே காட்டினா உடனே சரிபண்ணிடுவார்" - கோபி சமாதானமாகச் சொன்னான்.

"இருக்கலாம் சார், ஆனா நான் பேசினா மட்டும் ஏன் இப்படியாகுது."

"தெரியலே... எத்தனை வார்த்தையிலே கதை வேணும் உங்களுக்கு?" கோபி இதை முடித்து ஏறக்கட்டுவதில் அக்கறை காட்டினான்.

"வார்த்தையா? இப்போ பேசிக்கிட்டு இருக்கோமில்லே, அது மாதிரியா?"

"இல்லேங்க, கதையிலே வர்ற மொத்தம் வார்த்தை."

"அதை யார் சார் எண்ணிட்டு இருப்பாங்க. எழுதும்போது எழுத்தெண்ணி எழுத முடியுமா என்ன?"

"கம்ப்யூட்டர்லே எழுத எழுத எவ்வளவு வார்த்தைன்னு அது சொல்லும்."

"அப்படியா சார்? ஆனா எனக்கு இன்னும் பக்கக் கணக்கு, பத்தியிலே செண்டிமீட்டர் நீளக் கணக்குதான் சுளுவா இருக்கு. கதை நம்ம பத்திரிகையிலே மூணு பக்கம் வர்ற மாதிரி, ப்ளீஸ், சார் தரணும். லே அவுட் பண்ணி படம், ஜோக் போட்டா நாலு பக்கம் வரும். போதும்."

"இப்போ ஏதாவது ஸ்பெஷல் இஷ்யூ கொண்டு வர்றீங்களா?"

கோபி கேட்டான். ஜூலையில் எந்தப் பண்டிகைக்கும் தமிழ்ப் பத்திரிகை சிறப்புப் பதிப்பு போடுவதில்லையே என்று நினைவுக்கு வந்தது.

"அயல்நாட்டுச் சிறப்பிதழ் பதிப்பு சார். டூரிஸம் ஸ்பான்சர் இஷ்யூ."

சகஜமான கதை வேண்டியிருக்கிறது. புதுசாக எழுதிவிடலாமா? ஒன்லைன் எழுதி வைத்த கம்ப்யூட்டர் கோப்பை எடுத்துப் பார்த்தால் பத்து இருபது கதை எழுத விதை கிட்டும். ஆனால் அதெல்லாம் நாளைக்கு ஞாயிற்றுக்கிழமை எழுதி நாளைக்கே அனுப்ப சரிப்பட்டு வருமா? கோபிக்குத் தெரியவில்லை.

சட்டென்று நினைவு வந்தது. அவ்வப்போது ரெண்டு பத்தி, மூணு பத்தி என்று எழுதிக் கிட்டத்தட்ட முடிந்த ஒரு கதை கோபியின் மடிக்கணினியில் உண்டு. மூணு வருடப் பழசு. பாங்காக் ரயில்வே ப்ராஜெக்ட் ராத்திரி வேலை முடிந்து டாக்சியில் போக வரும்போது எழுதியது. தட்டிக் கொட்டி சரிசெய்யலாம்தான். ஆனால் அதை நம்பி நாளைக்கே அனுப்புகிறேன் என்று வாக்குறுதி கொடுக்க முடியாது.

"சரி சார் எழுதறேன். ஆனா நாளைக்கே அனுப்பணுங்கறது ரொம்ப சிரமமுங்க. நான் அடுத்த வாரம் ஞாயிறுக்குள்ளே."

"சார் சார் சார்."

அவர் உயிர் பிரியும் நேரத்து வாதனையோடு குரல் இடற வேண்டினார்.

"எனக்காக எப்படியாவது நாளைக்கு."

அவர் சொல்ல, கோபிக்கு நாக்கு நுனியில் வார்த்தை இருந்தது. நீங்க யாருன்னே எனக்குத் தெரியாது. உங்களுக்காக நான் ஏன் என் நேரத்தைக் கட்டாயம் செலவழிக்கணும்?

வேண்டாம், அவர் தனக்காகக் கேட்கவில்லை. கோபி கதையைக் கேட்டு வாங்கிப் போடாவிட்டால் அவருடைய உத்தியோகம் ஆட்டம் காணுமோ என்னமோ.

எழுதித் துன்பப்படுத்துகிற மாதிரி கேட்டு எழுதாமல் வதைப்பது கொடிது என்று சமூக ஊடகத்தில் சின்னதாக இருநூற்றெண்பது எழுத்து வர ட்விட்டரில் ஒரு ட்வீட் அனுப்ப முடிவு செய்தான் கோபி. நடுராத்திரிக்கு அது போய்ச் சேர, அதைப் படித்து என்ன ஏது என்று புரியாமல் நான்கைந்து பேர் கேள்விக்குறி போட்டுவிட்டு பதிலுக்குக் காத்திருப்பார்கள். இருக்கட்டும். கோபி மட்டும் ஏன் விழித்திருக்க வேண்டும்?

“காலையிலேயே எடிட்டர் சொல்லிட்டார். ஆனா வேறே வேலை வந்து மாட்டிக்கிச்சு. பத்து மணிக்கு வீட்டுலே இருந்து கால். நான் சாதாரணமா எடுக்கவே மாட்டேன். என்ன ஆகப் போகுது? அதிக பட்சம் கூரையிலே நெருப்பு பிடிச்சிருக்கும். ஒரு தடவை ஆயிடுச்சு. அடுப்பை அணைக்காம கதவைச் சாத்தி வச்சுட்டு குளிச்சிட்டிருந்தா அது எப்படியோ மர அலமாரியிலே பிடிச்சு மேலே போகப் பார்த்துச்சு. நல்ல வேளையா ஈரத் துணியை அலமாரி மேலே போட்டுத் தீயை ஒரே நிமிசத்திலே இல்லாம ஆக்கிட்டா. அவ நினைச்சா உடனே எதையும் தீர்த்து வச்சுடுவா. என்னை மாதிரி இல்லே. தும்பை விட்டுட்டு வாலைப் பிடிக்கற வர்க்கம் நாமெல்லாம்.”

கோபிக்குச் சிரிப்பு வந்தது. நடுராத்திரிக்குக் கதை கேட்டுக் கழுத்தறுப்பது தும்பை பிடித்தபடியா? வாலைப் பற்றிய மாதிரியா?

“கேளுங்க சார்... சரி, கூரையிலே நெருப்பு பத்தலேன்னாலும் வேறே எதாவது பிரச்சனையை சமாளிச்சுட்டு கூப்பிடறா போலன்னு போனை சட்டைப் பையிலே போட்டுக்கிட்டேன். திரும்ப அஞ்சு நிமிஷம் கழிச்சு அடுத்த கால். அதையும் அட்டெண்ட் பண்ணலே. இன்னும் பத்து நிமிஷம் கழிச்சு அடுத்த கால். வேறே வழியே தோணாமே எடுத்து என்னன்னு கேட்டேன். சொல்லிச்சு பாருங்க. இன்னிக்கு அமாவாசைன்னு மறந்து போய் வெங்காய வத்தக்குழம்பு வச்சு அனுப்பிச்சிட்டேன். சாப்பிட்டுடாதீங்க. இதைச் சொல்லவா வேலை நேரத்திலே அம்புட்டு தடவை கூப்பிடுவா ஒருத்தி? திட்டிப்புட்டேன் நல்லா. ஆமா சார், திங்களன்னிக்கு பாரம் போகணும்னா சட்டியிலே இருந்தால்லே அகப்பையிலே வரும். அதுவும் இப்போ உட்கார்ந்து ப்ரூப் வரவர சரிபாத்துட்டு இருக்க வேணாமா? அப்படி என்ன அமாவாசை அன்னிக்கு வெங்காயம் தின்னா? தெரியாம தின்னா பாவம் இல்லைதானே. நான் சொல்ல வேண்டியதைச் சொல்லிட்டேன். இனிமேல் கொண்டு உங்க இஷ்டம்கிறா. என்னத்தைச் சொல்ல? எடிட்டர் உங்ககிட்டே பேசச் சொன்னது சுத்தமா மனசுலே இல்லாம போச்சு. கையிலே வச்சிருந்த வேலையும் தொம்முனு நின்னு போச்சு. கேண்டீன்லே ஒரு டீ குடிச்சுட்டு திரும்ப ஆரம்பிக்கலாம்னு தோணிச்சு. வெளியே வந்தா, கையிலே பெரிய பேண்டேஜ் கட்டோட நம்ம ஆறுமுகவேலன், தில்லி சிறப்பு நிருபர் உள்ளே வந்துட்டிருக்கார். நாலைஞ்சு பத்திரிகையிலே இங்க்லீஷிலும் தமிழிலும் காலம்

எழுதறவராச்சே. வயசானாலும் குஸ்திக்காரர் மாதிரி பலசாலி மனுஷன். அவர் சண்டை போடப் போட பத்திரிகை கூடுதல் விக்கும். பார்த்த அப்புறம் பேசாம முடியுமா? ரயில்லே ஏற வந்தபோது விழுந்துட்டாராம். லேசா அடிபட்டிருக்கு... விழுந்தது இங்கே இல்லே. டில்லியிலும் இல்லே. மாயவரம் பக்கம் அவர் சொந்த ஊருக்குப் போயிட்டிருந்தாராம். பாசஞ்சர் வண்டி தான். ஜங்ஷன்லே டீ குடிச்சிட்டிருக்கும்போது வண்டி கிளம்பிடுச்சு போல... அவசரமா ஓடி வந்து... நல்ல வேளை... தண்டவாளத்துக்கு உள்ளே விழாம. அது கிடக்குங்க. ஒரு கதை சகஜமா மூணரைப் பக்கம் வர்ற மாதிரி.”

கோபி கடியாரத்தைப் பார்த்தான். அவர் கூப்பிட்டுப் பேச ஆரம்பித்து ஒரு மணி நேரமாகி இருந்தது.

“அப்புறம் ஒண்ணுங்க.”

மேலே பேசிக்கொண்டு போனவரை நிறுத்தினான் கோபி.

“சரி... ஒரு கதை கிட்டத்தட்ட எழுதி எடிட் பண்ணாமே என் கிட்டே இருக்கு. திருத்திட்டு சரிபார்த்து நாளைக்கு மதியத்துக்கு, அது உங்க காலை பதினோரு மணி... அனுப்பறேன்... இனிமே நான் தூங்கவா?”

“ரொம்ப தேங்க்ஸ் சார்... உங்களுக்குச் சிரமம் இல்லேன்னா கொஞ்சம் போல படிச்சுக் காட்டிட்டா படம் போடத் தரச் சொல்லிடுவேன். குமரன் ஆர்ட்டிஸ்ட் பத்து நிமிஷத்துலே கோடு இழுத்துக் கொடுத்துடுவார். நன்றி சார். முதல்லே இருந்து படிக்கலாமா?”

“முதல்லே இருந்து படிக்கலாமா?”

விரல் சொடுக்கில் மடிக்கணினியில் அந்தக் கதை திறக்க, கோபி நிசப்தமான ராத்திரிக்குப் பொருந்தாத குரலில் படிக்க ஆரம்பித்தான்...

“தூங்கிட்டு இருப்பீங்க. சரியா?”

www.ingramcontent.com/pod-product-compliance
Lightning Source LLC
LaVergne TN
LVHW100801051026
849519LV00006B/1926
* 9 7 8 9 3 9 0 8 8 4 0 0 1 *